TẠP CHÍ VIÊN GIÁC
SỐ 263 - THÁNG 10/2024

VIÊN GIÁC

TẠP CHÍ CỦA NGƯỜI VIỆT TỴ NẠN VÀ PHẬT TỬ VIỆT NAM TẠI CỘNG HÒA LIÊN BANG ĐỨC
Zeitschrift der vietnamesischen Flüchtlinge und Buddhisten in der Bundesrepublik Deutschland

CHỦ TRƯƠNG (HERAUSGEBER)
Congregation d. Vereinigten Vietn. Buddh. Kirche (gem.) e. V.
Karlsruher Str.6 - 30519
Hannover - Deutschland

QUẢN LÝ TÒA SOẠN
Thị Tâm Ngô Văn Phát

CHỦ NHIỆM SÁNG LẬP
Hòa Thượng Thích Như Điển

CHỦ BÚT
Nguyên Đạo

KỸ THUẬT
Nguyên Đạo – Quảng Hạnh Tuệ

BAN BIÊN TẬP & CỘNG TÁC VIÊN
* **Đức:** HT. Thích Như Điển - Tích Cốc Ngô Văn Phát - Nguyên Đạo – Từ Hùng Trần Phong Lưu - Dr. Trương Ngọc Thanh - Trần Đan Hà – Đỗ Trường – Lương Nguyên Hiền – Nguyễn Quý Đại – Nguyên Hạnh HTD – Hương Cau – Hoa Lan Thiện Giới – Thi Thi Hồng Ngọc – Phương Quỳnh – Tịnh Ý – Quỳnh Hoa – Trần Thế Thi – Hoàng Quân – Đại Nguyên Nguyễn Quý Đại.
* **Pháp:** Dr. Hoang Phong Nguyễn Đức Tiến – Chúc Thanh
* **Thụy Sĩ:** TT. Thích Như Tú - Trần Thị Nhật Hưng – Song Thư LTH – Lưu An Vũ Ngọc Ruẩn.
* **Bỉ:** Nguyên Trí Hồ Thanh Trước.
* **Ý:** Huỳnh Ngọc Nga - TS. Elena Pucillo Trương & Trương Văn Dân.
* **Hoa Kỳ:** Tuệ Nga – Họa Sĩ ViVi Võ Hùng Kiệt & Cát Đơn Sa – Diễm Châu – Lâm Minh Anh – thylanthao – Nguyên Minh Nguyễn Minh Tiến – Dr. Bạch Xuân Phẻ.
* **Canada:** Dr. Thái Công Tụng – GS. Trần Gia Phụng – DVM Nguyễn Thượng Chánh.
* **Úc Châu:** TT. Thích Nguyên Tạng – Dr. Lâm Như Tạng – Quảng Trực Trần Viết Dung.
* Và chư Tôn đức Tăng Ni, Cư sĩ Phật tử cũng như văn, thi, họa sĩ… tán đồng chủ trương của Viên Giác.

CÙNG SỰ CỘNG TÁC CỦA (Mitwirkung von)
Hội Phật Tử VNTN tại Cộng Hòa Liên Bang Đức
Vereinigung der Buddhistische-Vietnamflüchtlinge i. d. BRD

TÒA SOẠN
Chùa/Pagode Viên Giác
Karlsruher Str. 6 - 30519 Hannover
Tel. 0511 - 87 96 30 . Fax : 0511 - 87 941 200
Website: https://www.viengiac.info
Email Chùa: todinh@viengiac.info
Email văn phòng: pagodevg2020@gmail.com
Email kỹ thuật: baoviengiac@yahoo.de
Email bài vở: chubut.viengiac@gmail.com

* Tạp chí Viên Giác phát hành mỗi hai tháng vào những tháng chẵn. Viên Giác bảo tồn và phát huy truyền thống Văn Hóa Phật Giáo và Dân Tộc Việt Nam ở hải ngoại, không có tính thương mại. Mọi hỷ cúng và ủng hộ để phụ giúp trang trải các chi phí ấn loát, điều hành, bưu phí… chúng tôi xin đón nhận và chân thành cảm tạ.
* Ngoài số ấn bản in trên giấy mỗi kỳ, Tạp chí Viên Giác còn phát hành trên mạng toàn cầu Amazon và phổ biến rộng rãi trên các trang mạng Phật Giáo lớn trên thế giới.
* Ủng hộ hiện kim cho Tạp chí Viên Giác, khi có yêu cầu chúng tôi sẽ gởi đến quý vị biên nhận để làm đơn xin quân bình thuế lương bổng, lợi tức hằng năm ở sở thuế.
* Nội dung bài viết hay quảng cáo thuê đăng trên Tạp chí Viên Giác không nhất thiết là quan điểm hay chủ trương của Ban Biên Tập. Các tác giả hay những cơ sở thuê đăng quảng cáo chịu trách nhiệm về nội dung hay bản quyền trích dẫn theo quy định tác quyền (copyright).

Trương mục ngân hàng:
Congr. d. Verein Vietn. Buddh. Kirche Abteilung i.d. Sparkasse Hannover Konto Nr. 910 4030 66
BIC: SPKHDE2HXXX. IBAN: DE40 2505 0180 0910 4030 66

MỤC LỤC số 263

3 Thư Tòa Soạn

● **Phật Giáo & Đời Sống**
5 Truy tìm Tự Ngã (Tuệ Sỹ)
9 Hãy Làm Một Cuộc Cách Mạng (Dalai Lama, Hoang Phong)

● **Di Sản Tuệ Sỹ, Dấu Ấn Không Phai**
14 Tuệ Sỹ Đạo Sư, Người đã ra đi mà vết tích chưa nhòa (Thích Nguyên Siêu)
16 Nhân Duyên giữa Hòa Thượng Tuệ Sỹ và Tôi (Thích Như Điển)
19 GHPGVNTN, Mái Nhà để Trở về (Trần Trung Đạo)
24 Bước đi của Bậc Đại Sĩ (Vĩnh Hảo)
26 À bout de chagrin enfumés, je revis (Tâm Nhãn)
29 Rừng Thiền và Cổ Thụ (Nguyên Đạo)
31 Thầy Tuệ Sỹ trong dòng chảy Sinh-mệnh của Văn hóa Việt Nam (Trần Đăng Thành)
34 Kính Lễ Ôn Tuệ Sỹ (Thích Nữ Giác Anh)

● **Phật Giáo & Tuổi trẻ - Song ngữ Việt-Đức**
38 Một Ngày Kia… Đến Bờ - Eines Tages… das andere Ufer erreichen (Bs. Đỗ Hồng Ngọc)
41 Truyện Cổ Phật Giáo: Ông Vua Của Các Thầy Thuốc - Der König der Heiler (Tịnh Ý giới thiệu)
46 Gia Đình Mình Là Con Phật - Unsere Familie sind Kinder Buddhas (Thi Thi Hồng Ngọc)

● **Văn: Biên khảo - Truyện ngắn – Kịch**
49 Thi Hoài Lạc Hĩ (Lâm Minh Anh)
53 «Populism» dưới cái nhìn của một Phật tử (Nguyên Trí Hồ Thanh Trước)
56 Đồng Bào Di cư và mấy vấn đề được đặt ra - nhân 70 năm cuộc di cư 1954 (Đỗ Trường)
60 Nỗi Lòng Người Ở Lại (Chúc Thanh)
63 Cặp đôi 'Hạt Bụi Lênh Đênh' và 'Gia Đình Những Nỗi Đau Ngọt Ngào' (Bích Hạnh)
64 Giả Vờ (Lê Hứa Huyền Trân)
66 Kịch hài: Đưa chồng Tây về quê ăn Tết (Nhật Hưng)
68 Trăng Thu (Diễm Châu Cát Đơn Sa)
73 Trang Y Học & Đời Sống (Bs. Trương Ngọc Thanh phụ trách)

● **Thơ**
13 Thị Ngạn Am Nguyệt Dạ Cảm Tác (Bùi Chí Trung)
8 Ánh sáng Từ Tâm (Tôn Nữ Mỹ Hạnh)
28 Thăm lại núi rừng xưa (Phổ Đồng)
34 Cõi Một (Nguyễn Chí Trung)
37 Sớm Mai Tỉnh Giấc (Tịnh Bình)
45 Ao Ta (Đinh Văn Sơn); Mãi Yêu (Nguyễn Minh Hoàng)
43 Vầng Trăng Quán Thế Âm (Diệu Minh Tuệ Nga)
59 Sài Gòn Xưa (Nguyễn Sĩ Long)
64 Sen Nở Dưới Chân Người (Nguyễn An Bình)

● **Thông Tin – Thông Báo**
75 Na Uy, Xứ Lạnh Tình Nồng (Hoa Lan)
75 Tin Phật Sự (Thiện Như ghi)
81 Tin Sinh Hoạt Cộng Đồng (Đại Nguyên phụ trách)
83 Tin Thế Giới – Tin Việt Nam (Quảng Trực phụ trách)
88 Hộp Thư Viên Giác – Cảm Tạ
89 Phương Danh Cúng Dường
78 Chương trình Phật sự năm 2025 của Tổ Đình Viên Giác

Bìa: Họa sĩ Đình Khải | **Hình minh họa:** Họa sĩ Cát Đơn Sa
Ấn loát: Gutenberg Beuys Feindruckerei GmbH

* *VG số 264 kỳ tới, chú đề: Xuân Ất Tỵ sẽ phát hành vào 12/24. Hạn chót nhận bài là 10.11.24*

* *Vì số trang báo có giới hạn nên một số bài viết cũng như Phương danh Cúng dường… không thể đăng hết trong một kỳ. Chúng tôi sẽ lần lượt đăng trong các số báo tới. Xin quý vị thông cảm.*

Thư Tòa Soạn

Báo Viên Giác số 263 (tháng 10 năm 2024)

Mùa Vu Lan, mùa hiếu hạnh của người con Phật bắt đầu từ đầu tháng 7 âm lịch mỗi năm và kéo dài cho đến cuối tháng 7 nhân lễ vía của Bồ Tát Địa Tạng Vương cũng chưa hết lễ bái, cầu nguyện. Có nơi còn kéo dài đến cả rằm tháng 8, Tết Trung Thu nữa. Tất cả cũng chỉ vì việc đền ơn đáp nghĩa hai đấng sinh thành và Ông Bà, Cha Mẹ, Tổ Tiên của chúng ta trong nhiều đời nhiều kiếp. Vì không có họ, chúng ta sẽ không có được sự hiện hữu bằng thân xác trên cõi đời này.

Khi trì tụng *Kinh Vu Lan* chúng ta thường thấy câu: Thường cầu nguyện Thung, Huyên an hảo. Cùng bảy đời Phụ Mẫu siêu thăng... Chữ *Thung* và chữ *Huyên* này là tượng trưng cho hai loài hoa để tưởng nhớ về Cha và Mẹ kể từ ngàn xưa cho đến nay. Nhưng rất ít người hiểu sâu xa về ý nghĩa này. Chữ Thung 椿 viết bằng Hán tự gồm bộ mộc bên trái ghép với chữ Xuân bên phải. Người xưa gọi là hoa Thung (tiếng Nhật gọi là Tsubaki no Hana). Hoa này nở vào mùa Xuân, cây thẳng đứng, lá dày và hoa thường ra màu hồng hồng; không đỏ mà cũng không tím. Người ta hay gọi là Thung Đường; tức là biểu trưng cho sức mạnh của người Cha thể hiện nơi mùa Xuân trong năm. Tự điển Thiều Chửu thì chỉ định nghĩa là: Đánh đập; một âm là tràng: cái cọc. Nghĩa là cốt cán, chính đáng. Tượng trưng cho người Cha; nên có nơi gọi là Thung Đường 椿堂. Còn chữ Huyên 萱 có nghĩa là: cây cỏ Huyên; một tên khác gọi là vọng ưu, lại gọi là Nghi nam, hoa lá đều ăn được cả. Kinh Thi có câu: Yên đắc huyên thảo, ngôn thụ chi bối (sao được cỏ huyên, nói cây này ở sau nhà phía bắc; tức là hoa này vậy). Nhà phía bắc là chỗ đàn bà ở, vì thế nên gọi Mẹ là Huyên Đường 萱堂.

Như vậy ngày xưa khi nhắc đến hai bậc sinh thành thường hay nhắc đến hai loài hoa này; nên trong Kinh Vu Lan mới đề cập đến Thung Huyên là vậy.

Người Nhật thì có hoa Cẩm Chướng để biểu trưng cho tình mẹ trong ngày *Haha no hi*. Năm 1962 khi cố Hòa Thượng Thích Thiên Ân còn du học tại Nhật, cố Hòa Thượng Thích Nhất Hạnh đã ghé thăm Ngài Thiên Ân, thấy tục lệ cài hoa cẩm chướng rất đẹp; nên sau khi về lại Hoa Kỳ, cố Hòa Thượng Thích Nhất Hạnh đã sáng tác tác phẩm *Bông Hồng Cài Áo* và sau đó đã được nhạc sĩ Phạm Thế Mỹ phổ nhạc. Đây là một trong 150 tác phẩm của cố Hòa Thượng Thích Nhất Hạnh sáng tác, không dày so với quyển cuối cùng nhan đề là Tri Kỷ của Bụt; nhưng tiếng vang thì khắp thế giới, cả người Việt lẫn người ngoại quốc khi mùa Vu Lan báo hiếu về được thể hiện qua bài *Bông Hồng Cài Áo* bằng nhiều ngôn ngữ khác nhau. Đây là sự thành công của Ngài Nhất Hạnh đã để lại cho đời tác phẩm và bài ca bất hủ này về Mẹ.

Trong những ngày tới chúng ta còn có một sự kiện quan trọng khác, đó là Lễ Tiểu Tường của Cố Hòa Thượng Thích Tuệ Sỹ. Ngài không chỉ là một nhà lãnh đạo của GHPGVNTN trong nhiều chức vụ qua nhiều giai đoạn lịch sử, Ngài còn được biết đến là một nhà văn nổi tiếng, một học giả, một giáo sư đại học, một đại dịch giả, một nhà ngôn ngữ học, tôn giáo học, một nhà thơ, nhà văn, một người am hiểu âm nhạc Tây phương và sử dụng thành thạo nhiều loại nhạc cụ khác nhau v.v… Như vậy quả thật không biết chúng ta nên tôn xưng Hòa Thượng Tuệ Sỹ là gì để xứng đáng với những di sản cao quý mà Ngài đã để lại cho chúng ta.

Vào ngày 12 tháng 10 năm Quý Mão, tức 23.11.2023, Phật Giáo Việt Nam chúng ta đã mất đi một Thạch Trụ Thiền Gia, Văn học Phật Giáo Việt Nam mất đi một thiên tài. Tuy nhiên sự nghiệp của Ngài, những tác phẩm và dịch phẩm của Ngài vẫn còn đó. Nếu ai quan tâm thì xin hãy chú tâm lật vào những trang Kinh, trang sách sẽ gặp được Ngài ngay. Từ ý nghĩa đó, chúng tôi chọn chủ đề cho số Báo Viên Giác 263 này là: *Di Sản Tuệ Sỹ, Dấu Ấn Không Phai* để tưởng nhớ về Ngài, nhân dịp Lễ Tiểu Tường vào tháng 11 năm 2024.

Bộ Đại Tạng Kinh hoàn toàn bằng Việt Ngữ do Giáo Hội Phật Giáo Việt Nam Thống Nhất bắt đầu thành lập Hội Đồng Phiên Dịch từ năm 1973 và trong thời gian mấy năm gần đây Hòa Thượng Tuệ Sỹ đã chủ trương sẽ tạo thành ba tạng Thanh Văn, Bồ Tát và Mật Tạng; nhưng mới chỉ hình thành được 24 tập đầu của Thanh Văn Tạng và 5 bộ Tổng Mục. Đợt thứ hai sắp xuất bản cuối năm 2024 gồm 9 tập. Tất cả đều có tính cách hàn lâm, học thuật khi chúng ta so sánh với bộ Linh Sơn Pháp Bảo Đại Tạng Kinh do cố Hòa Thượng Thích Tịnh Hạnh chủ trương và đã cho xuất bản tất cả Kinh, Luật, Luận gồm 187 tập. Còn 15 tập sau cùng, cho đến tập 202 nay mai sẽ hoàn thành. Tất cả mọi sự cố gắng nào trong việc phiên dịch Đại Tạng Kinh ra Việt ngữ cũng đáng được tán thán. Bởi lẽ các nước Phật Giáo Tây Tạng, Nhật Bản, Đại Hàn… đều đã có tạng riêng của mình từ lâu. Riêng Phật Giáo Việt Nam chúng ta mới ở trong giai đoạn bắt đầu và sẽ đi đến chỗ hoàn thiện trong nhiều năm tới nữa. Do vậy kính mong chư tôn Trưởng Lão, chư Thiện Hữu tri thức xin gia tâm trợ duyên bằng nhiều hình thức khác nhau để ba tạng Kinh điển bằng Việt ngữ sớm thành tựu như nguyện ước của chư vị Trưởng Lão tiền bối. Nếu chúng ta, thế hệ hậu bối thực hiện được việc này, chính là sự báo Phật ân đức không nhỏ vậy.

Bây giờ nhìn đâu cũng thấy thế giới bất an. Chiến tranh xảy ra khắp nơi trên quả địa cầu này, rồi động đất, thiên tai bão lụt, khí hậu biến đổi v.v... khiến nhân loại chúng ta dần dần đi vào ngõ cụt. Nếu chúng ta không lưu tâm tự bảo vệ chính mình bằng lòng tin nơi chư Phật và chư vị Bồ Tát, thì chúng ta vẫn mãi bị sanh tử chi phối. Ngài Honen (Pháp Nhiên) mới bảo rằng: "*Nhà Sanh Tử*, do sự nghi ngờ mà chúng ta phải qua lại nơi đây nhiều lần. *Thành Niết Bàn*, do lòng tin mà dễ vào được". Do vậy chúng ta nên có lòng tin chơn chánh để được chư Phật, chư vị Bồ Tát gia hộ cho trong hiện kiếp cũng như những đời sống về sau trên quả địa cầu này.

Cầu Phật gia hộ cho niềm tin của chúng ta luôn kiên cố.

Nam Mô Thường Tinh Tấn Bồ Tát Ma Ha Tát.

Ban Biên Tập Báo Viên Giác

chủ đề

Di Sản Tuệ Sỹ: Dấu ấn không phai

(nhân Lễ Tiểu Tường Cố Trưởng Lão Hòa Thượng Thích Tuệ Sỹ)

Kinh Kim Cang, Cuốn sách in lâu đời nhất thế giới (năm 868). Nguồn hình: Bảo tàng Lịch sử Quốc gia VN

Tuệ Sỹ

TRUY TÌM TỰ NGÃ

Chúng ta hãy khởi đầu đọc kinh *Kim-cang* như một tác phẩm văn học. Giá trị văn học là sự biểu hiện thẩm mỹ của nội dung tư tưởng. Kinh *Kim-cang* được soạn tập bằng tiếng Phạn tiêu chuẩn, nhưng rất tiếc chúng ta không thông thạo thứ cổ ngữ này, nên cũng chắc chắn là không thể hiểu hết những tư tưởng ẩn áo của kinh hàm chứa trong các từ ngữ và các câu văn. Như người không biết chữ Hán mà đọc thơ Đường qua một bản dịch thì không thể thưởng thức hết giá trị của bài thơ. Lời thơ là lời của phàm phu mà còn vậy, huống chi lời kinh là lời của Phật. Tuy nhiên, không hiểu chữ Hán thì đọc thơ Đường qua các bản dịch cũng được. Nhưng cũng nên nói thêm là thế giới xưa nay chưa có Huệ Năng thứ hai.

Kinh điển Nguyên thủy và Đại thừa được kết tập không giống nhau. Kinh điển Nguyên thủy được kết tập theo dạng truyền khẩu; có những nét đẹp của nền văn học truyền khẩu. Kinh điển Đại thừa phần lớn được ký tải bằng văn tự, có những nét đẹp riêng của văn tự.

Văn học Đại thừa xuất hiện vào giai đoạn mà văn học Ấn Độ nói chung phát triển đến một hình thức nhất định, với văn chương thi ca, các thể loại về kịch, truyện, vốn rất ít được phổ biến trong thời Phật. Như kinh *Pháp Hoa* chẳng hạn, nó mở đầu bằng nhân duyên Phật phóng quang, sau đó ngài Di-lặc hỏi, ngài Văn-thù trả lời. Đó là phần mở đầu giới thiệu, như thường thấy trong các thể loại kịch cổ.

Trong kinh *Kim-cang*, chúng ta sẽ thấy không giống như kinh điển Đại thừa khác, mà lại gần với Nguyên thủy ở chỗ Phật ôm bình bát khất thực xong rồi trở về tịnh xá. Sau bữa ăn, các vị tỳ-kheo thường tập hợp tại giảng đường để thảo luận giáo lý. Bấy giờ, trong đại chúng có sự hiện diện của Tu-bồ-đề; và ngài bắt đầu thưa hỏi. Ở đây, không có mở đầu bằng sự phóng quang, hay

VIÊN GIÁC | 5

những thần thông biến hóa khác. Nhìn từ ý nghĩa văn học, người ta giải thích rằng, những vấn đề được nêu trong kinh *Kim-cang* là những sự việc trong đời sống, là những cái ăn, cái uống, nghỉ ngơi, không phải trong thế giới huyền bí kỳ ảo như là *Hoa Nghiêm, Pháp Hoa.*

Còn một nghĩa nữa mà chúng ta thấy có quan hệ đến lịch sử văn học.

Trong các kinh điển nguyên thủy, các vị tỳ-kheo buổi trưa sau khi thọ thực xong, nếu không tụ tập tại giảng đường, thì thường vắt tọa cụ trên vai, đi vào rừng, tìm đến một gốc cây mà ngồi nghỉ trưa. Có khi đức Phật ngồi ở một gốc cây, và các ngài Xá-lợi-phất, Mục-kiền-liên, cũng ngồi ở một gốc cây gần đó. Cho đến xế chiều, các tỳ-kheo ngồi quanh đó đi tới ngài Xá-lợi-phất, tới đức Phật để đảnh lễ, hoặc thưa hỏi giáo lý.

Trong kinh *Kim-cang* cũng thế; các tỳ-kheo tụ tập quanh đức Phật để chờ nghe Phật giảng Pháp. Trong truyền thống Ấn Độ, các buổi giảng hay các lớp học của những người Bà-la-môn thường diễn ra trong khu rừng, giữa cảnh thiên nhiên. Một lớp các đạo sĩ sống trong rừng, giảng giải ý nghĩa cũng như nghi thức Vệ-đà; tư tưởng triết học tôn giáo của họ được soạn tập thành bộ *Sâm lâm thư.* Đó là bộ Thánh điển về sau phát triển thành các *Upanishad,* tức là *Áo nghĩa thư.* Chúng ta nên hiểu tổng quát về *Upanishad* hay *Áo nghĩa thư* vì nó liên hệ tới kinh *Kim-cang* rất nhiều, là điểm để chúng ta có thể tin là kinh *Kim-cang* thật sự do Phật nói hay không.

Một số vị nhận định kinh điển Bát-nhã từ hình thức kết cấu văn học đến nội dung tư tưởng, so sánh với các tập *Upanishad,* rồi kết luận *Kim-cang* cũng như toàn hệ Bát-nhã chỉ là một bộ phận của *Upanishad,* hay phỏng theo *Upanishad*; nghĩa là, không phải Phật thuyết.

Upanishad là giai đoạn phát triển cao của tư duy Ấn Độ, bắt đầu từ Vệ-đà. Có tất cả bốn bộ *Vệ-đà*, nhưng trong thời Phật chỉ mới xuất hiện có ba, mà kinh Phật gọi là Tam minh. Bà-la-môn tam minh là người thông thạo ba bộ *Vệ-đà.* "Minh" là từ Hán dịch của *Vệ-đà.* Thời Phật chưa xuất hiện *Upanishad.*

Trên kia, chúng ta đã nói đến *Sâm lâm thư.* Đây là từ dịch tiếng Phạn *Aranyaka.* Ở nơi khác, chúng ta có nói, các tỳ-kheo a-lan-nhã sống trong rừng thời đức Phật. A-lan-nhã là từ phiên âm của *aranyaka.*

Luật tạng có kể, một thời, đức Phật nhập thất, không một tỳ-kheo nào được phép đến gần hương thất của Phật, trừ vị thị giả. Bấy giờ có một nhóm ba chục vị là những tỳ-kheo a-lan-nhã đến thăm Phật. Vì Phật đang nhập thất, nên các vị tỳ-kheo tại trú xứ này ngăn cản. Nhưng các tỳ-kheo a-lan-nhã nói, họ được Phật cho phép đến gặp Ngài bất cứ lúc nào. Vì các vị này chỉ sống trong rừng nên ít có cơ hội gặp Phật. Rồi họ vẫn tới gõ cửa hương thất. Thật đáng kinh ngạc, từ trong thất đức Phật liền mở cửa.

Đức Phật truyền dạy những pháp gì cho các tỳ-kheo a-lan-nhã? Không có kinh điển nào tường thuật. Đức Phật đã có biệt thị đối với họ, tất cũng có giáo pháp biệt truyền cho họ. Pháp ấy là pháp gì? Kinh điển Nguyên thủy không đề cập. Ngài Tu-bồ-đề cũng là một tỳ-kheo a-lan-nhã, như được xác định chính trong kinh *Kim-cang.* Truyền thống Pàli cũng xác nhận điều này.

Các tỳ-kheo a-lan-nhã thường tụ tập Không tam muội, như được Phật nói trong kinh *Đại không, Trung A-hàm.* Sau thời Phật, các Trưởng lão chủ trì cuộc kết tập thứ hai cũng phần lớn tụ tập Không tam muội, như được ghi chép trong Luật tạng. Các vị này cũng sống trong rừng. Không tam muội là thiền định y trên hành tướng vô ngã. Không và Vô ngã là giáo nghĩa căn bản trong kinh *Kim-cang.*

Kinh nói: Hết thảy pháp hữu vi đều là như chiêm bao, như huyễn thuật, v.v…; đó là nói về giáo nghĩa Tánh không và Vô ngã bằng kinh nghiệm trực giác hay thực chứng. Giáo nghĩa này về sau được các Bà-la-môn học *Vệ-đà* thay thế bằng học thuyết như huyễn tức *màyà* và hữu ngã tức *àtman.* Những điểm tư tưởng này là tinh yếu của các tập *Upanishad.* Nói một cách đại cương, thế giới này chỉ là huyễn hóa, vậy ta là ai, hay ta là cái gì, trong tấn tuồng huyễn hóa này?

Như vậy có thể thấy ảnh hưởng của các tỳ-kheo a-lan-nhã đối với các đạo sĩ soạn tập *Sâm lâm thư* để rồi phát triển thành tư tưởng triết học *Upanishad.* Thế nhưng, về sau do sự phục hồi địa vị của giai cấp Bà-la-môn, những người Ấn Độ giáo thâu thái rất nhiều giáo nghĩa của Phật trong đó có giáo nghĩa Tánh không diễn thành như huyễn, rồi cho rằng tư tưởng Không trong các bộ *Bát-nhã* là do ảnh hưởng của *Upanishad.* Cũng có nhiều Phật tử tin điều này nên cho rằng kinh điển *Bát-nhã* cũng như của cả Đại thừa chịu ảnh hưởng của Bà-la-môn giáo, thay vì ngược lại.

Vậy, *Upanishad* là phản ứng của các Bà-la-môn, họ vay mượn giáo nghĩa Tánh không tức Vô ngã trong các kinh *Bát-nhã.* Vì phủ nhận sự tồn tại của tự ngã thường hằng là phủ nhận luôn cả sự tồn tại của Brahman, là Thượng đế Sáng tạo. Ngay cả trong Phật giáo, sau khi Phật nhập niết-bàn, trong nội bộ Phật giáo đã xuất hiện một số bộ phái chấp nhận có tự ngã hay àtman, như Độc tử bộ hay Hóa địa bộ. Những bộ phái này lý luận rằng, nếu không tồn tại một tự ngã, không có một cái tôi thường hằng bất biến, vậy ai hay cái gì luân hồi, lang thang chìm nổi trong biển sinh tử? Cũng nên biết rằng tự ngã hay àtman trong tư tưởng tôn giáo Ấn Độ là cái mà trong các tôn giáo, Đông cũng như Tây, hiểu là linh hồn. Cho nên, có linh hồn mới có việc sinh lên thiên đường hay đọa địa ngục như là hậu quả của hành vi tội hay phước.

Giáo nghĩa Phật dạy, có tác nghiệp thiện ác, có quả báo lành dữ, nhưng không có người hành động, không có người thọ quả. Đây là điều rất khó hiểu. Chúng ta nên đi từ cái dễ, rồi đến cái khó. Cái dễ hiểu là tất cả đều có một cái tôi: tôi đi, tôi đứng, tôi ăn, tôi ngủ, v.v... Nhưng khi người ta ngủ, mà ngủ như không chiêm bao, thì hình như cái tôi này biến mất. Hoặc như người ta bị tai nạn mà mất trí nhớ, không còn nhớ ra mình là ai. Nếu được chữa trị, trí nhớ phục hồi, bấy giờ vẫn là cái tôi như khi trước. Rồi khi người ta chết, cái tôi ấy còn hay không? Thừa nhận còn, tức là thừa nhận có linh hồn tồn tại bất biến, khi thức cũng như khi ngủ, lúc còn sống cũng như sau khi chết.

Đấy là kinh nghiệm thường nhật về một cái tôi. Kinh nghiệm ấy là sự tích lũy trong một đời người những hoài niệm, những đau khổ, hạnh phúc, những danh vọng, khốn cùng. Từ những kinh nghiệm tích lũy ấy mà hình thành ý tưởng về một cái tôi thường hằng. Trong trình độ thấp nhất, cái tôi ấy được đồng hóa với thân xác và những sở hữu cho thân xác. Vị Đại hoàng đế có cả một đế quốc: Ta và đế quốc của ta. Nhưng một khi thân xác này tan rã, mà chắc chắn là như vậy, thì ta là ai, mà đế quốc này là gì? Những hoàng đế ấy, như Tần Thủy Hoàng, Hán Vũ Đế, Thành Cát Tư Hãn, tin vào một cái ta và thân xác ta có thể tồn tại lâu dài, vì không muốn có cái danh vọng, quyền lực đang có mất đi, họ đi tìm đạo sĩ, cầu thuốc trường sinh. Những người đi tìm trường sinh ấy, bây giờ ở đâu?

Lại còn những người khác, giàu sang có cả một cơ đồ, nhưng khi thị trường chứng khoán sụp đổ, nhảy lầu tự tử. Ta và tài sản của ta; cái này mất thì cái kia cũng không còn lý do tồn tại. Thật sự ở đây ta là ai, trong cái cơ đồ phú quý ấy?

Với một hạng người khác, ta là danh, *đã sinh ra trong trời đất, thì phải có danh gì với núi sông*. Một mai vật đổi sao dời, để bảo tồn danh tiết, họ đâm cổ tự sát. Vậy ta là gì trong cái danh này?

Với những đồ tôn giáo tin vào một linh hồn bất tử, một cái ta tồn tại trên thiên đường, hưởng những lạc thú mà Thượng đế ban cho vì đã biết phục tùng Thiên ý. Vì thế họ sẵn sàng giết đồng loại để chinh phục nước Chúa dưới trần gian.

Ta là ai, ta là cái gì, để phục vụ nó, bảo tồn nó, mà tự gây khổ cho mình, và cũng gây khổ cho người? Có chăng một cái ta thường hằng, siêu việt thân xác này, và tâm trí này, để cho mọi hành vi trong một đời người, dù thiện hay ác, ngu hay trí, chỉ nhằm mục đích là phục vụ nó, vì ích lợi của nó, vì hạnh phúc của nó, vì danh dự của nó, vì quyền lực của nó?

Trước khi muốn hỏi ta là ai, trước hết nên hỏi, từ đâu có ý tưởng về cái ta ấy?

Có một người mới mua về một con chó, đặt tên cho nó Lucky. Ban đầu, gọi Lucky, nó dửng dưng, vô cảm. Dần dần, nghe hai tiếng Lucky, nó mừng rỡ, ngoắc đuôi. Nó đã hiểu Lucky là cái gì, và như vậy nó cũng hiểu nó là cái gì. Nó hình thành một cái vỏ tự ngã mới qua một cái tên gọi mới. Trước khi có một tên gọi, nó vẫn tồn tại, và tự bảo vệ sự tồn tại ấy. Nó tìm thức ăn, tìm chỗ ngủ, và cắn bất cứ ai đến gần như muốn đe dọa, uy hiếp nó. Khi được đặt tên, toàn thể sự tồn tại ấy bây giờ tồn tại dưới một cái tên Lucky. Dù vậy, nếu có ai xúc phạm đến cái tên Lucky, nó không có phản ứng gì. Nhưng với một con người, khi cái tên gọi, một cái danh gì đó, mà bị xúc phạm, thì hãy coi chừng. Tất nhiên, con người cho đến một tuổi nào đó mới biết nó tên gì, cũng như con Lucky vậy. Rõ ràng cái danh mang nội hàm tự ngã ấy chỉ là hư danh, nhưng con người cũng như vậy đau khổ hay hạnh phúc bởi chính cái hư danh đó.

Một ông thầy giáo có cái ngã là thầy giáo. Ai xúc phạm đến danh từ thầy giáo, chức nghiệp nhà giáo, người ấy phải bị khiển trách.

Nó là ông vua, nhưng ban đêm lén ra ngoài thành chơi. Dân nào không biết mà đối xử vô lễ như với dân thường, hãy coi chừng.

Tự ngã chỉ là cái danh, và đó là giả danh do nghề nghiệp, hay do chỗ ngồi, chỗ đứng giữa mọi người mà đạt thành. Cái giả danh chỉ mới hình thành trong một đời người thôi, mà đã khó quên, khó trừ như vậy; nếu là cái ngã được tích lũy trong nhiều đời, tất không dễ gì trừ bỏ.

Cái ngã của ông Xã trưởng chỉ to bằng cái xã của ông. Cái ngã của một quốc vương to bằng cái vương quốc của ông. Cái ngã của một nhà thông kim bác cổ thì dài bằng thời gian kim cổ, rộng bằng không gian đông tây. Cái ngã của một chúng sinh luân hồi trong tam giới, tất cũng lớn bằng cả tam giới. Cái ngã ấy không phải dễ nhận ra. Không nhận ra nó, để thấy nó là thật hay giả, thì cũng không thể tận cùng biên giới đau khổ.

Trong kinh Phật có một câu chuyện: Một thiên thần kia, hiện đến Phật, nói rằng trong quá khứ, ông là một tiên nhân, có tên là Ngựa Đỏ, có phép thần thông quảng đại. Ông muốn thấy được biên tế vũ trụ, để thấy được biên tế khổ, và chấm dứt khổ. Thế là ông bắt đầu đi tìm biên tế của vũ trụ. Tuổi thọ của ông bấy giờ dài đến một đại kiếp, đại khái là tỷ tỷ năm, nhưng không bao giờ thấy được cái biên tế của vũ trụ. Rồi ông hỏi Phật: "Có cần đi suốt cái biên tế vũ trụ này mới chấm dứt khổ không?". Phật xác nhận rằng: "Nếu không thấy được cái biên tế của vũ trụ thì không chấm dứt được khổ". Song Phật lại nói thêm: "Nhưng không cần. Chỉ trên cái thân cao một tầm này, với năm uẩn này, ta có thể biết được thế gian sinh, thế gian diệt".

Điều đó có nghĩa rằng, thân thể này, với xúc cảm này, với tư duy này, với nhận thức này, là tập hợp tích lũy cả một khối kinh nghiệm lớn bằng biên tế vũ trụ. Cái khối ấy đông kết thành cái vỏ cứng dày. Nó chỉ có thể bị đập vỡ bằng chày Kim-cang mà thôi. Nói tóm lại, giáo nghĩa trong kinh *Kim-cang* bắt đầu bằng sự đối trị tự ngã: vô ngã tướng, vô nhân tướng… Trong các tôn giáo, trong mỗi hệ thống tư tưởng triết học, đều có riêng về một quan niệm tự ngã. Trong nhiều tôn giáo, tự ngã là linh hồn do Thượng đế ban cho. Giữ cho linh hồn đừng bị mất, để sau này được hưởng ân phước của Thượng đế, đó là mục đích đời người.

Trong Nho giáo, người quân tử phải biết lập thân và lập danh. Lập thân cho hiện tại, lập danh cho hậu thế. Đó là xác lập tự ngã trong xã hội.

Lão Tử nói: Ta có đại hoạn vì ta có thân. Nếu ta không có thân, nào đâu có đại hoạn? Đó là hãy sống trọn tuổi trời chớ đuổi theo hư danh, hãy để cho thân và danh cùng mục nát với cỏ cây.

Các đạo sĩ Upanishad đi tìm cái tự ngã chân thật là gì. Vượt ra ngoài cái tôi trong đời sống thường nhật, và cái tôi lang thang trong luân hồi để chịu đau khổ, có hay không có một cái tôi thường hằng, chân thật? Cái tôi như giọt nước biển bị cô lập trong một cái vỏ cứng nhỏ mọn, vô nghĩa, trôi nổi bồng bềnh trong đại dương; để rồi khi cái vỏ cứng ấy bị đập vỡ, giọt nước ấy sẽ hòa tan vào nước biển trong đại dương. Khi ấy, Tiểu ngã hòa tan vào Đại ngã.

Trong Phật giáo, Tiểu ngã hay Đại ngã, chỉ là những khái niệm giả danh. Nhưng cái giả danh được đông kết bởi tích lũy vô số vọng tưởng điên đảo. Cái ngã được hình thành trong đời này, do ảnh hưởng truyền thống, tôn giáo, tư tưởng, xã hội, để từ đó hình thành một nhân cách, một linh hồn, và rồi chấp chặt vào đó để mà tồn tại. Cái đó được gọi là phân biệt ngã chấp.

Cái ngã do tích lũy từ điên đảo vọng tưởng nhiều đời, hình thành bản năng khát vọng sinh tồn nơi cả những sinh vật li ti nhất; đó là câu sinh ngã chấp.

Vì vậy, không cần đi tìm ở đâu Tiểu ngã và Đại ngã, mà cần diệt trừ khái niệm giả danh bởi vọng tưởng điên đảo. ∎

Nguồn: Tuệ Sỹ Văn Tuyển, tập II.

Mở lòng ánh sáng từ tâm
Con đường chánh đạo lục căn nhiệm mầu
Đời nhiều bất hạnh khổ đau
Niềm vui san sẻ nghèo giàu phù vân.

Hương trầm lan tỏa thế gian
An nhiên Phật ngự tâm lành đó thôi
Mê làm điên đảo người ơi
Con đường hạnh phúc là nơi vĩnh hằng.

Lòng mình nguồn cội thiện căn
Xanh dòng nước mát thấm nhuần cỏ cây
Từ bi chánh niệm phơi bày
Vinh danh Tam bảo mỗi ngày thêm xuân.

Mừng ngày Đức Phật đản sanh
Gieo trồng phước hạnh tâm thành vị tha
Đóa "Chân-Thiện-Mỹ" nở hoa
Khơi trong gạn đục chan hòa yêu thương

Thơ Tôn Nữ Mỹ Hạnh

ĐỨC ĐẠT LAI LẠT MA
SOFIA STRIL-REVER

HOANG PHONG chuyển ngữ

HÃY LÀM MỘT CUỘC CÁCH MẠNG!
LỜI KÊU GỌI TUỔI TRẺ CỦA ĐỨC ĐẠT LAI LẠT MA

(Tiếp theo VG262)

Ananda Viet Foundation
2018

Chương 1: Tôi đặt hết lòng tin nơi các bạn.
Chương 2: Hãy biến mình thành những con người bất khuất vì hòa bình.
Chương 3: Cuộc cách mạng từ bi.
Chương 4: Các bạn có thể làm được gì cho thế giới.
Chương 5: Thế giới từ bi là có thật.

LỜI GIỚI THIỆU CỦA NGƯỜI CHUYỂN NGỮ

Phật giáo không phải là chỉ để dành riêng cho những người lớn tuổi chuẩn bị cho cái chết của mình, mà còn mở ra một chân trời mới cho tuổi trẻ. Giáo Huấn của Đức Phật không phải là những lời cầu khẩn và van xin mà là lý tưởng, bổn phận và hành động, giúp con người và nhất là tuổi trẻ biến cải cuộc đời mình, bảo vệ sự sống và sự tồn vong của cả hành tinh này.

Bà Sofia Stril-Rever, văn sĩ, chuyên gia tiếng Phạn, Tây Tạng học..., là đệ tử của Đức Đạt-lai Lạt-ma, đã góp nhặt những lời ghi chép trong một cuộc phỏng vấn mà Ngài đã dành riêng cho mình, thành một quyển sách nhỏ mang tựa: "HÃY LÀM MỘT CUỘC CÁCH MẠNG! Lời kêu gọi tuổi trẻ của Đức Đạt-lai Lạt-ma". Quyển sách bắt đầu thành hình ngay sau buổi phỏng vấn diễn ra tại Bodhgaya (Bồ-đề Đạo tràng) ngày 3 tháng giêng năm 2017, hoàn tất ngày 2 tháng 10 tại Dharamsala trên miền Bắc Ấn Độ, nơi lưu vong của Đức Đạt-lai Lạt-ma và sau cùng đã được xuất bản tại Pháp ngày 26 tháng 1 năm 2017 vừa qua.

Quyển sách thật trong sáng, ngập tràn lòng từ bi này của một người tu hành lớn tuổi viết là để dành riêng cho thế hệ trẻ, thế nhưng cũng có thể làm xúc động cả những con tim chai đá và khô cằn của những người kém trẻ trung hơn. Quyển sách gồm năm chương, và trong mỗi chương bà Sofia Stril-Rever trích ra một đoạn ngắn để đưa lên trang mạng của bà.

Bures-Sur-Yvette, 24.12.17, Hoang Phong

CHƯƠNG 4: CÁC BẠN CÓ THỂ LÀM ĐƯỢC GÌ CHO THẾ GIỚI

Hỡi các bạn trẻ của tôi, tất nhiên là các bạn muốn biết mình phải làm gì để thực hiện cuộc Cách mạng từ bi. Đây là một cuộc cách mạng nội tâm, nhưng điều đó không có nghĩa là nó không tác động đến thế giới bên ngoài. Trái lại, các tác động của nó sẽ vượt xa hơn cả tác động của các cuộc Cách mạng Pháp, Bolshevik hay Trung quốc, là các cuộc cách mạng cực đoan nhất trong lịch sử. Đêm To Lớn của lòng từ bi không thể hiện ra mà không cần đến sự cố gắng của thế hệ các bạn và con cái các bạn (Đêm To Lớn/Grand Soir là một khái niệm xuất hiện vào cuối thế kỷ XIX; nói lên một sự lật đổ trật tự xã hội của một chế độ lâu đời hầu mang lại niềm hy vọng và những sự đổi mới. Khái niệm này phát sinh từ một biến cố xã hội xảy ra vào thập niên 1880 khi giới thợ thuyền ở Pháp nổi loạn vì quá nghèo khổ - ghi chú của người chuyển ngữ). Trên đây tôi có nói đến nguyên tắc cơ bản của ngành sinh học thần kinh (neurobiology) về lòng từ bi, giúp các bạn cùng rung cảm với khổ đau của kẻ khác hầu làm nhẹ bớt đi khổ đau đó của họ. Vậy phải làm thế nào để phát huy khả năng đó rộng lớn hơn nữa, vượt xa hơn vòng nhỏ hẹp giữa những người thân thuộc để có thể tác động đến những kẻ xa lạ, kể cả những kẻ thù nghịch với mình?

Hãy biến mình thành các vận động viên của lòng từ bi

Thật ra thì đấy cũng là thắc mắc lớn lao nhất mà ngành khoa học về lòng từ bi đang tìm cách giải đáp. Ngành khoa học này đã được hình thành trong các phòng thí nghiệm của các đại học danh tiếng tại Bắc Mỹ *(chủ yếu hơn hết là tại đại học Stanford: The Center for Compassion and Altruism Research and Education, www.ccare.stanford.edu - tại Emory, Emory-Tibet Science Initiative, www.tibet.emory.edu - và tại MIT The Dalai Lama Center for Ethics and Transformation Values, www.thecenter.mit.edu - ghi chú trong sách)*. Một trong số những người khởi xướng lừng danh nhất là nhà tâm lý học thần kinh (neuropsychiatric) Richard Davidson. Lần đầu tiên ông ta đến viếng tôi tại Dharamsala năm 1992 và tâm sự với tôi rằng ông ấy phải "chui vào tủ" để hành thiền, bởi vì việc luyện tập này rất chướng mắt đối với các đồng nghiệp của mình. Ông ta giải thích cho tôi nghe về nội dung các công trình khảo cứu của ông liên quan đến chứng trầm cảm và các bệnh tâm thần. Tôi lưu ý ông ấy là việc nghiên cứu các bệnh lý của tâm thức con người tất nhiên là rất hữu ích, thế nhưng càng hữu ích hơn nữa nếu các việc khảo cứu này được hướng vào các thể dạng tâm thần tích cực hơn để tìm cách phát huy chúng. Thật vậy tôi tin rằng lòng từ bi, tình thương yêu và các cảm nhận hạnh phúc có thể luyện tập được, bởi vì chính tôi đã thực hiện cho tôi nhờ vào các sự suy tư *(tức là các phép thiền định)* theo truyền thống tín ngưỡng của tôi. Richard Davidson suy nghĩ rất nhiều [sau khi nghe tôi nói] và sau đó đã dồn tất cả mọi nỗ lực khảo cứu của mình theo đường hướng mà tôi đưa ra. Lúc đầu các kết quả mà ông ta gửi cho tôi thật ít ỏi, thế nhưng 25 năm sau đó, mọi sự vụt trở nên khác hẳn. Tiền ủng hộ cho việc khảo cứu này đã được dồn dập gửi đến cơ quan của ông, giúp thiết lập một ngành khoa học đúng nghĩa của nó về lòng từ bi. Qua các sự quan sát và đối chiếu giữa các tập tính của thú vật và loài người, các khảo cứu gia nhận thấy khả năng nhận thức và sự lý luận phân giải [của con người] có thể giúp vào việc phát huy lòng từ bi. Nếu các bạn quan sát các phản ứng từ bi bên trong chính mình thì tất các bạn sẽ nhận thấy các phản ứng này diễn tiến theo năm cấp bậc khác nhau. Cấp bậc thứ nhất là sự nhận thức: các bạn nhận biết được khổ đau của kẻ khác; cấp bậc thứ hai là xúc cảm: các bạn cảm thấy âu lo trước cảnh khổ đau của kẻ khác; cấp bậc thứ ba là ý định *(tác ý)*: các bạn mong sao làm được một chút gì đó hầu làm cho khổ đau của kẻ khác nhẹ bớt đi; cấp bậc thứ tư là sự chú tâm cụ thể: các bạn dồn sự tập trung hướng thẳng vào sự khổ đau của kẻ khác; cấp bậc thứ năm là thái độ: các bạn dấn thân thật sự bằng hành động nhằm làm nhẹ bớt đi sự khổ đau ấy. Tự nhắc đi nhắc lại với mình về năm giai đoạn diễn tiến trên đây là bước đầu tiên trong phép luyện tập về lòng từ bi *(phép luyện tập về sự nhận thức về lòng từ bi còn gọi là Cognitive Based Compassion Training, đã được Đức Đạt-lai Lạt-ma giảng dạy tại Trung tâm nghiên cứu đa ngành về thiền định tại đại học Emory, dưới sự điều động của Geshe Lobsang Tenzin Negi, tốt nghiệp tiến sĩ tu viện đại học Drepung Tây Tạng, và tiến sĩ Đại học Emory, Atlanta, tiểu bang Georgia, Hoa Kỳ - ghi chú trong sách)*. Vậy các bạn hãy biến mình thành các lực sĩ của lòng từ bi! *(từ bi là một thứ gì đó có thể luyện tập được, vậy các bạn hãy cố gắng để trở thành một người lực sĩ. Người phụ nữ tuy chân tay yếu đuối nhưng tâm hồn họ nhạy cảm và từ bi hơn người đàn ông, nếu đo sức thì họ sẽ hơn hẳn nam giới trên phương diện này. Vậy người đàn ông cũng nên cố gắng luyện tập để ganh đua với họ - ghi chú của người chuyển ngữ)*. Tương tự như một nhà thể thao hàng đầu, các bạn phải luyện tập đều đặn để cải tiến thành tích của mình. Thật vậy, từ đầu thập niên 2000 đến nay các nhà khảo cứu về khoa thần kinh học liên tiếp chứng minh cho thấy tính cách mềm dẻo của khối óc, tức khả năng biến cải cấu trúc hóa học và sự vận hành của não bộ nhờ vào sự luyện tập đều đặn và kiên trì. Tóm lại các bạn có thể nhờ vào các phép luyện tập thích nghi để tạo ra cho mình một thể dạng từ bi vô biên. Dưới đây là hai trường hợp điển hình.

Trường hợp thứ nhất là nhà sư Lopön-la. Vị này từng chịu đựng 18 năm tù cải tạo trong các trại lao động của Trung Quốc, nhưng vẫn sống sót và đã trải qua những năm cuối cùng của đời mình trong ngôi chùa Namgyal của tôi tại Dharamsala. Ông ta cho tôi biết trong suốt thời gian trong tù ông từng trải qua những giây phút thật hiểm nguy. [Lúc đầu] tôi cứ nghĩ rằng ông ta muốn nói là nếu cứ bị tra tấn và ngược đãi như thế này thì không sao sống sót được. Thế nhưng không phải vậy, sự nguy hiểm mà ông ta muốn nói với tôi là có những lúc ông ta suýt đánh mất lòng từ bi đối với những tay đồ tể tra tấn mình. Lopön-la là một nhà sư không bao giờ biết ngưng luyện tập lòng từ bi, không những đối với tất cả chúng sinh mà còn đối với những kẻ tra tấn và cố tình hành hạ mình.

Trường hợp thứ hai là Richard Moore mà tôi ngưỡng mộ như một vị anh hùng. Lúc 10 tuổi nơi thị trấn London Berry của xứ Ái Nhĩ Lan, cậu bé Richard Moore bị một viên đạn cao-su bắn trúng vào giữa mặt làm mù cả đôi mắt. Sau đó vài ngày thì lại đến lượt người chú mình bị lính nhảy dù Anh quốc bắn chết khi họ nhả đạn vào đoàn người biểu tình tranh đấu cho quyền công dân của họ trong ngày *Bloody Sunday (Ngày Chủ nhật đẫm máu, 30 tháng giêng, 1972 - ghi chú trong sách)*. Thế nhưng cậu bé Richard Moore vẫn tìm đến các người lính bắn mình và tha thứ cho họ, cả hai bên đã trở thành bạn hữu với nhau và đồng trở thành các thành viên tích cực của một hiệp hội giúp đỡ trẻ em nạn nhân chiến tranh *(Children in Crossfire/ Trẻ em giữa hai lằn đạn, www.childrenincrossfire.org - ghi chú trong sách)*. Các bạn trông thấy đó, lòng từ bi mang nặng tình người biết mấy! Sức mạnh vô song đó của lòng từ bi chính là sự tha thứ và hàn gắn. Các bạn hãy yên tâm, không ai bắt buộc các bạn phải chịu đựng những thử thách như thế, hoặc phải trở thành một nhà sư, một người Phật giáo hay một người Tây Tạng thì mới có thể phát động được một lòng từ bi và thương cảm vô song ở các cấp bậc như vậy. Tất cả các bạn đều có thể thể thực hiện được lòng từ bi đó thật dễ dàng. Tôi từng nói với các bạn là trước hết các bạn: "Hãy cứ biến lòng từ bi thành sức sống cho chính bản thân các bạn!". Điều này có nghĩa là trước hết các bạn phải cách mạng hóa sự hiểu biết của mình về bản chất con người của mình. Nếu thế hệ các bạn biết dựa vào các luận cứ khoa học để phát động một sự tin tưởng vững chắc là con người từ bản chất có một con tim nhân ái và một tấm lòng hào phóng, thì sau đó các bạn sẽ có thể hình dung được tác động của lòng từ bi ấy sâu xa đến mức độ nào, khi toàn thể xã hội cùng tập trung vào hướng nhìn tích cực về nhân loại! Các bạn có thể nhận thấy các mối tương quan về sức mạnh trong thời hiện đại có chiều hướng nghiêng về một nền kinh tế mới mang tính cách *giúp đỡ (trong nguyên bản là chữ "care" trong tiếng Anh, chữ này có nghĩa rất rộng, nói lên một sự quan tâm, tương trợ và lo lắng cho kẻ khác, tức là trái ngược lại với một nền kinh tế khai thác và bóc lột - ghi chú của người chuyển ngữ)* dựa vào sự tin cẩn lẫn nhau và sự ý thức về quyền lợi chung! Đó là một hình thức đạo đức thế tục xây dựng trên các mối quan tâm đến kẻ khác, bằng cách hướng vào các giá trị toàn cầu về bản chất con người là tình thân thiện, sự khoan dung, hào hiệp, dịu dàng, tha thứ, phi bạo lực... Nền đạo đức đó sẽ thay thế cho nền đạo đức hiện nay chỉ biết căn cứ vào sự trừng phạt và cấm đoán, là những gì chỉ duy trì sự sợ hãi và trừng trị mà thôi. Vì thế các bạn cũng nên dạy dỗ con cái mình với một nền giáo dục thật toàn diện, xây dựng trên lý trí, tình thương yêu và lòng nhân từ.

Trách nhiệm toàn cầu

Lòng vị tha dù mang tính cách cá nhân nhưng cũng có thể giúp mình cáng đáng một trọng trách to lớn hơn mang kích thước toàn cầu. Tôi rất cảm kích khi tiếp đón các *YouTubers (là những người đưa các phim vidéo lên trang web YouTube để cùng chia sẻ với người khác - ghi chú của người chuyển ngữ)* trẻ tuổi người Pháp đến tham vấn tôi về vấn đề trách nhiệm toàn cầu vào tháng 4 năm 2017. Tôi còn nhớ rõ có một cô bé 15 tuổi rưỡi *(cô bé này tên là Adèle Castillon và hôm đó là ngày 19 tháng 4, 2017 - ghi chú trong sách)* gồng cứng người lên và hỏi tôi rằng: "Vậy thì tôi có thể làm gì được cho thế giới với các bắp thịt bé tí xíu này của tôi?". Tôi trả lời rằng với hai cánh tay bé xíu thì nhất định cô ấy sẽ chẳng làm được gì nhiều, thế nhưng tôi cũng khuyên cô ấy hãy biến cải tâm thức mình, bởi vì mỗi hành động, mỗi lời nói hay mỗi tư duy của mình đều mang một tầm ảnh hưởng toàn cầu. Chẳng phải các bạn vẫn thường đưa các thông điệp của mình lên mạng Internet hay sao. Ảnh hưởng tạo ra bởi các hành động đó qua các kinh nghiệm cá nhân của mỗi người trong các bạn, đều mang tính cách toàn cầu. Thế nhưng điều đó cũng có nghĩa là mỗi khi sử dụng quyền tự do cá nhân của mình thì các bạn cũng phải nghĩ đến trách nhiệm và bổn phận mình, cũng như quyền hạn của mình đối toàn thể hành tinh.

Các bạn cũng nên ý thức rằng tương lai của nhân loại không nhất thiết chỉ nằm trong tay những người làm chính trị, những người điều khiển các công ty kếch xù, hay Liên Hiệp Quốc. Tương lai nằm trong tay của tất cả những ai nhận thức được mình là thành phần của cái gọi là "chúng ta, tức 7 tỷ con người". Với tư cách cá nhân, các bạn không thể giải quyết được các vấn đề của thế giới. Thế nhưng không cần phải ép buộc bất cứ ai [cũng phải làm theo mình] hay đổ lỗi cho người khác [là không hưởng ứng với mình], và vẫn tôn trọng tinh thần đa nguyên, các bạn chỉ cần nêu lên tấm gương của mình với tất cả sức mạnh của nó là cũng đủ để các bạn trẻ khác noi theo. Chung quanh các bạn những kẻ ý thức được bổn phận mình sẽ nhân lên hàng chục, hàng trăm và hàng ngàn, biết đâu cũng có thể lên đến hàng trăm ngàn. Lúc đó các bạn sẽ nhận thấy sự biến đổi của bối cảnh chung, để rồi các bạn và con cái các bạn sẽ được sống trong cái thế giới đó, cái thế giới mà tôi hằng ước mơ, nhưng cũng có thể là tôi sẽ không [còn sống đến đó để mà] trông thấy nó.

Các khó khăn sở dĩ xảy ra ngày nay hầu hết là vì chúng ta quá lơ là trước sự an vui của gia đình nhân loại và hệ thống môi sinh của Địa cầu. Các bạn cũng đừng quên là trách nhiệm toàn cầu không nhất thiết chỉ qui vào con người mà còn là của tất cả chúng sinh không phải là con người. Khi còn bé các vị thầy tôi răn dạy tôi phải chăm sóc thiên nhiên. Lớn lên tôi hiểu rằng tất cả mọi hình thức của sự sống *(tất cả chúng sinh)* đều hàm chứa một dòng tri thức. Thế nhưng dòng tri thức đó cũng được kết hợp với các cảm tính đớn đau, thích thú và cả hân hoan. Không có một chúng sinh nào thích mình bị khổ đau cả. Là những người tu tập Phật giáo, từ bi đã thấm sâu trong lòng chúng ta, đến độ khiến chúng ta luôn ước mong làm chấm dứt mọi khổ đau và luôn cảnh giác không được phép hung bạo hay hủy diệt bất cứ một sự sống nào, kể cả đối với cỏ cây cũng vậy, cũng phải thương yêu và kính trọng chúng. Thế nhưng đối với các bạn, hỡi những người bạn trẻ của tôi, các bạn lớn lên trong một thế giới đầy kiêu hãnh về các thành quả kỹ thuật, khiến các bạn tin rằng thiên nhiên có thể kiểm soát được, kể cả biến cải được. Đấy là một sự sai lầm thật nguy hiểm. Thái độ đó hoàn toàn thiếu thực tế, chỉ mang tính cách khoa học trên danh nghĩa mà thôi. Lòng từ bi khuyên chúng ta phải chăm sóc thiên nhiên, thế nhưng chúng ta thì cũng lại là thành phần của thiên nhiên, vì thế chăm sóc thiên nhiên cũng là chăm sóc cho cả chính mình.

Thật hết sức khẩn cấp

Vì sự tốt lành cho các thế hệ mai sau, tức là của con cái các bạn, mà tôi kêu gọi các bạn hãy làm một cuộc Cách mạng từ bi. Khi những người Tây Phương nói đến "nhân loại" thì thông thường cũng chỉ có ý nói đến nhân loại trong hiện tại. Thật vậy nhân loại của quá khứ không còn nữa, nhân loại của tương lai thì chưa sinh ra. Đối với người Tây Phương những gì quan trọng hơn cả là thế hệ đương thời và các quyền lợi trước mắt. Thế nhưng trách nhiệm chỉ có thể gọi là toàn cầu khi nào nó bao gồm cả những người sẽ sống sau chúng ta. Làm thế nào chúng ta có thể làm ngơ được khi mà dân số thế giới nhân lên gấp ba trong thế kỷ XX, và sẽ còn tiếp tục nhân lên gấp đôi hay gấp ba vào cuối thế kỷ này?

Theo các biểu đồ tăng trưởng hiện nay thì mức phát triển kinh tế toàn cầu sẽ phải cần đến một số năng lượng vô cùng quan trọng, điều này đương nhiên sẽ làm gia tăng sự phóng thải khí carbon dioxide (CO_2) và nạn phá rừng. Nếu chúng ta không thay đổi cung cách sống của mình thì không sao tránh khỏi tình trạng suy thoái môi trường trên bình diện toàn cầu, vượt xa những gì mà chúng ta đã thấy từ trước đến nay. Sở dĩ tôi biết đến các điều này là nhờ phúc trình của các khoa học gia: họ cho biết chúng ta chỉ còn ba năm để giới hạn thật khắc nghiệt mức tiêu thụ năng lượng mà hiện nay đang tạo ra tình trạng phóng thải khí CO_2 quá cao. Chờ đến năm 2020 thì sẽ quá muộn. Sự gia tăng nhiệt độ của khí hậu sẽ không còn kiểm soát được nữa, nó sẽ gây ra các luồng hơi nóng trên khắp năm miền lục địa, và mực nước biển sẽ dâng cao. Tình trạng thật cấp bách. Chính vì thế mà tôi kêu gọi các bạn trẻ của thiên niên kỷ này hãy thực hiện cuộc cách mạng quyết liệt đó.

Hỡi các bạn trẻ của tôi, các anh chị em thân mến của tôi, trong suốt sự hiện hữu này, tôi không ngừng quan sát sự tiến hóa của thế giới. Ngày nay đang xảy ra những mối nguy hiểm đến độ không thể nào còn che giấu các bạn được nữa. Một số các vấn đề môi trường là do thiên nhiên gây ra, tất nhiên là các bạn không làm gì được. Hơn nữa các bạn cũng không thể đối đầu với các thảm họa quá to lớn vượt khỏi khả năng của mình, trầm trọng hơn nữa là sự gia tăng nhiệt độ của khí hậu, các thiên tai, chẳng hạn như bão tố, sóng thần, lụt lội, hạn hán, đất lở... Bổn phận duy nhất mà các bạn có thể cáng đáng được là đối đầu với những thứ ấy với tất cả lòng can đảm và bầu nhiệt huyết của mình, qua những sự trợ giúp vì tình huynh đệ những kẻ trong tình cảnh ngặt nghèo nhất.

Chỉ có sự tương trợ và hợp tác mới có thể giúp các bạn ngăn chận bớt các thảm họa gây ra bởi tình trạng bất công kinh tế và xã hội, nuôi dưỡng thêm bởi lòng tham, sự ích kỷ và các thể dạng tâm thần tiêu cực khác. Nếu các bạn biết biến cải tâm thức mình và hướng nó vào lòng nhân từ và sự ý thức trách nhiệm thì nhất định các bạn sẽ tìm ra các giải pháp đúng đắn. Và từ đó Địa cầu cũng sẽ hé mở cho các bạn trông thấy các dấu hiệu báo động thật rõ ràng về các hậu quả ở các mức độ to lớn, tạo ra bởi thái độ hành xử vô ý thức của con người. Đây là lần đầu tiên trong lịch sử, tương lai nhân loại tùy thuộc vào thế hệ đang lên, đó là thế hệ của các bạn. Trách nhiệm về tương lai của hàng tỷ người và muôn loài chúng sinh cùng chia sẻ một sự sống chung trên Địa cầu này, nằm trong tay các bạn. Chính các bạn phải nhận lãnh trọng trách bảo toàn phẩm chất của tài nguyên thiên nhiên, không khí, nước, đại dương, rừng rậm, cầm thú và cây cỏ. Nếu muốn thực hiện được điều đó thì chủ yếu nhất là các bạn phải ý thức được tiềm năng thương yêu và lòng từ bi của mình hầu chăm sóc cho Địa cầu. Hãy tập thương yêu Địa cầu qua những sự chia sẻ và hiến dâng, nhưng không nên tìm cách chiếm đoạt cho riêng mình và tàn phá nó.

Rất có thể là còn phải chờ thêm từ 20 đến 30 năm nữa thì mới mong biến cải được thái độ hành xử của con người. Thế nhưng sau đó với tất cả niềm hân hoan trong lòng các bạn sẽ trông thấy hiện ra với mình cả một nhân loại nhân từ và ý thức. Thế rồi các bạn sẽ lưu lại cái thế giới đó cho con cháu các bạn, và cả cho con cháu của con cháu các bạn. Chúng sẽ lớn lên trong cùng một gia đình nhân loại đã được hàn gắn, mang cùng một thân xác và một dòng tri thức chung *(tức một xã hội hài hòa)*. Các bạn hãy cố gắng bảo toàn lòng nhiệt tình và sự lạc quan của tuổi trẻ để bước vào một ngày mai công bằng hơn và hạnh phúc hơn. Cuộc Cách mạng từ bi đang tiến bước. Các bạn hãy xem nó là hiện thân của chính mình, hỡi những người bạn trẻ của tôi ơi! ∎

(hết chương 4)

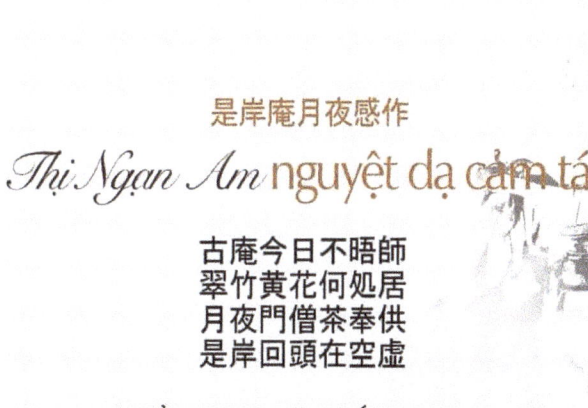

Thị Ngạn Am nguyệt dạ cảm tác

是岸庵月夜感作

古庵今日不晤師
翠竹黃花何処居
月夜門僧茶奉供
是岸回頭在空虛

Cổ am kim nhật bất ngộ Sư
Thúy trúc hoàng hoa hà xứ cư
Nguyệt dạ môn tăng trà phụng cúng
Thị Ngạn hồi đầu tại Không hư

Am cũ nay đà vắng bóng Sư
Pháp thân Bát nhã tại Chân như
Đệ tử dâng trà đêm trăng tỏ
Thị ngạn Hồi đầu cõi Không hư

Bùi Chí Trung, 30/1/2024

Thích Nguyên Siêu

Tuệ Sỹ Đạo Sư
Người đã ra đi mà vết tích chưa nhòa

Hôm nay là ngày 28 tháng 11 năm 2023[1], California, Hoa Kỳ. Ngày lễ phát hành – cung thỉnh kim quan thăng thượng giá. Thế là công đã viên quả đã mãn, một đời thị hiện nơi chốn trần gian. Điều gì đáng làm thì Đạo Sư đã làm, điều gì đáng nói thì Đạo Sư đã nói. Đạo Sư là người mở rộng bàn tay để cho tất cả: cho cả một cái đầu để phiên dịch Kinh, Luật, Luận – như Tam Tạng Pháp Sư. Cho cả một cái đầu tư tưởng triết lý Đông, Tây kim cổ. Cho cả một tâm hồn văn chương thi phú, và cho cả một sức sống, hướng đi cho thế hệ trẻ thân thương hôm nay và mai sau. Cho hết, phụng sự, hiến dâng, giờ thì chỉ còn một chiếc kim quan, Đạo Sư nằm bất động. Chúng ta hãy nghe lại lời của Đức Thế Tôn dạy trước khi Niết Bàn:

"Chư hành vô thường
Thị sanh diệt pháp
Sanh diệt diệt dĩ
Tịch diệt vi lạc."

---

[1] Bài này viết trong dịp Lễ Trà Tỳ Cố HT Tuệ Sỹ (BBT VG).

Dịch:
*Các hành vô thường
Là Pháp sanh diệt
Sanh diệt diệt rồi
Tịch diệt là vui.*

Giờ Đạo Sư vui vì Đạo Sư đã thể nhập vào thế giới tịch diệt, vô vi, bất sanh, bất diệt, chẳng đến chẳng đi, như như bất động. Đạo Sư an bình, tâm tịch lặng, chỉ còn vài giờ nữa đây ngọn lửa nơi lò thiêu sẽ phừng phực cháy, đốt cháy kim quan, đốt cháy thân xác của Đạo Sư. Thân xác này của mẹ sanh, của cha dưỡng, thân xác này của đàn na tín thí Phật tử phát tâm cúng dường tịnh thực cho đến hôm nay mà Đạo Sư thường nói: *"Công mẹ sanh là trời. Công cha dưỡng là đất. Công đàn na tín thí Phật tử phát tâm là không khí để thở, để sống, để tu, để phụng sự và hiến dâng, tất cả đều có một sự tương quan mật thiết trong cuộc đời."* Lời nói đó cho đến hôm nay, còn đồng vọng; đồng vọng như tiếng lửa cháy tí tách, rào rào, hừng hực. Chỉ có cháy, cháy tất cả. Chỉ có đốt; đốt tất cả; đốt cháy phiền não lậu hoặc, đốt cháy cái tham, sân, si, đốt cháy muôn đời cái vô minh đần độn.

Đoàn người Chư Tăng Ni, trong bộ hoàng y rực sáng, như dẫn đường, mở lối cung thỉnh kim quan đến nơi trà tỳ.

Các anh chị GĐPT đồng phục áo lam, hoa sen trắng đã nhất tề cung nghinh kim quan Đạo Sư, mà bao lần Đạo Sư đã khuyến thỉnh, sách tấn để giữ trọn phương châm Bi, Trí, Dũng GĐPT Việt Nam, thể hiện một chút tình, gánh kim quan trên vai để đền ơn đáp nghĩa. Trong giờ phút này, nếu ai chưa thẩm thấu được giáo Pháp Phật Đà - vô thường trong tất cả mọi sự vật. Vô thường trong tất cả mọi tâm lý. Thân và tâm đều bị biến hoại trong vô thường, đều bị hủy diệt trong vô thường, đều bị dập tắt bởi thật tướng của sự vật là không. Là tánh không. Là không tướng thì khó lòng giữ tâm tĩnh lặng.

Đứng quanh nơi lễ trà tỳ, hàng ngàn Chư Tăng Ni, hàng lớp Cư Sĩ Phật tử, hàng dài của mũ Tứ Ân, sen trắng GĐPT Việt Nam. Và kìa, trên hư không vần vũ Chư Thiên, tán hương rải hoa cúng dường Đạo Sư bất diệt. Thần Càn Thát Bà tấu nhạc cung nghinh; cung nghinh về trời Đâu Suất, trời Dạ Ma; về trời Phi Tưởng, Phi Phi Tưởng Xứ, để từ đó Đạo Sư nhìn vào địa cầu thấy bao nhiêu người đang khóc; khóc cho GHPGVNTN ai lo; ai gồng gánh Phật sự của hai viện? Ai đủ tài đủ đức để chinh phục nhân tâm, để nuôi dưỡng chí lớn Đại Hùng, Đại Bi, Đại Hạnh mà Phật sự được vuông tròn đền ơn Thầy Tổ, các bậc Tiền Hiền, Lịch Đại Tổ Sư. Khóc cho con đường giáo dục lớn, quảng đại Tăng Ni sinh, nhiều thế hệ, các bậc tri thức, thức giả Phật tử Việt Nam. Khóc cho công trình phiên dịch Đại Tạng Kinh còn dang dở, rồi ai đây có đủ bút mực để phô diễn lời vàng từ kim khẩu của Đức Thế Tôn, ngõ hầu lưu lại cho ngàn vạn kiếp sau, con đường học Phật giác ngộ giải thoát. Khóc cho tất cả các Phật sự của Hội Đồng Hoằng Pháp mới chớm nở chưa đủ xanh tươi, gốc sâu rễ chắc để hứng trọn sương khuya nắng chiều, không khí thời gian, không gian mà sống với người, với con đường dài phụng sự hun hút. Ai giương cao ngọn cờ hộ quốc, hộ dân, hộ đạo để có tiếng nói trước những người dân thấp cổ bé họng, trước những sĩ phu bẻ cong ngòi bút, trước những tâm hồn chờ thời đợi thế? Ôi! Những tiếng khóc uất nghẹn, bi thương, trong đời ác năm trược, đầy khổ hải mang mang.

Đạo Sư nằm yên trong lò thiêu để cho lửa cháy, cháy hết hình hài của một người sinh nhầm thế kỷ, của một người lạc bước độc hành trong ba ngàn thế giới. Và rồi nửa đây xá lợi này, những viên xá lợi được kết tinh bởi giới đức tu trì, xương này là của cha, cốt này là của mẹ, tro này là của hữu tình chúng sinh sẽ đem thả vào lòng thái bình dương, nước biển bốc hơi, hòa tan vào không khí, mang Đạo Sư đi khắp chín phương trời, mười phương Phật, hay có mặt trong sáu nẻo luân hồi, mà thiện thuyết độ sinh. Tuệ Sỹ Đạo Sư – Người là như vậy. Như là:

*Chúng sinh vô biên thệ nguyện độ
Phiền não vô tận thệ nguyện đoạn
Pháp môn vô lượng thệ nguyện học
Phật đạo vô thượng thệ nguyện thành.*

> Một áng tường vân giữa bầu thái hư. Một phương trời cao rộng. Một Bồ Tát hiện thân cứu độ muôn loài. Một Đạo Sư trên dòng lịch sử Phật Giáo Việt Nam.

*Ngày lễ Trà Tỳ - San Diego, California
ngày 28 tháng 11 năm 2023*

Kính Lạy Giác Linh Thầy
Con Nguyên Siêu

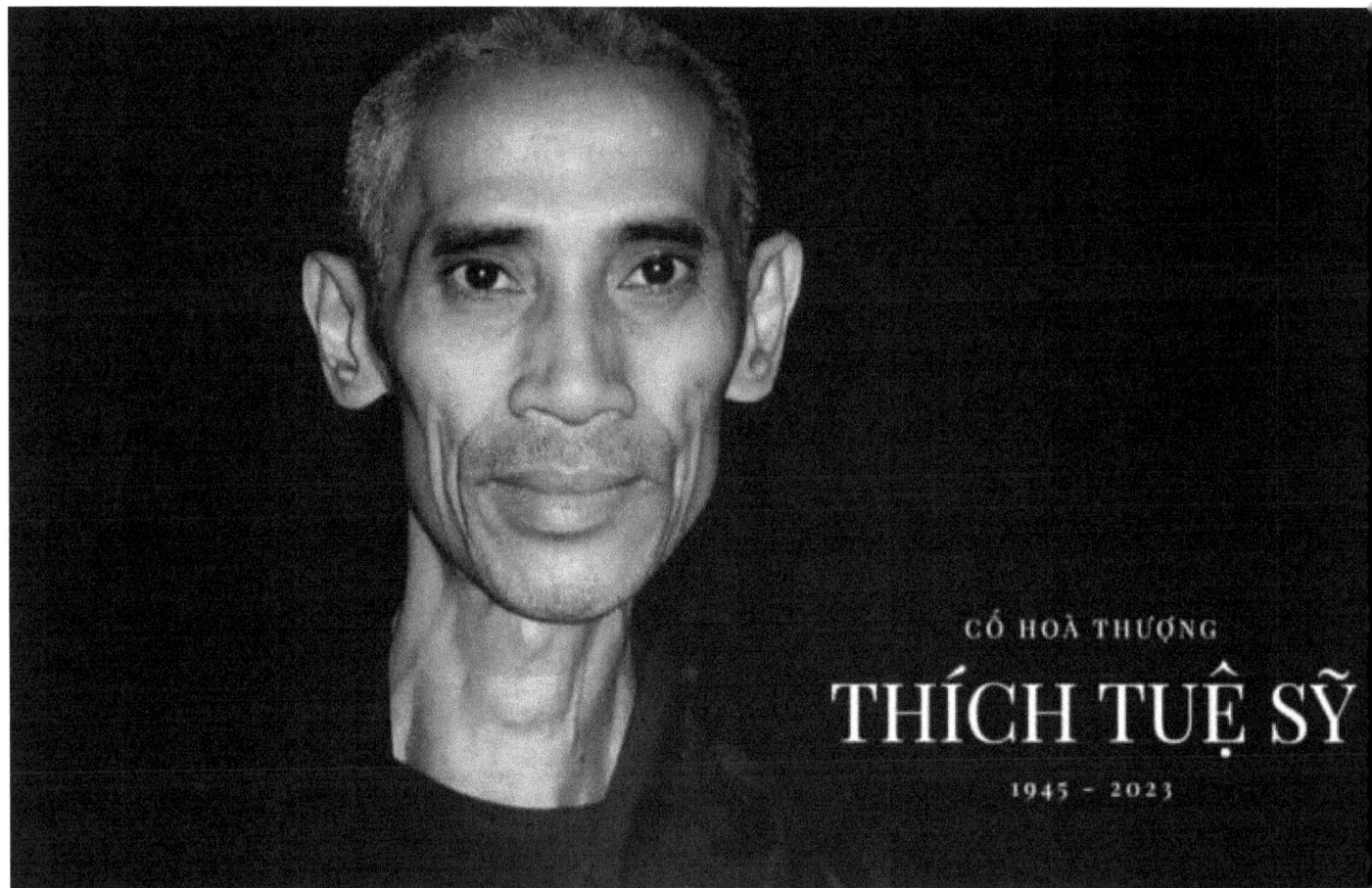

CỐ HOÀ THƯỢNG
THÍCH TUỆ SỸ
1945 - 2023

Thích Như Điển

Nhân Duyên giữa Hòa thượng Tuệ Sỹ và tôi

Thời gian 365 ngày của một năm vẫn trôi theo nhịp điệu bình thường; nhưng đôi khi chúng ta thấy nhanh hơn hoặc chậm lại. Đó là tùy theo sự cảm nhận của mỗi người và nhiều sự việc xảy ra chung quanh chúng ta mà thôi. Nếu so với các cõi khác thì chắc chắn có khác nhau. Ví dụ một ngày ở cõi Tứ Thiên Vương bằng 500 năm ở cõi thế và một ngày ở Đẳng hoạt địa ngục thì bằng cả 500 năm ở cõi Tứ Thiên Vương. Vậy thì cái khổ phải chịu đựng của một chúng sanh ở cõi Đẳng hoạt địa ngục lâu dài là bao nhiêu rồi. Thế nhưng khi chúng sanh tạo tội, ít có người quan tâm là mình phải đi đầu thai nơi đâu. Chỉ có chư Phật, chư vị Bồ Tát và những bậc Thánh mới rõ biết điều này; nên đã khuyên bảo chúng ta qua nhiều kinh sách khác nhau; nhưng hiệu quả thì không nhiều, vì chúng sanh vẫn còn mãi vui say nơi đường sanh tử. Do vậy Ngài Pháp Nhiên (Honen) Tổ của Tịnh Độ Tông Nhật Bản ở vào thế kỷ thứ 13 có dạy rằng: "Nhà sanh tử, do nghi ngờ mà chúng sanh phải qua lại nhiều lần. Thành Niết Bàn, do lòng tin; nên dễ vào được". Rõ ràng là các bậc Thánh đi vào cõi Niết Bàn rất dễ, vì các Ngài đã có lòng tin tuyệt đối nơi chư Phật, nhất là Đức Phật A Di Đà qua lời nguyện thứ 18. Còn chúng ta với tâm nghi ngờ, chưa tin hẳn ở nguyện lực nào của chư Phật; nên mãi vẫn còn dạo chơi nơi cõi sanh tử này.

Vào ngày 24 tháng 11 năm 2023 (nhằm ngày 12 tháng 10 năm Quý Mão) Hòa Thượng Thích Tuệ Sỹ húy thượng Nguyên hạ Chứng, hiệu Tuệ Sỹ đã trụ thế 79 năm và 46 giới lạp, xả báo thân tại chùa Phật Ân, Đồng Nai Việt Nam. Năm nay ngày 12 tháng 10 âm lịch nhằm ngày 12 tháng 11 năm 2024 tại Việt Nam sẽ làm lễ Tiểu Tường tại chùa Phật Ân và ở Đức Ban Biên Tập Báo Viên Giác chúng tôi muốn thực hiện số báo 263 của tháng 10 chuyên đề về cố Hòa Thượng. Do vậy Đạo Hữu Chủ Bút Nguyên Đạo Văn Công Tuấn kêu gọi mọi người nên viết về chủ đề này. Riêng tôi thì phải viết là điều cần, không phải để giãi bày một việc gì cả, mà để điểm lại những nhân duyên giữa Hòa Thượng và tôi từ xa xưa đến nay.

Viết về Hòa Thượng thì đã có quá nhiều người viết và những bài tán dương, ngợi ca công hạnh cũng như tư tưởng của Ngài rồi. Phần tôi chỉ giới hạn trong sự liên hệ xa và gần đây để Quý Vị hiểu thêm về nhân duyên là thế nào.

Năm 1969 từ Quảng nam vào Sài Gòn tôi trú tại chùa Hưng Long để đi học. Lúc đó Viện Đại Học Vạn Hạnh chủ trương phát hành tập san Tư Tưởng hàng tháng và tôi đã có duyên được đọc tờ Tư Tưởng này do Hòa Thượng làm Chủ Bút, trong khi tôi vẫn còn học Trung Học tại trường Cộng Hòa và Văn Học. Khi đọc những bài của Thầy viết, ký tên Tuệ Sỹ, tôi cũng hơi thắc mắc, thông thường chữ sĩ người ta viết i ngắn; còn ở đây chữ Sỹ lại viết y dài. Đây cũng là việc hơi lạ. Chỉ khi nào Thầy lấy bút hiệu Nguyên Chứng thì không có gì để phải thắc mắc; nhưng đọc văn của Thầy phải nói là rất khó thâu nhận hoàn toàn được đầy đủ với một người chưa xong Trung học Đệ nhị cấp như tôi. Tuy vậy tôi vẫn thích đọc một số bài viết nghiên cứu của Thầy.

Năm 1972 tôi chính thức đi du học Nhật Bản, sau khi đã xong Tú tài hai với tư cách là một sinh viên Tăng; còn Thầy là một giảng sư của Viện Đại Học Vạn Hạnh. Trong thời gian ở Nhật (1972-1977) rồi 1977 cho đến ngày Thầy viên tịch (2023) lại có nhiều nhân duyên khác nhau, tôi sẽ lần lượt viết về những sự kiện này. Năm 1977 là năm mà thành phần Lãnh Đạo của Giáo Hội Phật Giáo Việt Nam Thống Nhất, đa phần bị vào tù ra khám. Năm 1979 Hòa Thượng Thích Thiện Minh bị bức tử tại Hàm Tân, sau đó Hòa Thượng Tuệ Sỹ, Giáo Sư Trí Siêu Lê Mạnh Thát, Ni trưởng Trí Hải… lần lượt bị vào tù và mang bản án tử hình. Thế là ở ngoại quốc, chúng tôi dưới sự lãnh đạo của Hòa Thượng Thích Minh Tâm, Chủ Tịch GHPGVNTN Âu Châu đã đi biểu tình, tuyệt thực không biết bao nhiêu ngày đêm trước trụ sở Quốc Hội Âu Châu, nhờ các xứ tự do can thiệp. Cuối cùng thì bản án tử hình còn giảm xuống 20 năm khổ sai tù tội, rồi được giảm án. Năm 1981 Giáo Hội Phật Giáo Việt Nam được nhà nước cộng sản đỡ đầu lập ra để vô hiệu hóa GHPGVNTN; nhưng nói như Hòa Thượng Thích Huyền Quang và Hòa Thượng Thích Quảng Độ là: "Một Giáo Hội, chính quyền muốn chôn mà không chết và một Giáo Hội đang chết mà chưa chôn". Đó là tình hình của Giáo Hội ngày xưa cho đến tận ngày nay cũng vẫn trong tình trạng ấy.

Khi ở tù Hòa Thượng Tuệ Sỹ có sáng tác một số bài thơ mà qua đó tôi đã cảm được khí khái của Ngài:

Phụng thử ngục tù phạn
Cúng dường tối thắng tôn
Thế gian trường huyết hận
Bình bát lệ vô ngôn.

Bài này đã có nhiều người dịch sang Việt ngữ rất hay và đây là nghĩa đen của bài thơ này.

Xin dâng bát cơm trong tù
Cúng dường bậc tối thắng
Thế gian dài huyết hận
Cầm bát nước mắt không lời.

Chúng ta đang sống trong thế giới tự do, khi đọc được bài thơ này mấy ai lại không cảm thông được với người đang bị chịu nhục hình của chế độ cộng sản Việt Nam?

Sau này thì Hòa Thượng Thích Trí Thủ bị bức tử, Hòa Thượng Thích Thanh Trí ở Huế cũng như vậy.

Ở ngoại quốc chúng tôi vẫn một lòng với GHPGVNTN đang tranh đấu tại quê nhà; nhưng thời thế đổi thay, lòng người cũng không thoát ra khỏi cái vòng luẩn quẩn ấy. Ban đầu chỉ có một GHPGVNTN; còn bây giờ ở trong nước có 3 và ở ngoại quốc cũng có 3 GHPGVNTN. Từ đó Hòa Thượng Thích Tuệ Sỹ muốn đề cao vấn đề Giáo Dục và Văn Hóa của Phật Giáo; nên sau khi ra tù, Ngài chủ trương phiên dịch Đại Tạng Kinh và đào tạo Tăng Ni sinh thật lực có tu và có học. Như vậy mới giữ được giềng mối của Đạo.

Khoảng cuối năm 2020 đầu năm 2021 tình cờ có một cuộc điện thoại từ chùa Tokokulin (Đức Lâm) và chùa Tinh Tấn ở Hamamatsu, Nhật Bản gọi sang Đức cho tôi và đầu dây bên kia xưng là: Tuệ Sỹ. Tôi hơi ngạc nhiên vì từ trước năm 1975 cho đến lúc đó tôi chưa gặp mặt Ngài bao giờ. Hôm nay lại có cuộc gọi như vậy chắc là có duyên sự gì đây; nên tôi thưa:

„Con rất hân hạnh được tiếp chuyện với Hòa Thượng. Năm 1972 khi con đi du học Nhật Bản, lúc đó Hòa Thượng đã là Giáo Sư của Viện Đại Học Vạn Hạnh tại Sài Gòn. Nay lưu lạc ở xứ người gần 50 năm, chưa có cơ duyên gặp Ngài mà hôm nay Hòa thượng lại trực tiếp điện cho Con, chắc là có duyên cớ gì chăng?"

Hòa Thượng nói: "Tôi cần Thầy giúp cho một việc, vì Thầy ở ngoại quốc lâu năm cũng như có nhiều tử đệ và nhất là đang làm việc cho Giáo Hội Phật Giáo Việt Nam Thống Nhất Âu Châu; nên mong Thầy làm sao triệu tập được thành phần lãnh đạo của các châu để tôi có dịp trình bày về việc thành lập một Hội Đồng Hoằng Pháp cho quốc nội và Hải ngoại. Mong Thầy giúp cho".

Tôi thưa: "Việc gì trong khả năng của con có thể, thì con xin đảm nhận vậy".

Thế là tôi lo sắp xếp liên lạc với châu Úc, Hoa Kỳ, Canada và Âu Châu để họp sơ bộ vào ngày 27 tháng 3 năm 2021 qua hệ thống Zoom dưới sự chủ trì của Hòa Thượng Thích Tuệ Sỹ đề nghị thành phần Hội Đồng Hoằng Pháp cũng như các Ban và tôi được Hòa THượng Tuệ Sỹ giao cho trọng trách là Chánh Thư Ký của Hội Đồng này và một cuộc họp khác của Liên Châu qua hệ thống Zoom Online cũng đã được tổ chức vào ngày 20.4.2021 do Hòa Thượng Thích Bảo Lạc lúc đó làm Chánh Văn Phòng Điều hợp Liên Châu chủ trì. Trong cuộc họp này có bàn nhiều mục và trong đó có mục thứ 3 bàn về cơ cấu tổ chức Hội Đồng Hoằng Pháp do Hòa Thượng Tuệ Sỹ soạn thảo và Giáo Hội Liên Châu đã đồng thuận với cơ cấu tổ chức của Hội Đồng Hoằng Pháp này.

Vào ngày 3 tháng 5 năm 2021 với tư cách là Chánh Thư Ký của Hội Đồng Hoằng Pháp, tôi đã gửi thư mời đến chư Tôn Đức Tăng Ni và Phật Tử khắp nơi trên thế giới dự chung một phiên họp qua Zoom dưới sự chủ tọa của Hòa Thượng Thích Tuệ Sỹ và Giáo Sư Trí Siêu lê Mạnh Thát vào lúc 9 giờ tối ngày 8.5.2021 (giờ Hoa Kỳ và Canada) tương ứng với sáng ngày 9.5.2021 (chủ nhật) giờ của Âu Châu, Việt Nam và Úc Châu. Vào ngày 12.5.2021 một biên bản đúc kết của 2 phiên họp vào ngày 8.5 và ngày 12.5.2021 đã được gửi đến các Ban của Hội Đồng Hoằng Pháp gồm: Ban Truyền Bá (Giảng sư và Giáo thọ), Ban Trước tác và Dịch thuật. Ban Báo Chí & Xuất bản (Thông Tin) và Ban Bảo Trợ của các châu lục.

Ngày 14.11.2021 chúng tôi gửi một thư mời đến tất cả các thành viên trong các Ban tham dự một Đại Hội Hoằng Pháp lần 1 vào lúc 4 giờ sáng ngày 27.11.2021 theo giờ Âu Châu và Á, Úc Châu cùng ngày nhưng khác múi giờ. USA, Canada; giờ California vào lúc 7 giờ tối ngày thứ sáu 26.11.2021. Dù tổng cộng số ghi danh là 324 vị gồm Tăng Ni, Phật Tử, Giáo Sư v.v..., nhưng đã có hơn 500 người trên toàn thế giới tham gia cuộc họp này và trong phiên họp này chúng tôi đã được Hòa Thượng Thích Tuệ Sỹ và chư Tôn Đức hiện diện bầu làm Chánh Thư Ký Ủy Ban Phiên Dịch Tam Tạng Lâm Thời dưới sự Cố Vấn và Chủ Tịch của Hòa Thượng Thích Tuệ Sỹ. Hòa Thượng Thích Thái Hòa làm Phó Thư Ký phụ trách trong nước và Hòa Thượng Thích Nguyên Siêu làm Phó Thư Ký phụ trách nước ngoài.

Kết quả của Hội Đồng Hoằng Pháp và Ủy Ban phiên dịch Tam Tạng Lâm Thời chỉ trong một thời gian ngắn đã xuất bản được 24 tập đầu của Thanh Văn Tạng và 5 tập Tổng Lục. Hòa Thượng Thích Nguyên Siêu đại diện Ban Ấn Hành Đại Tạng Kinh Việt Nam có một thư mời tham dự lễ giới thiệu Thanh Văn Tạng gửi đến chư Tôn Đức Tăng Ni và Phật Tử vào ngày 1.1.2023 và lúc 4 giờ chiều ngày 19.3.2023 chính thức ra mắt Thanh Văn Tạng đợt 1 tại nhà hàng Brodard của Cư Sĩ Quảng Nguyên ở California.

Sau thời gian ra mắt Thanh Văn Tạng các Ban vẫn làm việc như bình thường; nhưng Hòa Thượng Tuệ Sỹ đang lâm trọng bịnh nên Ngài đã chuẩn bị những văn thư cần thiết cho việc điều hành Ban Hoằng Pháp và Ủy Ban Phiên dịch Tam Tạng; nên ngày mùng 7 tháng 8 năm Quý Mão nhằm ngày 21.09.2023, Phật lịch 2567 Hòa Thượng đã gửi một quyết định thay đổi danh hiệu của Hội Đồng Phiên Dịch Tam Tạng Lâm Thời thành: **Ủy Ban Phiên dịch Trung Uơng** và chúng tôi được giao phó trách nhiệm Chủ Tịch (sau khi Hòa Thượng Tuệ Sỹ viên tịch), Hòa Thượng Thích Thái Hòa làm Phó Thư Ký (qua phiên họp ngày 15.08.2024 được đề nghị thành Chánh Thư Ký Ủy Ban Phiên Dịch Trung Ương) và Hòa Thượng Thích Nguyên Siêu làm Phó Thư Ký. Tất cả đều nổ lực hết sức mình để mong tiếp nối được phần nào sở nguyện của Hòa Thượng hằng ấp ủ, trong sự nghiệp Phiên dịch Tam Tạng Thánh Điển ra Việt ngữ ở mức độ hàn lâm, có khả năng sánh ngang tầm với các bộ Đại Tạng quốc tế. Đó cũng tấm lòng tri niệm ân sâu đến chư lịch đại Tổ sư và chư vị Tôn túc trong Hội Đồng Phiên Dịch Tam Tạng 1973 trong sự nghiệp hoằng truyền chánh đạo.

Ngày 15.08.2024 Ủy Ban Phiên Dịch Tam Tạng Trung Ương này đã có một phiên họp để chuẩn bị in ấn Thanh Văn Tạng đợt 2 từ đây cho đến ngày Tiểu Tường của Hòa Thượng Tuệ Sỹ (12.11.2024) để dâng lên Ngài như một lời tri ân. Tiếp theo là một phiên họp vào ngày 29.8.2024 cũng được triệu tập để kiện toàn việc xuất bản cho đợt 2 này và chuẩn bị cho đợt 3 trong năm 2025 như nội dung Hòa Thượng Thích Tuệ Sỹ đã đề xuất. Tất cả những hoài bảo và sắp xếp tổ chức, cả về nội dung và nhân sự cho công trình Phiên dịch Tam tạng Thánh điển của Ngài quả là một sự chuẩn bị nhiều năm tháng, nhằm lưu lại một di sản quý báu cho Văn hóa Phật Giáo VN nói riêng và cả Văn hóa Dân tộc Việt Nam.

Khi nhận lãnh những trọng trách này với riêng cá nhân tôi không có một mong cầu gì hết, mà chỉ mong làm được chút công đức nhỏ nhằm báo Phật ân đức mà thôi. Điều này cũng đúng với tâm nguyện của mình vào năm 2003 sau khi giao hết trách nhiệm Trụ Trì Tổ Đình Viên Giác cho các Thầy Đệ Tử kế nhiệm, phần mình lui về ngôi

Phương Trượng để có thời gian đọc Đại Tạng Kinh cũng như dịch kinh sách và an dưỡng, tu tập ở tuổi già mà thôi. Nhưng khi nhận trọng trách, tôi có thưa với Hòa Thượng Tuệ Sỹ rằng: "Con tiếng Pali, Sanskrit, Tây Tạng không biết. Chỉ nghiên cứu các bản kinh qua tiếng Hán, Nhật, Anh, Pháp, Đức và Việt ngữ. Như vậy làm sao có thể đảm nhận vai trò này được". Hòa Thượng trả lời rằng: "Những ngôn ngữ khác đã có nhiều Thầy, Cô khác lo, Thầy không cần phải quan tâm".

Như vậy sự thành tựu bất cứ một việc gì, chuyện ấy không phải của một người mà của cả một tập thể nhiều người. Cá nhân tôi xin niệm ân tất cả chư vị Tôn Túc khắp nơi trên thế giới, ở trong nước và ở hải ngoại. Bởi, nếu không có sự góp sức, trợ duyên khuyến tấn của Quý vị thì bản thân tôi vốn xuất thân từ một gia đình nông dân xứ Quảng làm sao có thể vươn lên đảm nhận những công việc mà mình chưa bao giờ nghĩ đến. Từ đó tôi mới phát nguyện rằng:

> Con xin nguyện làm một dòng sông, sẽ chuyên chở những trong đục của cuộc đời và xin nguyện làm mặt đất để hứng chịu những sạch nhơ của nhân thế.

Xin niệm ân cố Trưởng lão Hòa Thượng Thích Tuệ Sỹ đã tin tưởng giao phó công việc của Giáo Hội và chúng tôi cũng mong rằng dẫu cho việc to lớn đến đâu đi chăng nữa, nếu chúng ta Tăng cũng như người thế, chia ra từng mảnh nhỏ để gánh vác và ghép từng mảng nhỏ ấy lại, chúng ta sẽ có một cơ ngơi cho Phật Giáo không nhỏ về sau này.

Kính nguyện Tam Bảo gia hộ cho đại sự này được thành tựu viên mãn, khi Hòa Thượng Thích Tuệ Sỹ không còn hiện diện nơi cõi đời này nữa; nhưng chắc chắn Ngài sẽ dõi mắt trông theo chúng ta có tiếp tục thực hiện công trình phiên dịch Tam Tạng mà Ngài tâm huyết đề ra hay không? Đó mới là điều đáng quan tâm.

Nam Mô Hoan Hỷ Tạng Bồ Tát Ma Ha Tát tác đại chứng minh. ∎

Viết xong tại Phương Trượng đường Tổ Đình Viên Giác Hannover Đức Quốc vào một sáng cuối hạ, chớm thu - ngày 22 tháng 8 năm 2024.

Thị Nghĩa Trần Trung Đạo

GIÁO HỘI PHẬT GIÁO VIỆT NAM THỐNG NHẤT, *MÁI NHÀ ĐỂ TRỞ VỀ*

Tháng 5 năm nay, 2023, tôi và nhà văn Trần Doãn Nho đến đảnh lễ một bậc tôn túc Phật giáo từng là một trong những lãnh đạo của Giáo Hội Phật Giáo Việt Nam Thống Nhất (GHPGVNTN) trước 1975. Ngài nguyên là Quyền Tổng Vụ Trưởng Tổng Vụ Thanh Niên và sau đại hội VI, là Tổng Vụ Trưởng, chính thức thay thế Hòa thượng Thích Thiện Minh. Trong căn phòng rộng, chúng tôi ngồi ôn lại chuyện xưa. Thầy ngạc nhiên nghe tôi kể lại những chi tiết có liên quan đến giáo hội trong hai năm đầy biến cố từ 1973 đến 1975. Căn phòng của Hòa thượng Quảng Độ ở chùa Giác Minh gần ngã sáu Lý Thái Tổ. Con hẻm dẫn vào chùa. Chiếc xe "Deux Chevaux" màu vàng nhạt đậu trong sân. Chúng tôi có một buổi chiều ấm áp sau khi xem lại cuốn phim của chính mình và một thuở không quên. Thầy cứ mỉm cười, gật đầu hoài "Đúng, anh nhớ rõ quá", và thỉnh thoảng bổ sung vài điểm. Năm đó tôi 18 tuổi. Nhớ lại, một buổi chiều tôi và bạn Nguyễn Xuân Tường, sinh viên ban Địa Chất ở Đại học Khoa Học, đến chùa Bửu Đà trên đường Lê Văn Duyệt để thăm các chú ở Quảng Nam vào trọ học. Khi chúng tôi đang trò chuyện, một vị Đại đức đến chào và làm quen. Thầy cũng là người Quảng. Sau khi biết gốc gác tôi, Thầy hỏi tôi có thể giúp cho Tổng vụ Thanh niên một số công việc được không. Mùa hè nên tôi nhận lời.

Khi từ Hội An vào Sài Gòn đầu tháng 9 năm 1972 tôi mang theo ước mơ xanh và rất nhiều câu hỏi. Tôi luôn tâm nguyện phải làm một việc gì đó hữu ích cho quê hương và đạo pháp để đền đáp những tháng năm đầy trắc trở của mình được Tam Bảo hộ trì và bá tánh thập phương che chở. Như một sinh viên năm thứ nhất, tôi chưa làm được gì nhiều, nhưng học được rất nhiều. Tôi có cơ hội được đảnh lễ và lắng nghe những lời dặn dò của nhiều bậc tôn đức lãnh đạo GHPGVNTN. Nguồn sách vô cùng phong phú của thư viện Đại học Vạn Hạnh, bài giảng của các thầy giúp tôi hiểu ra nhiều điều mà trong tuổi thiếu niên tôi chưa hiểu hết hay

Hình (2003): Ba vị lãnh đạo GHPGVNTN, từ trái:
HT Quảng Độ, HT Huyền Quang, HT Tuệ Sỹ

chưa hiểu đúng. Cứ thế, tôi may mắn bước đi dưới bóng mát của hàng cổ thụ Phật giáo và từ những tàng lá rộng trên đầu tôi mỗi sáng còn có những giọt sương mai nhỏ xuống làm tươi mát tâm hồn một thanh niên chưa tới tuổi hai mươi. Rồi 1975 đến và sáu năm sau tôi theo đàn chim bay ra biển.

Tại Mỹ, những năm đầu dù đời sống còn khó khăn, tôi cũng cố gắng đóng góp khả năng của mình vào các công việc của giáo hội. Khi sư phụ chúng tôi, Hòa thượng Thích Long Trí, được mời giữ chức vụ Chánh Văn phòng Viện Hóa Đạo tôi lại được sư phụ sai làm một số việc của giáo hội đòi hỏi sự tin cẩn. Những việc tôi được giao không thể nhờ vả ai khác nên tôi ở lại thêm một thời gian và khi sinh hoạt của giáo hội tương đối ổn định tôi lặng lẽ ra đi. Tôi không có tham vọng nào và cũng không muốn giữ một chức vụ gì từ đó đến nay. Tôi đến với giáo hội chỉ vì tôi mang niềm tin sâu xa vào sự trường tồn của Dân tộc và Đạo pháp. Thật vậy, dù đứng từ góc cạnh nào, không ai có thể phủ nhận vai trò và sự đóng góp của Phật giáo vào dòng sống của dân tộc Việt. Đạo Phật là một tôn giáo rất đặc biệt trong nền văn minh nhân loại vì đáp ứng được các khao khát của con người theo từng thời đại không phân biệt màu da hay sắc tộc.

Kinh điển giống nhau nhưng đạo Phật mang sắc thái riêng khi đến mỗi quốc độ để từ đó có Phật giáo Nhật Bản, Phật giáo Trung Hoa, Phật giáo Thái Lan, Phật giáo Việt Nam. Tôi "gặp Phật" ở Thái Lan, Nepal, Ấn Độ, Hàn, Nhật v.v... nhưng đạo Phật tại Việt Nam rất khác. Đạo Phật Việt Nam hòa tan trong tâm hồn mỗi con người. Nước và sữa có thể phân ly nhưng văn hóa Phật giáo và văn hóa dân tộc Việt không thể phân ly. Tinh thần Phật giáo bàng bạc trong lời ru của mẹ, lời dạy bảo của cha. Một câu thơ, câu văn được các tác giả viết ra đã có tư tưởng Phật giáo dù tác giả không phải là một tín đồ Phật giáo.

Khi dừng chân tại Việt Nam, đạo Phật không chỉ đem lại cho con người những phương tiện cần thiết để đạt đến giải thoát, an lạc như tại nhiều nơi khác mà còn dung hóa và dung hợp một cách hài hòa vào dòng sống dân tộc, góp phần quan trọng trong việc xây dựng nền tảng văn hóa, đạo đức của dân tộc và là thành lũy tinh thần để bảo vệ Việt Nam. Đại Lão Hòa thượng Thích Huyền Quang nhấn mạnh điều này trong Thông Điệp Phật Đản PL 2543: "Nếu đạo Phật không tồn tại như mạch suối ngầm trong dòng lịch sử dân tộc thì ngày nay cái tên "Người Việt" chỉ tồn tại trong sử sách người Trung quốc, và thời kỳ được nói là độc lập dân tộc chỉ được chép trong lịch sử Trung quốc như là những giai đoạn hùng cứ của bọn phản nghịch mà do đức hiếu sinh, Thiên triều đã không tàn sát và chỉ cải tạo dần bằng cuộc nô dịch văn hóa."

Sau nhiều trăm năm bị đóng khung trong tứ thư ngũ kinh Nho giáo rồi Trịnh Nguyễn phân tranh, dân tộc Việt lại phải đối diện với Thực dân xâm lược. Ông bà chúng ta bàng hoàng trước sức mạnh cơ khí của Thực dân. Thân xác người dân Việt gục xuống như rơm rạ trước họng súng đại bác từ các tàu chiến của Liên quân Pháp-Tây Ban Nha đậu ngoài cửa biển Đà Nẵng đầu tháng 9, 1858. Sau bao nhiêu hy sinh máu đổ đầu rơi, Việt Nam hoàn toàn bị Pháp thực dân hóa qua "Hòa ước Patenôtre", 1884. Việt Nam trở thành một thuộc địa của Pháp nhưng tinh thần Việt Nam được hun đúc suốt nhiều ngàn năm không vì thế mà mất đi. Dòng văn hóa vẫn tiếp tục chảy dù phải chảy qua những vách đá cheo leo và có khi phải nhỏ từng giọt xuống trái tim người yêu nước.

Người Việt quan tâm đứng trước hai chọn lựa, (1) đi vay mượn các chủ thuyết ngoại lai, mượn súng đạn của ngoại bang về để "giải phóng dân tộc", thực chất là thay một hình thức nô lệ này bằng hình thức nô lệ khác, (2) nâng cao nhận thức văn hóa, xã hội, chính trị phù hợp với hướng đi thời đại kết hợp với phát huy nội lực dân tộc để tự khai hóa chính mình thay vì "bị khai hóa" bởi thực dân. Để tồn tại, vượt qua và vươn lên, chư tổ Phật giáo chọn con đường thứ hai. Con đường đó không phải tìm đâu khác, không vay mượn của ai khác mà trở về và phát huy những tố chất uyên nguyên của dân tộc. Nội dung của hành trình về nguồn đó chính là phong trào chấn hưng Phật giáo bắt đầu vào những năm cuối của thập niên 1920. Chấn hưng Phật giáo cũng có nghĩa chấn hưng nội lực dân tộc.

Giống như ngài Anagarika Dharmapala (1864-1933), nhà văn và nhà đấu tranh cho nền độc lập Tích Lan, các bậc cao tổ Khánh Hòa, Giác Nguyên, Khánh Anh, Giác Tiên, Phước Huệ, Tố Liên, Trí Hải… của Việt Nam cũng đã rời những thiền phòng để chống gậy trúc đi vào lòng đất nước. Các ngài lắng nghe nỗi đau của dân tộc, đánh thức tinh thần yêu nước, độc lập tự chủ trong lòng mỗi người dân Việt để qua đó phục hưng dân tộc bằng phương tiện giáo dục bởi vì chỉ nâng cao nhận thức mới có thể chuyển hóa hai nguồn bạo lực đến từ Tây phương gồm chủ nghĩa thực dân và chủ nghĩa cộng sản. Con đường chấn hưng Phật giáo như chư tổ vạch ra là một con đường dài, cần nhiều thời gian và đầy khó khăn nhưng là con đường đích thực. Sau nhiều thăng trầm, gian khó và hy sinh, cuộc hành hương về nguồn cội đó đã dẫn đến sự ra đời của GHPGVNTN vào tháng Giêng, 1964 tại Chùa Xá Lợi, Sài Gòn. "Thống Nhất", trong ý nghĩa đó không chỉ là một tập hợp mang tính hình thức của 11 giáo phái ký tên trong Hiến chương 1964 mà là bước phát triển cao hơn của một truyền thống đã có từ nhiều ngàn năm.

Được thành lập trong một giai đoạn lịch sử đầy ngộ nhận, GHPGVNTN dễ được hiểu như là kết quả của một biến cố chính trị. Biến cố có thể là "điểm vỡ" để GHPGVNTN được hình thành nhưng các giá trị hàm chứa trong Hiến chương 1964 của GHPGVNTN không đơn giản chỉ là kết quả của việc đổi thay một chế độ. Các hội đoàn Phật giáo như Hội Nam kỳ Nghiên cứu Phật học do Hòa thượng Khánh Hòa thành lập vào năm 1930, Hội Tăng Già Bắc Việt do Hòa thượng Tố Liên thành lập năm 1950, và nhất là Tổng hội Phật giáo Việt Nam được thành lập tại Huế năm 1951. Tất cả đều đã được thành lập trước năm 1964, và do đó, sớm hay muộn các hội Phật giáo cũng sẽ kết hợp thành một giáo hội thống nhất. Qua những chặng thời gian và những khoảng không gian, dòng sông Phật giáo Việt Nam có những tên gọi khác nhau nhưng cũng chỉ là một dòng sông thống nhất khởi nguồn từ Luy Lâu trong thế kỷ thứ hai.

Các tổ chức Phật giáo quốc tế như Liên hữu Phật giáo Thế giới (The World Fellowship of Buddhists), Hội đồng Tăng già Phật giáo Thế giới (The World Buddhist Sangha Council, WBSC) và nhiều tổ chức Phật giáo Quốc tế khác đều ra đời trong hai thập niên đó. GHPGVNTN, do đó, là bước phát triển tự nhiên và tự nguyện của Phật giáo Việt Nam phù hợp với dòng chảy của văn minh thế giới trong hậu bán thế kỷ 20. Từ đó đến nay, GHPGVNTN là nơi giữ gìn các giá trị tinh thần, các truyền thống văn hóa, lịch sử hai ngàn năm và sau này của Phật giáo Việt Nam. Dù bụi phủ, dù rêu phong mái nhà GHPGVNTN vẫn là mái nhà chính danh và chính thống của mọi người con Phật Việt Nam. Lịch sử của GHPGVNTN từ khi ra đời tháng Giêng, 1964 cho tới khi Hòa thượng Thích Tuệ Sỹ chính thức đảm nhiệm chức vụ Chánh Thư Ký kiêm Xử lý Thường vụ Viện Tăng Thống đã gần 60 năm với không biết bao nhiêu gian khó. Một cuốn sách hay cả bộ sách dày cũng không viết hết hành trình giáo hội đã đi qua. Sau 1975, ngoài GHPGVNTN, tại Việt Nam còn ra đời một "giáo hội" khác, được đảng CSVN chỉ đạo thành lập năm 1981 và đặt tên là "Giáo Hội Phật giáo Việt Nam" (GHPGVN) với phương châm "Đạo Pháp, Dân Tộc và chủ nghĩa Xã Hội". Với thân phận tầm gửi đó GHPGVN lệ thuộc hoàn toàn vào đảng CS. Nói một cách dễ hiểu, đảng CS còn GHPGVN còn và đảng CS mất GHPGVN sẽ mất.

Lịch sử đạo Phật cho thấy, trong thời đại nào và ở đâu, các hàng tăng sĩ lãnh đạo Phật giáo thỏa hiệp với tầng lớp thống trị, bị lôi cuốn vào vòng lợi danh và quyền lực, lợi dụng nỗi khổ đau bất hạnh của con người, giáo hội Phật giáo đó không còn là đại diện cho đạo từ bi của đức Phật nữa mà đã bị tha hóa thành công cụ của bộ máy cầm quyền.

Tuy nhiên, đạo Phật tại Việt Nam không chỉ gồm một nhóm nhỏ những tu sĩ bị tha hóa. Ẩn mình trong đám mây đen là ánh sáng của vầng dương trí tuệ và che giấu dưới lớp rêu xanh là những viên ngọc từ bi nhẫn nhục. Hàng ngàn, hàng vạn tăng sĩ Phật giáo đang âm thầm chuyên tâm tu tập chờ cơ hội đóng góp thiết thực cho đạo pháp và dân tộc. Hàng ngàn Như Lai Trưởng Tử đang dâng hiến cuộc đời cho Phật giáo Việt Nam và Dân tộc Việt Nam trong nhiều cách khác nhau trên khắp ba miền đất nước. Các bậc tăng tài chân chính đó là những mạch nước đang âm thầm chảy trong lòng dân tộc, khó khăn nhưng vẫn phải chảy để giữ gìn Chánh Pháp của đức Thế Tôn. Họ có thể chưa nghe nhiều về GHPGVNTN hay chưa đứng hẳn về phía GHPGVNTN. Nhưng không sao. Tất cả vẫn còn đó. Một mai khi có điều kiện thuận lợi chư tôn đức tăng ni sẽ gặp nhau trong tinh thần hòa hợp và thanh tịnh tăng đoàn dưới một mái nhà GHPGVNTN.

Đại lão Hòa thượng Thích Quảng Độ, Đệ Ngũ Tăng Thống GHPGVNTN viên tịch ngày 22 tháng 2, 2020. Trong di chúc, ngài ủy thác quyền điều hành Viện Tăng Thống cho Hòa thượng Thích Tuệ Sỹ: "đứng đầu vào vị trí của Viện Tăng Thống bảo đảm tiếp tục sứ mệnh của Giáo Hội Phật Giáo Việt Nam Thống Nhất trong tương lai. Tôi hoàn toàn tin tưởng và ủy thác trọng trách này cũng như trao toàn quyền cho Hòa thượng Tuệ Sỹ điều hành mọi hoạt động của Giáo Hội." (Quyết Định Số T4/QĐ/TT/VTT của Đệ Ngũ Tăng Thống GHPGVNTN).

Tại sao Đại lão Hòa thượng Thích Quảng Độ đặt sinh mệnh của GHPGVNTN trên vai Hòa thượng Tuệ Sỹ mà không giao phó cho ai khác? Phải chăng vì không có một tôn đức nào uyên thâm gần hết các lĩnh vực nội điển và ngoại điển như Hòa thượng Tuệ Sỹ? Phải chăng không có một tôn đức nào khác có tinh thần uy dũng và đức độ được quốc tế và đa số đồng bào Việt Nam kính trọng như Hòa thượng Tuệ Sỹ? Đó là câu hỏi chúng ta thường đọc, thường nghe từ tháng 2, năm 2020 đến nay và cũng là câu trả lời của phần đông chúng ta mỗi khi được hỏi. Thế nhưng, Đại lão Hòa thượng Thích Quảng Độ có thể không nghĩ giống như đa số chúng ta mà đã nghĩ sâu hơn. Tinh hoa và trí tuệ bộc phát trong những ngày tháng cuối đời giúp ngài nhìn lại con đường giáo hội đã đi qua và thấy rõ hơn con đường trước mắt mà đạo Phật Việt Nam phải hướng tới. Ngài trao trọng trách cho Hòa thượng Thích Tuệ Sỹ bởi vì, ngoài cơ sở pháp lý là Hiến chương GHPGVNTN và bên cạnh sự thông minh, uyên bác nhiều lĩnh vực, Hòa thượng Tuệ Sỹ trước hết vẫn là con người văn hóa và có một tầm nhìn rất xa về tương lai Dân tộc và Phật giáo. Là một bậc cao tăng dâng hiến cả cuộc đời cho Đạo pháp và Dân tộc, Đại lão Hòa thượng Thích Quảng Độ biết cuộc vận động chấn hưng Phật giáo từ thập niên 1920 chưa dừng lại mà là một tiến trình liên tục và phải bắt đầu ngay từ nền móng. Nền móng của đạo Phật không gì khác hơn là Tam tạng. Đại lão Hòa thượng ý thức được sự quan trọng của công trình phiên dịch bởi vì chính ngài từng là Tổng Thư ký mang trọng trách điều hành công việc hàng ngày của Hội đồng Phiên dịch Tam Tạng trước 1975.

Nhắc lại: Hội đồng Phiên dịch Tam Tạng được thành lập sau phiên họp ba ngày từ 20 đến 22 tháng 10, 1973. Kết quả, một Ban Phiên dịch được bầu ra. Trưởng ban là Đại lão Hòa thượng Thích Trí Tịnh và Tổng Thư ký là Đại lão Hòa thượng Thích Quảng Độ. Trong số 18 bậc tôn đức thành viên Ban Phiên Dịch có một vị tăng sĩ chỉ mới 28 tuổi. Vị tăng sĩ trẻ đó là Đại đức Thích Tuệ Sỹ. Trong Hội đồng Trưởng lão Viện Tăng Thống, Hội đồng Viện Hóa Đạo, Tổng vụ Hoằng Pháp, Ban Giáo sư Phật khoa của Viện Đại học Vạn Hạnh còn có hàng trăm cao tăng thạc đức xứng đáng được cung thỉnh vào Hội đồng Phiên dịch Tam Tạng. Tuy nhiên Hội đồng đề cử Đại đức Tuệ Sỹ bởi vì Thầy không chỉ là một giáo sư Đại học Vạn Hạnh mà còn đại diện cho tương lai của Phật giáo tại Việt Nam. Đại lão Hòa thượng Thích Quảng Độ tin tưởng rằng dưới sự lãnh đạo của Hòa thượng Tuệ Sỹ một cánh cửa mới sẽ mở ra để GHPGVNTN bước đi cùng thời đại.

Hòa thượng Tuệ Sỹ biết mình thân đang mang trọng bệnh. Khó khăn duy nhất mà Hòa thượng không thể vượt qua là thời gian. Vì không có đủ thời gian để làm hết những điều mình mong muốn nên Hòa thượng ưu tiên hóa những đề án, những công việc phải làm. Hòa thượng cặm cụi ngày đêm soạn thảo từng thông tư, chủ trì nhiều phiên họp, gọi thỉnh mời chư tôn đức tăng ni ở khắp các múi giờ trên thế giới để cùng ngồi lại. Tất cả chỉ vì một mục đích như ngài viết trong Thông Bạch Thỉnh Cử Hội đồng Hoằng pháp: "mang ngọn đèn chánh pháp đến những nơi tăm tối, cho những ai có mắt để thấy, dựng dậy những gì đã sụp đổ, dựng đứng những gì đang nghiêng ngả."

Đúng như niềm mong ước của Đại lão Hòa thượng Thích Quảng Độ, Hòa thượng Tuệ Sỹ đã lãnh đạo và phối hợp chư tăng ni trong và ngoài nước để thành lập nên Hội Đồng Hoằng Pháp vào ngày 10 tháng 05 năm 2021. Hội Đồng Hoằng Pháp "mở ra cánh cửa cho những ai đang tìm kiếm sự an lạc tĩnh lặng của nội tâm; cứu mình, giúp người, xoa dịu và hàn gắn những đổ vỡ chia ly của gia đình, xã hội; góp phần giải quyết những khổ đau triền miên của nhân sinh, kiến lập thế giới hòa bình, nhân ái." Mục đích và chủ trương ngắn gọn như thế nhưng hàm chứa cả một tầm nhìn bao la và sâu xa của Hòa thượng Chánh Thư ký Viện Tăng Thống GHPGVNTN Thích Tuệ Sỹ. Nội dung Phật chất chứa đựng trong Hiến Chương của Giáo Hội Phật Giáo Việt Nam Thống Nhất (tu chính ngày 12.12.1973) hoàn toàn không thay đổi nhưng đưa đến cho mọi người ở mọi nơi bằng những phương tiện nhanh chóng chưa từng có nhờ kết quả của cuộc cách mạng tin học cuối thế kỷ 20.

Trong "thế giới phẳng" ngày nay, khoảng cách không gian và thời gian không còn là những trở ngại mà là những tiện nghi cần được tận dụng. Kết quả thấy rõ, chỉ trong vòng chưa tới hai năm Tạng Thanh Văn 29 cuốn trong Tam Tạng Kinh Điển đã được ấn hành và công bố. Thành tựu đầy khích lệ đó nhờ nhiều yếu tố. Bên cạnh sự hướng dẫn tinh thần của Hòa thượng Thích Tuệ Sỹ và chư tôn đức trưởng lão còn có sự đóng góp của nhiều tăng sĩ, cư sĩ Phật giáo thuộc thế hệ trẻ xuất gia tu học hay thành tài sau 1975 và hành đạo tại nhiều quốc gia trên thế giới. Các bậc tăng tài trẻ đó đến với GHPGVNTN bằng con đường thời đại rộng mở thay vì những lối hẹp không còn thích hợp với kỷ nguyên toàn cầu hóa thông tin.

Kỳ diệu thay! Sau gần nửa thế kỷ ngưng trệ vì nhiều lý do và 16 trong số 18 bậc tôn đức trưởng lão trong Hội Đồng Phiên Dịch Tam Tạng được thành lập năm 1973 đã viên tịch nhưng những lời dạy của Đức Từ Phụ Thích Ca Mâu Ni vẫn tiếp tục chảy vào dòng văn hóa Việt Nam và dòng văn minh nhân loại. Hai vị còn đương tiền là Đại lão Hòa thượng Thích Thanh Từ, nhưng trong tình trạng bất hoạt và Hòa thượng Thích Tuệ Sỹ.

Sáu mươi năm trước, các tôn đức trưởng lão đã ý thức được tầm quan trọng của thế hệ tăng sĩ tương lai khi mời Đại đức Tuệ Sỹ chỉ mới 28 tuổi vào Hội Đồng Phiên Dịch Tam Tạng. Sáu mươi năm sau, Hòa thượng Thích Tuệ Sỹ, Chánh Thư Ký kiêm Xử lý Thường vụ Viện Tăng Thống GHPGVNTN, đã "nối lại và mở rộng con đường của 25 thế kỷ truyền trì đạo lý giải thoát giác ngộ bằng phương tiện và kỹ thuật hiện đại, sao cho những thế hệ tương lai có thể tiếp nhận Phật pháp một cách hiệu quả và thích hợp nhất hầu áp dụng vào cuộc sống đầy biến động và thay đổi từng ngày của ngôi làng thế giới." Kẻ trước người sau nhưng không ai quá trễ để đóng góp vào sự nghiệp hiển dương ánh sáng từ bi và trí tuệ của đức Từ Phụ Thích Ca Mâu Ni. Thời gian và phương tiện khác nhau nhưng cùng một tâm nguyện hoằng pháp độ sanh.

Hòa thượng Chánh Thư Ký Viện Tăng Thống cũng biết việc mở cánh cửa, dựng lối vào cũng chỉ là phương tiện, đào tạo tăng tài để bước vào cánh cửa đó mới chính là mục tiêu quan trọng của GHPGVNTN hôm nay và mai sau. Một mái nhà đẹp bao nhiêu nhưng không được gìn giữ, sửa sang, một ngày cũng dột nát và sụp đổ. Truyền thống nếu không biết phát huy sẽ sớm trở thành một thói quen lạc hậu.

Lá thư "Thư gửi các tăng sinh Thừa Thiên-Huế" của Hòa thượng là lá thư ngắn nhưng được trích dẫn nhiều nhất trong 20 năm qua. Lý do, đó là lời căn dặn chân thành của Hòa thượng đến thế hệ tăng sĩ trẻ. Hòa thượng viết: "Người xuất gia, khi cất bước ra đi, là hướng đến phương trời cao rộng; tâm tính và hình hài không theo thế tục, không buông mình chìu theo mọi giá trị hư dối của thế gian, không cúi đầu khuất phục trước mọi cường quyền bạo lực. Một chút phù danh, một chút thế lợi, một chút an nhàn tự tại; đấy chỉ là những giá trị nhỏ bé, tầm thường và giả ngụy, mà ngay cả người đời nhiều kẻ còn vất bỏ không tiếc nuối để giữ tròn danh tiết. Chớ khoa trương bảo vệ Chánh pháp, mà thực tế chỉ là ôm giữ chùa tháp làm chỗ ẩn núp cho Ma vương, là nơi tụ hội của cặn bã xã hội. Chớ hô hào truyền pháp giảng kinh, thực chất là mượn lời Phật để xu nịnh vua quan, cầu xin một chút ân huệ dư thừa của thế tục, mua danh bán chức. Xưa kia, khi vua chúa bắt sư tăng cúi đầu nhận tước lộc của triều đình để làm tôi tớ cho vương hầu, chư Tổ đã sẵn sàng đặt đầu mình trước gươm bén, giữ vững khí tiết của người xuất gia, bước theo dấu chân vô úy, vô cầu, của các bậc Thánh Đệ tử, được gói gọn trong thanh quy: *Sa môn bất kính vương giả.*"

Tất cả rồi sẽ phôi phai nhưng những lời vàng ngọc đó sẽ là hành trang đầy ắp tình thương và Phật chất để các thế hệ tăng sĩ mang theo trong lý tưởng cứu đời. Một giáo hội, trong trường hợp này là GHPGVNTN, thuận với lòng người, hợp với nhu cầu của đất nước và hướng đi của thời đại, giáo hội đó sẽ tồn tại mãi mãi cùng lịch sử dân tộc. Đại lão Hòa thượng Thích Huyền Quang, Đại Lão Hòa thượng Thích Quảng Độ, Hòa thượng

Thích Tuệ Sỹ là ba bậc tôn đức khai sáng một thời đại mới của Phật giáo Việt Nam. Nhìn lại những năm tháng đầy đau thương, chịu đựng trong lao tù mà các tôn đức phải trải qua thật không khỏi đau lòng. Nhưng dù bao nhiêu đau thương, chịu đựng dòng Suối Từ kỳ diệu vẫn chảy. Mỗi thời kỳ đều có những bậc cao tăng thạc đức đứng ra chèo lái con thuyền đạo pháp. Những chịu đựng hy sinh của các ngài sẽ không rơi vào quên lãng mà đã nở thành những bông Hoa Đàm làm đẹp con đường hoằng dương Chánh Pháp của đức Thế Tôn.

Nhiều người lo lắng, một mai khi các bậc cao tăng thạc đức có liên hệ với GHPGVNTN viên tịch, các thế hệ tăng sĩ và Phật tử sau này sẽ không biết gì về GHPGVNTN. Không đúng. Lịch sử nhân loại đã chứng minh, bạo lực có thể thay đổi một thể chế nhưng không thể xóa đi một nền văn hóa và GHPGVNTN là một phần không thể thiếu của nền văn hóa Việt Nam.

Không một bậc cao tăng thạc đức nào thật sự ra đi. Hành trạng của quý ngài vẫn in dấu sâu đậm trong lòng Dân Tộc và Đạo Pháp. Tác phẩm của các ngài viết, những lời dặn dò của các ngài sẽ còn mãi mãi. Tiếng dương cầm vẫn réo rắt chảy theo dòng Suối Từ Bi.

Đời người "như sương mai, như ánh chớp, mây chiều" nhưng ngọn lửa tin yêu và hy vọng không bao giờ tắt cho đến khi nào dân tộc Việt Nam còn tồn tại trên mặt đất này.

Nguồn hình: hoangphap.org

Vĩnh Hảo

Bước đi của bậc ĐẠI SĨ

Bậc chân tu thực chứng thì bước đi không để lại dấu vết. Có nghĩa là không lưu lại dấu vết hay tì vết gì trong tâm thức và hành xử của mình, như được nói trong kinh *"Tu vô tu tu, chứng vô chứng chứng"*[1]. Tu mà không chấp nơi việc tu của mình mới thật là chân tu; chứng đắc mà không chấp nơi sở đắc của mình mới thật là chứng đắc.

Đó là nói sở tri, sở hành, sở chứng của vị ấy trong việc tu tập, hành đạo; chứ trên thực tế, thân giáo và ngữ giáo của bậc tuệ đức để lại vô số kỳ tích và ấn tượng sâu đậm cho những ai được thân cận, học hỏi, thọ pháp.

Hòa thượng Tuệ Sỹ là một nhà tu, một con người nhẹ nhàng đi qua cuộc đời như thế.

Nhẹ nhàng cả thân và tâm. Thân mảnh khảnh, nhỏ nhắn, nói năng nhã nhặn từ bi nhưng khi cần cất tiếng hống của sư tử thì cả núi rừng và muông chim phải rúng động kinh hãi. Tâm rỗng rang, vô

---
1 Kinh Tứ Thập Nhị Chương.

sự, danh không ham, lợi không màng, nhưng trí tuệ thậm thâm sắc bén như kim cương, đặt nơi đâu là nơi đó bừng khai hoa trái giác ngộ.

Một con người như thế, dù có thể như cánh nhạn qua trời, không hề bận tâm lưu vết tích nào trên đường bay, vẫn tự nhiên gửi lại nhân gian cả một di sản kỳ tuyệt, vô giá.

Di sản ấy là gì?

– Là lòng từ bi đối với người và vật; là lòng khiêm nhẫn đối với kẻ trên người dưới, tận tâm phụng sự, tận tụy giáo hóa không mỏi mệt; có khi vì lợi ích cho số đông, đã an nhiên trải mình trong ngục tối bao năm dài; có khi vì sự hòa hợp của Tăng đoàn, đã phải im lặng, đón nhận bao sự vu hãm, sàm tấu, miệt thị của miệng lưỡi tiểu nhân. Trước vô vàn nghịch duyên, bệnh chướng, chụp phủ xuống thân gầy, vẫn giữ nụ cười từ bi, thương đời, thương người, thương cả những kẻ xấu-ác từng hãm hại, gieo bao tiếng ác cho tự thân. Chướng duyên đeo đuổi con người tài hoa gần như suốt cả cuộc đời, nhưng càng làm lộ hẳn ngọc quý giữa sỏi đá trần gian.

– Là những ấn phẩm văn hóa, văn học qua văn, thơ, tiểu luận; luận tập giảng thuật, chú thích kinh-luật-luận Phật giáo; là bộ Thanh Văn Tạng[2] được Hòa thượng tự thân dịch thuật, chú giải và trực tiếp hướng dẫn cho hàng học trò phiên dịch, ghi chú, được ghi nhận là thành tựu sơ bộ vào đầu năm 2023. Tuy Thanh Văn Tạng I chỉ là một phần nhỏ của công trình phiên dịch chú giải Đại Tạng Kinh Việt Nam, nhưng là nền tảng cho tiến trình phiên dịch toàn bộ Tam Tạng Thánh Điển sang Việt ngữ mà Viện Tăng Thống đã chỉ thị Hội Đồng Phiên Dịch Tam Tạng thực hiện từ năm 1973. Đây là thành tựu to lớn mà chỉ có bậc thông tuệ tài đức như Hòa thượng Tuệ Sỹ mới có thể đảm đương, tái hoạt công trình sau 50 năm bị ngưng trệ vì hoàn cảnh đất nước.

– Là nhân vật cốt lõi và cuối cùng của Giáo Hội Phật Giáo Việt Nam Thống Nhất sau khi Đại lão Hòa thượng Thích Huyền Quang (Đệ tứ Tăng thống) và Đại lão Hòa thượng Thích Quảng Độ (Đệ ngũ Tăng thống) viên tịch. Từ những tháng năm cuối đời, Đại lão Hòa thượng Thích Quảng Độ đã giải tán toàn bộ cơ cấu lưỡng viện của giáo hội vào năm 2018. Đến năm 2019, Hòa thượng Tuệ Sỹ đã được Đại lão Hòa thượng Thích Quảng Độ trân trọng chuyển giao trọng trách xử lý thường vụ, chịu trách nhiệm hoàn toàn trong việc phục hoạt Giáo hội. Sau những năm tháng ngưng hoạt động với muôn vàn khó khăn tưởng chừng không thể dựng lại, vào năm 2020, Giáo hội đã được Hòa thượng Tuệ Sỹ dù với thân bệnh, cố gắng phục hoạt với sự tái lập Hội đồng Giáo phẩm Trung Ương Viện Tăng Thống để từ đây có thể từng bước, hòa hợp Tăng đoàn, củng cố nhân sự, chờ "khi hội đủ điều kiện thuận duyên" triệu tập đại hội bất thường để bầu lại nhân sự mới cho Viện Hóa Đạo[3]. Đây là Phật sự cuối cùng mà Hòa thượng Tuệ Sỹ đã vì sự "duy trì mạng mạch Phật Pháp qua sự lãnh đạo của Viện Tăng Thống", đóng góp cho sự tồn tục của Giáo hội. Từ một cá nhân đơn lẻ còn lại, Hòa thượng thân mang trọng bệnh, đã vì cơ nghiệp của tiền nhân, kêu gọi sự hòa hợp thanh tịnh trong số nhân sự ít ỏi, dựng lại Giáo Hội từ Viện Tăng Thống.

– Là cả một đời chăm lo giáo dục, đào tạo tăng tài. Từ thời ấu niên, Hòa thượng đã hiển lộ thiên tư thông tuệ khác thường. Không qua bằng cấp của trường lớp phổ thông nào ở bậc trung, vào tuổi hai mươi, chú sa-di Tuệ Sỹ đã đứng lớp dạy đại học và các trường cao đẳng Phật học. Nhiều vị tỳ-kheo ngang tuổi hoặc lớn hơn chú sa-di giáo thọ thời đó, đã từng là học trò của Hòa thượng từ các Phật học viện Trung đẳng, Cao đẳng, và đại học Vạn Hạnh. Đặc biệt là thời gian sau khi được phóng thích khỏi nhà tù vào năm 1998, Hòa thượng đã nỗ lực đào tạo những Tăng Ni trẻ, thế hệ 1970, 1980, 1990… tường tận giảng dạy về Phật học và cổ ngữ (Hán, Phạn, Pàli, Tạng), trực tiếp hướng dẫn phương cách nghiên cứu, dịch thuật mang tính hàn lâm quốc tế; ngoài ra còn tài trợ, gửi Tăng Ni đi du học ở Nhật và Mỹ, rồi trong 25 năm cuối đời, Hòa

---

[2] Thanh Văn Tạng Giai đoạn I, Phần I, gồm 29 tập, trong đó Kinh bộ có Trường A-hàm (2 tập và 1 Tổng lục), Trung A-hàm (4 tập và 1 Tổng lục), Tạp A-hàm (3 tập và 1 Tổng lục), Tăng Nhất A-hàm (3 tập và 1 Tổng lục); Luật bộ có Luật Tứ Phần (4 tập và 1 Tổng lục), Luật Tứ Phần Tăng Giới Bổn (1 tập); Luận bộ (5 tập); và Tạp bộ (2 tập). Các Tổng lục đi kèm theo kinh-luật-luận là do Hòa thượng Tuệ Sỹ soạn viết nhằm giảng giải, hướng dẫn phương cách thâm nhập kinh tạng.

[3] Điều 1 và điều 3 trong Quyết Định Ủy thác Quyền Điều hành Viện Tăng Thống của Đệ Ngũ Tăng Thống Giáo Hội Phật Giáo Việt Nam Thống Nhất, ban hành ngày 24 tháng 5 năm 2019. Điều 2 của Quyết Định nêu rõ: "Thỉnh cử Hòa thượng Thích Tuệ Sỹ thay tôi đứng đầu vào vị trí của Viện Tăng Thống, bảo đảm tiếp tục sứ mệnh của Giáo Hội Phật Giáo Việt Nam Thống Nhất trong tương lai. Tôi hoàn toàn tin tưởng và ủy thác trọng trách này cũng như trao toàn quyền cho Hòa thượng Tuệ Sỹ điều hành mọi hoạt động của Giáo Hội."

thượng đã đào tạo và tuyển chọn được trên 10 vị Tăng Ni trẻ xuất sắc, có trình độ Phật học, thông thạo ngoại ngữ, cổ ngữ, mỗi vị hay mỗi tổ nhóm có thể thay Hòa thượng ở một lãnh vực chuyên môn, kế tục đảm đương công trình Phiên dịch Đại Tạng Kinh Việt Nam[4]. Hai sư cô trong số những học trò/đệ tử xuất gia xuất sắc ấy có thể đứng lớp dạy tiếng Phạn và tiếng Tạng, đào tạo các thế hệ sau. Có thể nói, đây là thành tựu vẻ vang của Hòa thượng về mặt Văn hóa Giáo dục.

Thành tựu như thế, đóng góp những công trình to lớn và dài lâu như thế, mà trước khi rời bỏ trần gian mộng huyễn, vẫn không sờn lòng mệt mỏi trước bao chướng duyên nghịch cảnh đã xảy ra trong đời, vẫn tha thiết với chí nguyện hoằng pháp lợi sinh, vẫn trải lòng từ bi với con người và cuộc đời qua lời nguyện ghi lại trong Di chúc: *"Nhục thân đưa đi hỏa táng. Tro bụi nhục thân đem rải ra Thái Bình Dương để được tan theo biển, bốc thành mây trời, lang thang khắp cõi hư không: Hư không hữu tận, Ngã nguyện vô cùng.[5]"*

Trong Di chúc cũng có đoạn dặn dò môn chúng: *"Tang lễ bình thường. Không đọc điếu văn, tiểu sử; không sổ tang, xin miễn phúng điếu, tràng hoa, liễn, đối..."* Có nghĩa là không cần được tổ chức một tang lễ rình rang, đông đảo; không cần được ca tụng tán thán qua các bài điếu văn, thi điếu; không cần ai biết đến nhiều hơn qua tiểu sử; và không cần sự biểu lộ tràng hoa, liễn, đối của vô số người ngưỡng mộ kính vọng. Làm tất cả việc mà không dính mắc, không khoa trương, không cần bất kỳ tưởng lục hay sự tán dương danh vị nào từ trong nẻo đạo hay ở thế tục.

Bước đi như vậy rõ ràng là không cần lưu dấu; nhưng chính là bước đi siêu tuyệt của bậc đại nhân, đại sĩ: không dấu tích mà lại tràn đầy công đức, lợi ích cho dân tộc, đạo pháp và nhân loại nhiều thế kỷ sau. ∎

California, ngày 24 tháng 12 năm 2023

---

4 Quyết Định số 07.VTT/CTK/QĐ ban hành ngày 21.9.2023 của Viện Tăng Thống Giáo Hội Phật Giáo Việt Nam Thống Nhất: Đổi danh xưng Hội Đồng Phiên Dịch Tam Tạng Lâm Thời thành Ủy Ban Phiên Dịch Trung Ương, đồng thời thành lập Tiểu Ban Phiên Dịch Chuyên Trách gồm nhiều Tăng Ni trẻ xuất sắc thế hệ mới.

5 Điều 5 trong Di chúc 7 điều của Hòa thượng Tuệ Sỹ, ký ngày 19 tháng 9 năm 2023.

Tâm Nhãn

"À bout de chagrin enfumés, je revis"

Mùa Vu lan, tưởng nhớ người thầy khả kính: Thích Tuệ Sỹ

Tựa đề trên tôi lấy từ tập thơ *Những điệp khúc cho dương cầm* của thầy Tuệ Sỹ. Bản tiếng Pháp do bà Dominique de Miscault dịch.

À bout de chagrin enfumés, je revis
C'est toujour L'Amour des mes songes
Innommable dès l'Origine
Comme l'éclat d'une fleur de pécher dans l'océan
Mes ailes sont lasses des cacophonies
Je tends les bras vers les étoiles.
(Ta sống lại trên nỗi buồn ám khói,
Vẫn yêu người từ khoảnh khắc chiêm bao.
Từ nguyên sơ đã một lời không nói,
Như trùng dương ngưng tụ ánh hoa đào.
Nghe khúc điệu rộn ràng đôi cánh mỏi,
Vì yêu người ta với bắt trời sao).

Tập thơ song ngữ Pháp-Việt: *Những điệp khúc cho dương cầm*, thầy Tuệ Sỹ tặng cho tôi vào năm 2009. Tập thơ 49 trang, 23 bài, khổ thơ dài ngắn khác nhau. Thời ấy, tôi chỉ "thưởng lãm" những dòng thơ Việt và sơ hốt với bản dịch tiếng Pháp, do không biết gì về ngôn ngữ này, cho nên cũng không để ý đến người dịch qua Pháp văn là ai.

Cho đến nay, sau 15 năm, đọc lại những dòng thơ của bà Dominique chuyển ngữ, quá cảm mến mà tìm hiểu, được biết bà đến Việt Nam từ năm 1992. Dominique là một họa sĩ, nhà điêu khắc, nghệ sĩ... Bà có nhiều cuộc triển lãm khắp nước Pháp và nhiều nước trên thế giới. Từ năm 1995, tại Pháp, Dominique đã có 12 cuộc triển lãm với những chủ đề rất đáng chú ý về cuộc sống, văn hóa người Việt v.v. Bà Dominique làm việc cho Hội Hữu nghị Việt – Pháp, biên tập chính của tờ tạp chí *"Perspective France-Vietnam"* v.v...

Theo như trong lời Tựa tập thơ *Những điệp khúc cho dương cầm* (Refrains pour piano), bà viết:

"Đó là một cuộc gặp gỡ tuyệt vời mà tôi may mắn diện kiến Tuệ Sỹ với những người thân của ông từ mùa xuân 2003.

Ce soir, je reviens
Tu es ocre
Comme la poussière de la route
La lueur de la lune est flétrie
Pourquoi attends-tu, mon bien-aimé
Que la mousse noircisse dans la nuit ?

Chúng tôi đã học cách bộc lộ bản thân một chút, trao đổi thế giới của mình, diễn đạt những cảm xúc, đồng thời cũng là những giao tình thân thiết. Xin thứ lỗi, tôi không phải là một Phật tử cũng không phải nhà tu hành, lại không rành tiếng Việt, nhưng những bài thơ Tuệ Sỹ chúng tôi vẫn có thể hiểu ở cái xứ châu Âu già cỗi của chúng tôi! Đó chẳng phải là sự biểu hiện của những trống không mà các nhà thần bí nổi tiếng nhất trải nghiệm đó sao? Kinh nghiệm phiêu du trong bóng đêm và tĩnh lặng, cũng như những 'tâm hồn' khắc khoải, vô vọng truy tầm lời giải đáp cho những hy sinh, dù tự nguyện hay cưỡng chế…"

Bà ký tên: *Dominique, Ho Chi Minh Ville, le 19 novembre 2008.*

Tập thơ được ấn hành năm 2008, đến năm 2009 (ngày 27/09), tại khách sạn Legend, Sài Gòn, chính thức tổ chức một buổi tọa đàm ra mắt tập thơ, với sự hiện diện của bà và thầy Tuệ Sỹ.

Mười lăm năm sau, giờ tôi mới cảm nhận được nỗi niềm của bà, dường như bà hiểu được nội tâm của thầy Tuệ Sỹ hơn ai hết qua văn tự thơ ca, mặc dầu bà viết rất khiêm tốn:

J'ai essayé et tenté d'en saisir le fond grâce aux images et à l'espace où vit Tue Sy que je connais et qui m'ont été d'une grande aide. J'ai choisi les mots et les images les plus simples en réduisant et asséchant au maximum le terrain poétique afin d'évoquer l'aventure mystique du moine fatigué de sa vie de recherches vaines.

(Tôi cố gắng nắm bắt nội dung qua những hình ảnh, và không gian sống của Tuệ Sỹ như tôi được trông thấy và đã khai thị cho tôi. Tôi chọn những từ ngữ và ảnh tượng đơn giản nhất, đã giản lược và tát cạn tối đa thi pháp để tập trung vào cuộc phiêu lưu thần bí của nhà sư mệt mỏi bởi đời sống và những truy tầm vô vọng của ông).

"Ta sống lại trên nỗi buồn ám khói", khi chúng ta đọc qua bản dịch của bà Dominique: *À bout de chagrin enfumés, je revis* (Ở cuối nỗi buồn khói thuốc, tôi sống lại), cảm nhận riêng tôi, rất hay và hùng hồn. Bà đã thay mặt tiếng đập của con tim thời đại mà thâm nhập vào dòng thơ của thầy. "Nghe khúc điệu rộn ràng đôi cánh mỏi" – *Mes ailes sont lasses des cacophonies*; bà là một người Pháp khi bà viết tiếng Pháp, là tiếng mẹ đẻ của chính mình thì không có gì lạ và khó, nhưng bà dùng từ "cacophonie" để truyền tải từ ngữ "điệp khúc rộn ràng", chỉ có một sự cảm thông thiêng liêng từ đáy lòng của bà mới có thể biểu hiện ngữ ngôn tương thích với cường độ, sắc thái của nhà

Thầy Tuệ Sỹ đàn trong buổi trà đàm giới thiệu tập thơ 'Những điệp khúc cho dương cầm'.

thơ, làm người đọc cảm thấy những âm vang sâu lắng, mong manh trong yên lặng – "khiến người ngồi đó cũng ngơ ngẩn sầu".

Bài thơ trên, là bài thứ 22, ở trang 47 theo bản gốc. Hiện nay, một số trang văn đàn trên mạng điện toán, tôi thấy bài thơ này có bản dịch Pháp văn khác xa với bản gốc:

Sur mes chagrins enfumés, je revis
'Amour des hommes à chaque instant de mes songes
Dès l'origine la parole a été retenue
Comme l'océan retient le reflet du printemps en fleur
Des refrains animent mes ailes épuisées
Pour l'Homme, j'ouvre mes mains au firmament étoilé.

Riêng tôi, vẫn thấy cách dịch của bà Dominique là kỳ tuyệt, bà không theo phong cách: dịch chữ nào nghĩa nấy, mà bà chọn cách dịch thoát ý, thoát ý mà tinh xác, linh động và gợi cảm!

"Trông lên cao hề!
Sống ư, chết ư?
Thấp thoáng hạc gầy nơi của Phật.
Nhìn lại gần hề!
Răn chăng, dạy chăng?
Ngậm ngùi giọng cũ lúc hoàng hôn."

Đã nhiều năm trôi qua, thầy trò không còn an cư chung, vào những đêm có trăng trong mùa Hạ, luôn gợi lại trong lòng tôi những kỷ niệm thầy trò ngồi uống trà dưới ánh trăng đàm đạo. Mùa an cư năm nay, nhớ đến thầy, thầy đã động viên cho tôi tiếp tục con đường nghiệp học, biết thêm một ngôn ngữ đều chính nhờ ơn thầy. Trước khi thầy đi xa, thầy vẫn dạy thị giả luôn hỏi han chuyện học của tôi. Ân sư ân tựa như núi của người dạy dỗ, nợ này tôi khó trả. Nợ cũ tôi chưa trả xong thì tôi lại thọ nhận thêm "nợ" mới.

Mượn văn tự để tỏ lòng và cảm ơn dịch giả Pháp ngữ Dominique de Miscault. Bà đã đem nỗi niềm của một nhà thơ lớn trong Phật giáo Việt Nam cho người Pháp hiểu thêm về nền thơ ca này: Tiếng dương cầm hay sự im lặng như là môi giới giữa hai lục địa của chúng ta... (*le piano ou le silence comme médium entre nos deux continents...*). Những điệp khúc cho dương cầm đối với bà là một sự nhẹ nhàng và tuyệt đối trong cuộc sống (*la légèreté absolue de la vie*). ∎

Mùa an cư năm Giáp Thìn (2024),
xứ trời Châu âu.

THĂM LẠI NÚI RỪNG XƯA

Phố Đồng
Viết tặng Thầy Tuệ Sỹ

Anh về thăm lại núi rừng xưa
Ráng nắng mai hồng lá thoáng đưa
Vành nón che nghiêng hương sắc nửa
Sương mờ vương đất gió man man.

Tìm luống đất xưa cà chớm nụ
Cải xanh vàng vọt ánh tà dương
Am rách gió mưa theo gió chướng
Thân gầy che chắn nỗi niềm riêng.

Tìm phiến đá mòn phơi nẻo vắng
Chạnh lòng Lã Vọng suối buông câu
Buồn dâng con nước xuôi đôi ngả
Ánh mắt chưa tan một mối sầu.

Thương người thương cả cuộc tang thương
Nắng sớm chiều mưa lại đổi thay
Thì nay xin gởi về thiên cổ
Một tiếng cười vang lạnh gió bay.

Vạn Giã 4/9/06 AL
Phố Đồng (Thích Đức Thắng)

Nguyên Đạo

RỪNG THIỀN VÀ CỔ THỤ

Những ký ức vụn của một học trò về vị Thầy khả kính

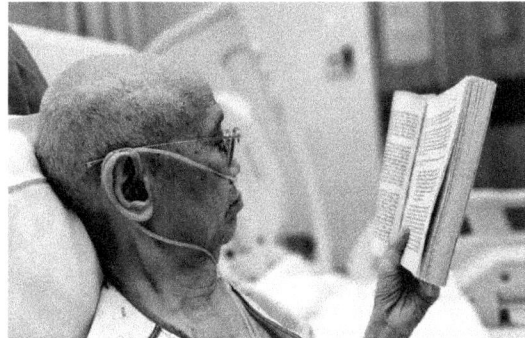

Hình: Thầy Tuệ Sỹ đọc Kỷ Yếu trên giường bệnh

[...] Rừng thiêng luôn luôn cũng là hình ảnh đáng kinh sợ cho loại người mà tâm tư vốn thấp kém, bị trùm kín trong ước muốn thấp hèn, bị trói buộc, bưng kín bởi cái thấy, cái nghe thiển cận. Bóng Người thấp thoáng đỉnh cao; nhưng, mây dày phủ kín, biết đâu mà tìm. Những tàn cổ thụ như vậy, trải qua biết bao nhiêu đời, đã là biểu tượng tôn nghiêm cho rừng Thiền Việt nam. Tuy cũng có nhiều khi nước lũ cuốn theo rác bẩn tanh hôi từ nguồn cao cuồn cuộn đổ xuống tàn phá. Lớp cây con bị bật rễ, bị gãy ngang; cổ thụ vẫn đứng sừng không hề uốn mình rạp xuống dưới sức ép hung tợn của giông bão. Người ta tưởng cổ thụ đã trụi lá trơ cành, chỉ chờ đợi khắc khoải trong bóng điêu tàn để khô héo dần rồi ngã gục; để cho rừng già thành bãi hoang chen chúc cỏ dại, cửa Thiền thành cửa chợ tấp nập bọn giáo đồng: "Sơn hữu kiều tùng, thấp hữu du long. Bất kiến tử sung, nãi kiến giảo đồng¹ [Kinh Thi]".

[Tuệ Sỹ: *Cổ Thụ Trong Rừng Thiền*].

[1]

Lời Thầy vẫn còn vang vọng đâu đây. Thầy luôn nhắc nhở rằng phải cảnh giác với "bọn giáo đồng"

---

1 山有喬松，隰有游龍。不見子充，乃見狡童。Núi có cây cao vọi. Đầm có rồng lội chơi. Không thấy người cao quý xuất chúng. Chỉ thấy bọn con nít ranh, khôn lỏi.

– những kẻ gian xảo, khôn lỏi, luôn xuất hiện trong mọi thời đại. Thầy thường dạy chúng con nếp sống lục hòa để cùng làm việc đạo bên nhau, dạy phải biết tiếp cận, gần gũi những thiện tri thức khắp nơi, những người có đạo đức và trí tuệ để từ đó mà trưởng thành. Chính nhờ uy tín và đức độ của Thầy, những anh em cư sĩ ở hải ngoại chúng con đã đồng lòng hoàn thành tuyển tập "Tri Ân Hòa Thượng Thích Tuệ Sỹ" trong thời gian kỷ lục hơn ba tuần lễ, từ việc viết bài đến in ấn. Sách đã gửi kịp về Việt Nam để dâng lên Thầy đọc trước khi Thầy viên tịch, như một lời tri ân sâu sắc từ những người học trò và tứ chúng khắp nơi đến vị Thầy yêu kính.

[2]

Con vẫn nhớ như in, ngày Thầy ra đi, một khoảnh khắc không bao giờ quên được. Vào sáng ngày 24/11/2023, một người bạn mà con nhiều lần gặp gỡ khi về tu tập ở Bồ Đề Đạo Tràng đã báo tin rằng vừa mới nghe tin Thầy đã viên tịch. Bạn hỏi con tin đó có chính xác không? Con biết rằng mấy ngày trước, Thầy đã cảm thấy thân tứ đại sắp tan rã, nên không muốn ở bệnh viện nữa mà quyết định về chùa Phật Ân để sống những ngày cuối cùng trong cảnh Già lam thanh tịnh trước khi về với Phật. Con vẫn chưa tin hẳn, nên đáp rằng hãy chờ xem, cũng có thể chỉ là tin đồn thất thiệt. Nhưng chỉ 10 phút sau, con nhận được tin nhắn từ anh Đỗ Hồng Ngọc báo rằng Thầy đã thực sự ra đi. Thật buồn cười là trước đây, mỗi lần muốn biết tin tức gì về Thầy, anh Ngọc đều thường hỏi con. Hoảng hốt, con lập tức nhắn tin thầy Hạnh Viên để mong được xác minh chính thức, nhưng không nhận được hồi âm. Con lại vội nhắn cho Hòa Thượng Như Điển và Thượng Tọa Nguyên Tạng, hai vị đang trên đường hoằng pháp tại Nhật, để nhờ liên lạc về Việt Nam hỏi lại. Chỉ khoảng 20 phút sau, thầy Nguyên Tạng, sau khi liên lạc được với VN đã trả lời và xác nhận tin Thầy đã viên tịch. Khi nghe tin, con bủn rủn cả tay chân, dù biết trước rằng ngày này sẽ đến nay mai, sau thời gian dài Thầy điều trị ở bệnh viện Quốc Tế ở Thủ Đức.

May mắn thay, hai anh Đỗ Hồng Ngọc và Cao Huy Thuần đã nhanh chóng liên lạc, chia sẻ và động viên con. Chắc hẳn hai anh đã cảm nhận được sự hụt hẫng mà con phải trải qua khi nhận hung tin này. Các anh đã viết những lời quá sâu sắc trong Email:

*24. Nov. 2023, at 22:44, CHT viết:
Tuệ Sỹ mất rồi!
Ta mất Tuệ Sỹ rồi!

THE DALAI LAMA

MESSAGE

I am sorry to learn that the Most Venerable Thich Tue Sy recently passed away at the age of 81. I pray for him and offer my condolences to his spiritual brothers and sisters, as well as his many followers.

I understand that the Most Venerable Thich Tue Sy devoted himself to the service of others. Although he is no longer with us, we can take comfort in the fact that he lived a meaningful life.

The best way his followers can pay tribute to him will be to follow the example he set of dedicating himself to the service of others.

With my prayers,

30 November 2023

*25. Nov. 2023, à 10:05, Ngọc Do viết:
Anh Cao Huy ơi,
Tuệ Sỹ viên tịch
Trời mưa rả rích
Thanksgiving Day
Israel - Hamas
Ngưng ngay tiếng súng
Trao trả con tin…
Do Hong Ngoc

* 25. Nov. 2023 at 19:08:11, CHT viết:
To: Ngoc Do - Subject: Re: Ôi
Nắng chiều còn chút này đây
Vô thường cũng đã biến ngày thành đêm
Nhờ anh gửi mấy chữ trên đây cho Văn Công Tuấn, tôi mất địa chỉ trên máy.
Cht.
Envoyé de mon iPad

[3]

Lại nhắc về *Kỷ Yếu Tri Ân Hòa Thượng Thích Tuệ Sỹ*. Theo lời kể của nhà văn Trần Trung Đạo, trong thời gian ra mắt Kỷ Yếu và Thầy Tuệ Sỹ viên tịch, một đoàn hành hương của Tăng Ni và Phật tử Việt Nam từ Hoa Kỳ đến Dharamsala đảnh lễ Đức Đạt Lai Lạt Ma thứ 14. Hành trình nhiều ngày dài liên lục địa, các thành viên trong đoàn đến nơi an toàn nhưng hành lý - trong đó có những tịnh vật đã chuẩn bị dâng cúng Ngài đều ở trong các kiện hàng đi lạc. Nhanh ý, quý thầy đã mang cuốn sách này dâng cúng dường Ngài.

Cầm sách trên tay, dù không hiểu chữ Việt, Đức Đạt Lai Lạt Ma 14 đã vô cùng xúc động và chân thành đón nhận món quà sách và cầu nguyện.

Hình ảnh này thật chẳng khác gì ý nghĩa hình ảnh hai vị đạo sư ngồi bên nhau trên cùng một Pháp tòa của Kinh Diệu Pháp Liên Hoa.

Sự kiện này cũng đã được nhà văn Trần Trung Đạo miêu tả qua bài viết ngắn trên FB *"Cuối cùng sông núi gặp nhau"*, ám chỉ sự gặp gỡ tâm linh thiêng liêng giữa hai bậc đại tăng của hai nền Phật giáo lớn. Đoạn văn của Trần Trung Đạo còn nêu rõ những điểm tương đồng trong cuộc đời của hai đạo sư này: *"Một người lưu vong trên đất khách suốt 64 năm chưa trở về, còn một người bị lưu vong trên chính quê hương mình với án tử hình, 17 năm tù đày và ba lần bị quản thúc. Cả hai đều đã trải qua những thử thách và khó khăn trong hành trình cuộc đời"*.

Sau đó, Đức Đạt Lai Lạt Ma đã gửi một Bức Điện thư Phân ưu đến Giáo hội Phật giáo Việt Nam Thống nhất (GHPGVNTN), bày tỏ lòng kính trọng và chia buồn sâu sắc với sự ra đi của Thầy Tuệ Sỹ. Ngài nhắc nhở rằng cuộc đời của Thầy là một hành trình đầy ý nghĩa, và cách tốt nhất để tôn vinh Thầy là tiếp nối những giá trị mà Thầy đã để lại.

ĐẠT LAI LẠT MA
Điện thư Phân Ưu

Tôi rất đau buồn khi được biết Trưởng lão Hòa thượng Thích Tuệ Sỹ vừa viên tịch ở tuổi 81.

Tôi xin dâng lời cầu nguyện cho Cố Hoà Thượng và gửi lời chia buồn đến chư Huynh Đệ Pháp Lữ của Cố Hoà Thượng cũng như đông đảo Phật Tử của Ngài.

Tôi được biết rằng Cố Trưởng lão Hoà Thượng đã tận tuỵ cống hiến hết mình để phụng sự tha

Trần Đăng Thành

THẦY TUỆ SỸ TRONG DÒNG CHẢY SINH-MỆNH CỦA VĂN-HÓA VIỆT NAM

(Phiếm-luận)

1. Về sự xây-dựng

Tôi muốn mở đầu bài phiếm-luận ngắn này với tác-phẩm – đúng ra là dịch-phẩm – "Triết-học Tây-phương hiện-đại" mà Thầy Tuệ Sỹ đã dịch của J. M. Bochenski, trong những ngày Thầy còn trẻ tuổi. Dịch-phẩm này được nxb Ca Dao ấn hành năm 1969 tại Saigon và cho đến nay, trong mắt tôi, nó là một trong những bản văn về triết-học có chất-lượng nhất trong vũ-trụ học-thuật Việt-ngữ, theo cả hai nghĩa: i) sự chuẩn-xác và minh-bạch của các lập-luận triết-học được trình bày trong bản văn này và ii) một thứ cú-pháp Việt-ngữ mạch-lạc tinh-ròng với một ý-thức cao-độ về việc xây-dựng ngữ-pháp Việt Nam và cả những tân-danh (thuật-ngữ mới) được Thầy tạo ra một cách tế-nhị hài-hòa trong ý-thức tôn-trọng cái lõi của ngữ-pháp Việt Nam và sự sử-dụng hợp-lý các tiếng-từ vay mượn từ China-ngữ, (mà một số người vẫn thường hay gọi một cách chưa hợp-lý là các '*từ Hán-Việt').

Cho đến ngày nay, dịch-phẩm này vẫn còn được những người thực-sự học triết trên toàn cõi Việt Nam âm thầm tìm đọc và học hỏi, dẫu rằng

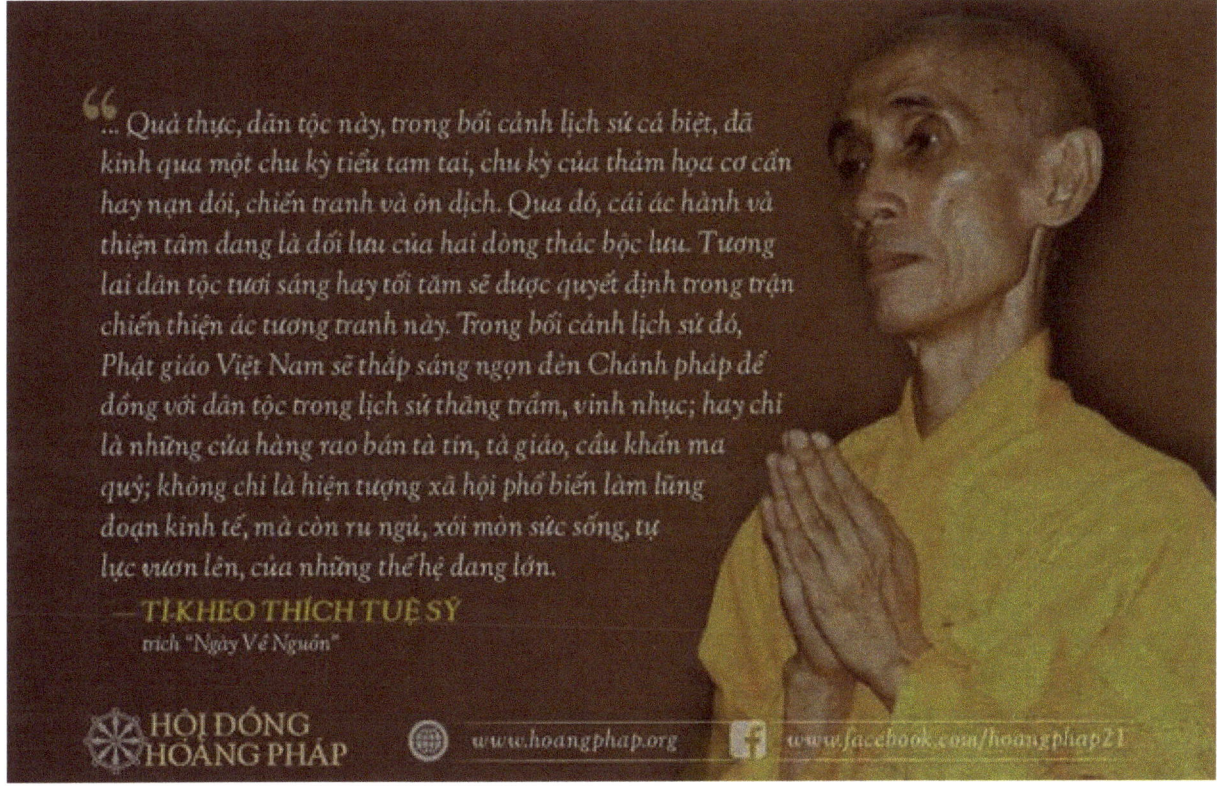

từ ngày xuất thế cho đến nay nó vẫn chưa một lần được in lại.

Nếu chúng ta muốn nhấn mạnh đến cái gọi là vai-trò thì trong mắt chúng tôi, dịch-phẩm 'Triết-học Tây-phương hiện-đại' của Tuệ Sỹ sẽ là một trong những viên gạch nền móng để xây dựng tòa nhà triết-học Việt Nam và, sự hiện-sinh của bản văn này cho đến ngày hôm nay đã tự nó là một minh-chứng cho nhận-định mà chúng tôi vừa nêu ở phần ngay trước trong chính câu viết đang hiển thị ở đây.

---

nhân. Mặc dù Ngài không còn ở bên cạnh chúng ta nữa; nhưng chúng ta cũng cảm thấy được an ủi rằng Cố Trưởng lão Hoà Thượng đã sống một cuộc đời đầy ý nghĩa.

Cách tốt nhất mà các môn đệ của Cố Trưởng Lão Hoà Thượng có thể bày tỏ lòng kính trọng đối với Ngài ấy là noi theo tấm gương của Ngài ấy đã cống hiến hết mình để phụng sự tha nhân.

Với những lời cầu nguyện chân thành!

Đạt Lai Lạt Ma – 30.11.2023

2. i. Về sở-học bao-la

Trong một bài viết ngắn của Gs. Trần Ngọc Ninh, được gửi cho hội-thảo 'Phật giáo trong thời đại mới: 'Cơ-hội và thách-thức' do GS. Lê Mạnh Thát chủ trì cách nay khoảng mười năm, chúng tôi đọc thấy một khúc tiếng-từ ngắn: "không những là hiểu giáo lý như TT. Tuệ Sỹ…". Chúng tôi hiểu rằng đây là một lời khen ngợi từ kim khẩu của một bậc Thầy dành cho một bậc Thầy; những người đã cùng đứng với nhau trong hàng-ngũ giảng-sư của một thời Viện Đại-học Vạn Hạnh, và tôi muốn gõ ngay xuống đây để hiện thành khúc 'vang danh bốn bể' khi nghĩ về bộ Tư Tưởng đồ-sộ với một vũ-trụ văn-hiến và những con người, những tinh-hoa của một dải đất hình chữ S mà không biết đến khi nào chúng ta mới có thể thấy lại, được chiêm ngưỡng phong-vận bình-dị siêu-phàm của chư-vị, như Thầy Tuệ Sỹ, như triết-gia Phạm Công Thiện, như Ni-sư Trí Hải, như Gs. Trần Ngọc Ninh… Chúng tôi xin chịu ngay cái lỗi rằng đã không thể kể hết tên các vị, những thiện-tri-thức bậc thầy trong những ngày tháng huy-hoàng ấy.

Sự-kiện Hòa-thượng Nhất Hạnh xác nhận về sở-học bao-la của Thầy Tuệ Sỹ đã được một tác-giả nhắc lại trong 'Kỷ-yếu tri-ân' Thầy Tuệ Sỹ, nên ở đây chúng tôi không nhắc lại để tiết kiệm thì-giờ quý báu của quý độc-giả.

Với sự xúc-động đang vần vũ trong tâm-trí, chúng tôi nghĩ ngay đến một trong những dòng Kinh: "Một chúng-sinh duy-nhứt / Một con người phi-thường …"

2.ii. Về huyền-thoại

Trong 'Huyền-thoại Duy-ma-cật', một áng văn-chương tuyệt vời mang phong-vận siêu-phàm của một khối kiến-văn đã đến lúc chín muồi, trôi chảy hài-hòa với một nội-lực tri-kiến thâm-hậu đến mức mỗi dòng được viết ra, đâu đâu cũng là châu ngọc; Thầy Tuệ Sỹ có viết đại-ý rằng những huyền-thoại là những dạng-hình tiêu-biểu được xây dựng ngay trên hay y-cứ trên những con người thực có. Những huyền-thoại phải thực có, nếu không thì thế-gian này đã thành một cõi đêm đen địa-ngục với đầy ma-quái. Điều này là một điều xác-quyết và chính lịch-sử đầy huyết-lệ của mấy nghìn năm nhân-loại sẽ là chứng-lý. 'Huyền' trong 'huyền-thoại' có thể được xem là một tiếng-từ đóng vai-trò cận-từ cho tiếng-từ 'thoại' vừa có những nét N|danh-từ lại vừa có những nét V|verb|diễn-thuật-từ, nó có vai-trò bổ trợ và phụ-thích về ý-nghĩa cho tiếng-từ 'thoại'. 'Huyền' có thể là u-huyền, có thể là huyền-nhiệm, mà cũng có thể là 'huyền chi hựu huyền'. Phạm Công Thiện khi giảng về danh-từ 'huyền-thoại' cũng như từ-nguyên-học của tiếng-từ này đã có lúc gọi nó là 'huyễn-thoại'. Do vậy, đến một lúc nào đó, tiếng-từ 'huyền' có thể đứng riêng thành một tiếng-từ độc-lập mà không cần phải nối kết với tiếng-từ 'thoại' bằng một cái dấu vạch nối (-) như chúng tôi đang trình hiện nó trong bản phiếm-luận này. Bản-ý sâu-xa của Thầy Tuệ Sỹ khi lựa chọn nhan-đề cho tác-phẩm rồi sẽ là một trong những điển-phạm của nền học-thuật Việt Nam có lẽ cũng là như vậy, như cái cách Thầy đã giảng. Do vậy, về nhan-đề của tác-phẩm, nay chúng tôi xin được trân-trọng viết là 'Huyền thoại Duy-ma-cật' để tiết kiệm bớt một cái dấu vạch nối.

Duy-ma-cật là một con người thực có, với tài-lực, thế-trí, biện-tài và một nhân-cách phi-thường, trong suốt chiều dài lịch-sử văn-minh nhân-loại. Huyền-thoại Duy-ma-cật là một mẫu-hình lý-tưởng mà những người cư-sĩ có thể đời đời hướng để tự định hướng cho dòng sinh-mệnh của chính mình trong chuỗi trầm-luân vô-tận trong ba cõi.

Thầy Tuệ Sỹ đã là một con người thực có, với tất-

CÚNG DƯỜNG TAM BẢO

NHÂN TIỂU TƯỜNG CỐ TRƯỞNG LÃO HÒA THƯỢNG thượng TUỆ hạ SỸ

Hội Đồng Hoằng Pháp GHPGVNTN phát hành vào quý IV/2024

THANH VĂN TẠNG ĐỢT 2 ĐẠI TẠNG KINH VIỆT NAM

(gồm 9 tác phẩm Kinh-Luật-Luận)

Kinh bộ XIII: BIỆT DỊCH TẠP A-HÀM, Q.1
Kinh bộ XIV: BIỆT DỊCH TẠP A-HÀM, Q.2

Luật bộ VI: LUẬT NGŨ PHẦN Q.1
Luật bộ VII: LUẬT NGŨ PHẦN Q.2
Luật bộ VIII: LUẬT NGŨ PHẦN Q.3
Luật bộ IX: CĂN BẢN THUYẾT NHẤT THIẾT HỮU BỘ - TÌ-NẠI-DA DƯỢC SỰ

Luận bộ VI: A-TÌ-ĐẠT-MA THỨC THÂN TÚC LUẬN
Luận bộ VII: A-TÌ-ĐẠT-MA THI THIẾT TÚC LUẬN; A-TÌ-ĐẠT-MA GIỚI THÂN TÚC LUẬN; CÂU-XÁ LUẬN THẬT NGHĨA SỚ
Luận bộ VIII: A-TÌ-ĐẠT-MA PHẨM LOẠI TÚC LUẬN

cả những sự trác-việt mà những người có lòng đều công nhận. Thầy đã xả bỏ thân tứ-đại, Tuệ Sỹ sẽ thành một huyền-thoại và phải thành một huyền-thoại. Điều này là một sự-kiện, là một sự thực; thực đến nỗi những lời gièm-pha cũng chỉ như những hạt vi-trần không bao-giờ có đủ thời-gian để bám trên một khối vàng ròng hay một khối kim-cương.

3. Về di-sản

Thanh-văn-tạng sẽ là một di-sản lớn-lao mà GHPGVNTN với sự đại-diện của Thầy Tuệ Sỹ đã để lại không những cho Phật-giáo Việt Nam mà còn hơn thế nữa, cho nền văn-hóa văn-minh Việt Nam. Điều này là một sự-kiện rồi sẽ đi vào lịch-sử và tôi đang nói về thời vị-lai, rồi cái thời chưa tới sẽ chứng minh cho điều mà ngày hôm nay tôi và nhiều vị nữa đều suy nghĩ.

Chúng tôi mong sao Thanh-văn-tạng có thể đi vào đời sống, làm chất-liệu nuôi dưỡng cho phẩm-cách và sinh-mệnh của quốc-dân Việt Nam, cho nền học-thuật Việt Nam. Chúng tôi tin rằng, điều này cũng là một ước-nguyện cháy bỏng của những con người hữu-học hữu-tâm còn quan hoài đến vận-mệnh của nước Việt; cho dù là những nước Việt Nam đang ở ngoài nước Việt Nam.

Ước-vọng về một Đại-tạng-kinh Việt-ngữ là một ước-vọng mà chắc hẳn tất-cả những vị muốn nối chí thầy đều muốn thực hiện… Và, ngày mà Đại-tạng-kinh Việt-ngữ hiện thành, chúng tôi tin rằng ngày ấy sẽ phải tới.

4. Về ngữ-lý-học

Nhân đây, chúng tôi cũng muốn giới thiệu đến tất-cả học-giới về ngữ-lý-học*ngôn-ngữ-học và nhất là các bạn trẻ đang học về ngữ-lý-học; toàn-bộ các trước-tác của Thầy Tuệ Sỹ là một mỏ quặng vô-cùng lớn, một khối corpus khổng-lồ, một vũ-trụ ngôn-ngữ mà nếu chịu khó tìm cầu, quí-vị có thể tìm thấy được nhiều thứ để làm hành-trang cho mình trong lĩnh-vực ngữ-lý, ít ra có thể là dăm ba đề-tài để làm Tiến-sĩ ngữ-lý-học dầu là trong nước hay ngoài nước. Tôi viết dòng này với sự xác-chứng là một chút sở-học nhỏ-nhoi bé-mọn của chính mình về lãnh-vực ngữ-lý và tôi tin vào điều mình đã viết ra.

Thưa chư-vị, cái giỏi nhất của những bậc Thầy, trước-tiên và đầu-tiên, là ngôn-ngữ. Không phải ngẫu-nhiên mà Thầy Tuệ Sỹ đã viết một tiểu-luận nhan-đề 'Cơ-cấu ngôn-ngữ của Michel Foucault' trên tạp-chí Tư Tưởng, thực ra nó là vấn-đề mà Thầy thường-trực quan-tâm với tác-phẩm trọng-yếu là 'Triết-học về tánh Không'. Những biến-cố và sự nguy-nan của thời-thế đã không cho phép Thầy quay lại để khai-triển tác-phẩm này thành một kinh-điển dày-dặn hơn; với tôi, đây là một sự mất-mát lớn của ngôn-ngữ Việt Nam và nền học-thuật Việt Nam.

Chúng ta hãy thử đọc một đoạn ngắn mà Thầy đã viết cho bản dịch thơ Hoàng Cầm sang Pháp-ngữ: "Mỗi từ-ngữ là một cá-thể trong thiên-nhiên và xã-hội, mà ngữ-pháp của nhiều loại-hình ngôn-ngữ phân phối vị-trí của chúng theo quan-hệ chức-năng được qui-ước bằng các dấu-hiệu và những biến-đổi hình-thái tùy theo ý-tưởng cần được diễn đạt. Tiếng Pháp là một trong những loại-hình đó. Mối quan-hệ chức-năng này không có qui-ước cố-định trong tiếng Việt. Từ này đứng cạnh từ khác, như những cá-thể trong thiên-nhiên không biến-đổi hình-thái theo chức-năng quan-hệ. Trong chuỗi từ-ngữ Pháp nếu xóa đi những dấu-hiệu quan-hệ chức-năng và những biến-đổi hình-thái cần-thiết, từ đó không xuất hiện một thế-giới nào của tạo-vật, của con người hay của cây cỏ, sỏi đá. Những từ-ngữ Việt đứng cạnh nhau như những viên sỏi vô-tri, tuy vậy, từ đó xuất hiện một hay nhiều thế-giới, từ siêu-hình đến hiện-thực".

Nó là gì: ngôn-ngữ, thi-ca, dịch-thuật, sự tri-nhận, các diễn-trình cảm-ngộ thi-ca…?

Ngôn bất tận ý …

5. Ngày hôm qua – 231229-fri –

lần đầu-tiên chúng tôi được đọc nguyên-bản thi-phẩm 'Tống biệt hành' của thi-sĩ Thâm Tâm, mới biết rằng không phải là 'Ta biết *người* buồn sớm hôm trước' mà phải là 'Ta biết *ngươi* buồn sớm hôm trước'. Sự khác-biệt ở chỗ có hay không có dấu thanh huyền – thường được gõ bởi con chữ 'f' với mã Telex như tôi đang gõ – là cả một vấn-đề rất lớn về mặt xưng-hô. Tôi nhớ đến bài viết 'Tiễn Thâm Tâm' của Thầy, một tản-văn mà như một bài thơ được viết để tưởng mộ một nhà thơ. Ngập tràn thi-tính.

Bài viết sẽ nối dài đến vô-cùng khi đề cập tới cõi văn-chương thi-ca nhạc-họa & nghệ-thuật làm câu đối của Thầy nên tôi muốn dừng lại nơi đây như một khoảng lặng, và xin được nói theo cổ-ngữ, hãy đến để tự mình thấy.

Thí-dụ như cái cách mà Thầy xưng-hô với đại-chúng và với các học-trò cũng như các đệ-tử, là cả một chương lớn mà cả quốc-dân Việt Nam nên học tập để xây dựng nền văn-hóa văn-minh Việt Nam.

6. Đôi khi,

chúng ta bâng-khuâng tự hỏi, cái gì đã là lý-do chính-yếu để làm nên một tài-năng trác-việt và rồi, cũng chính ta sẽ ngẩn-ngơ trước câu hỏi ấy, khi nhìn vào một cơ-cấu nhân-duyên chẳng-chịt đã vận hành đan-xen cùng nhau, tương chiếu và thúc đẩy lẫn nhau để hiện thành một con người. Nhìn vào gia-tài đồ-sộ mà Thầy Tuệ Sỹ đã để lại cho nền Phật-học cũng như nền học-thuật Việt Nam, ta có thể thấy ngay trí-tuệ bát-ngát và sức làm việc phi-phàm của Thầy, và ta cũng mường tượng được ngay cái bi-tâm lồng-lộng, lòng quan-hoài đến vận-mệnh Phật-giáo và tuổi trẻ Việt Nam… chính bi-tâm và từ-tâm ấy đã nâng-đỡ và làm nền-tảng cho trí-tuệ ấy, cho sức làm việc kiên-trì không mệt mỏi ấy.

Trong những video và những đoạn ghi âm ngắn mà quí-vị hầu-cận Thầy đã lưu lại cho đời, chúng ta sẽ nhìn thấy bi-tâm bao-la mà Thầy đã dành cho ngôi nhà Phật-giáo Việt Nam. Tôi lưu tâm đến một đoạn ghi âm ngắn mà một trong những thị-giả của Thầy đã gửi cho chúng tôi. Lúc ấy có thể là vừa rạng sáng, Thầy hỏi Thầy thị-giả về lịch làm việc của ngày hôm ấy, xong rồi đột-nhiên Thầy bàn bâng-quơ về công-việc giáo-dục và đào-tạo Phật-học, dành cho người trẻ cũng như những bậc lão-niên trưởng-thành; đột-nhiên Thầy bâng-khuâng khi nhắc đến một vài vị nổi-tiếng cũng khoác tăng-bào, đại-ý rằng "Các vị ấy làm sai đấy, người khác thì có thể cười được, nhưng các ông và tui thì không thể cười được, giả tỉ như trong nhà chúng ta có một đứa con cướp của giết người, chúng ta vui được sao và có thể cười được sao?". Thầy nói tiếp, đại-ý rằng nó như thể một nỗi đau cho danh-dự và tôn-nghiêm của Phật-giáo Việt Nam.

Phật-giáo Việt Nam, trong lòng Thầy, là một chỉnh-thể duy-nhất cơ-cấu mà Thầy, như một trong những trưởng-tử, phải ôm ấp, gìn giữ và phát triển nó.

7. Thầy Tuệ Sỹ

Nơi đây, người gõ những dòng này, như một học-trò nhỏ chưa bao-giờ có vinh-dự diện kiến Thầy, xin đê đầu kính lễ Ngài.

Hôm nay là chung-thất. ∎

FB Trần Đăng Thành
30-12-2023, sat, 12h18m

THƠ NGUYỄN CHÍ TRUNG

CÕI MỘT
Nhớ Tô Đông Pha, Tặng Tuệ Sỹ.

Dưới chân núi lập nhà tranh
Trần Gian cách biệt về quanh quẩn rừng
Một lời quê cũ tháp tùng
Một lời vay khốn thân cùng cực thân
Tạ tàn năm tháng ngoài sân
Sầu đau đất đá bước chân lữ hành
Lò hương vệt khói mong manh
Phương trời lao viễn mộng đành phải qua
Thiên thu tình mộng chan hòa
Làm than một cõi lệ là lệ chung

28.02.90

Hình: Thầy Tuệ Sỹ và Nguyễn Chí Trung.
"Copyright nguyenchitrung". Yêu cầu khi sao chép ghi rõ xuất xứ

Thích Nữ Giác Anh

KÍNH LỄ ÔN TUỆ SỸ

(bài viết dâng Ôn Tuệ Sỹ của TKN Giác Anh, Chùa Pháp Bảo, Sydney – đã đăng trong Kỷ Yếu Tri Ân HT Thích Tuệ Sỹ, 2023)

Kính lễ Ôn Tuệ Sỹ,

Bạch Ôn, con là Tỳ kheo Ni Giác Anh từ thành phố Sydney nam bán cầu. Con đốt đèn, thắp hương cúng Tam Bảo, cầu nguyện Ôn được khỏe mạnh, ▸

để còn đủ thời gian Ôn đọc được hết tập Kỷ Yếu này, do Chư Tôn Đức Tăng Ni và tứ chúng đệ tử gần xa viết tưởng niệm và tri ân công hạnh của Ôn. Công hạnh của Ôn đối với Phật Giáo Việt Nam nói chung và Phật Giáo Việt Nam Thống Nhất nói riêng lớn quá, đứng trước tình hình sức khỏe không tốt của Ôn, vị nào cũng lo lắng và cầu nguyện cho Ôn.

Bạch Ôn, con là một trong những đệ tử của HT Bổn Sư chúng con. Sư Phụ chúng con pháp hiệu là HT Thích Bảo Lạc, Phương Trượng Chùa Pháp Bảo, Sydney Úc châu. Bào đệ của Sư Phụ chúng con là HT Thích Như Điển, Phương Trượng Chùa Viên Giác, Hannover Đức quốc. Từ mối thâm duyên ấy nên chúng con vẫn gọi HT Như Điển là Sư Thúc.

Cách đây hai hôm Sư Thúc Như Điển chúng con viết email bảo rằng: *"Ban Biên Tập của Ban Báo Chí HĐHP muốn làm một Kỷ Yếu tri ân đến HT Tuệ Sỹ, vì sức khỏe của HT Tuệ Sỹ yếu lắm, chắc không còn bao lâu nữa. Vậy kính nhờ Hòa Thượng, TT Phổ Huân và Sư Cô Giác Anh, nếu được thì mỗi vị viết cho một bài để đăng Kỷ yếu thì rất có ý nghĩa. Thời gian cần trong vòng 1 đến 2 tuần lễ…"*. Đọc xong email mà tâm bỗng chốc xốn xang, vì biết rằng một ngôi sao sáng của Phật Giáo Việt Nam đang dần di chuyển sang hướng khác. Đứng từ địa cầu này, chúng con sắp không còn thấy ngôi sao đó nữa… Ngôi sao đó sắp đi rồi…

Bạch Ôn, thân phụ chúng con là cư sĩ Quảng Hạo, trước năm 1975, Ông vẫn còn tu, và là một trong những huynh đệ chúng Huệ Năng Phật học viện Huệ Nghiêm thời bấy giờ. Trong thời kỳ khó khăn đó, có khoảng thời gian quý tôn đức học Tăng chúng Huệ Năng ra lập lưu học xá Huyền Trang, đường Lạc Long Quân, quận Tân Bình Sài Gòn bây giờ. Những vị lập lưu học xá Huyền Trang thời đó có Sư Phụ chúng con, HT Như Tín, thân phụ chúng con cư sĩ Quảng Hạo, vài vị tôn đức nữa và quý Phật tử hỷ cúng.

Mỗi lần nhắc về Ôn thì Ba con thường gục gặc

đầu, rồi chắt chắt lưỡi, ra chiều rất ngưỡng phục và nói: *"Thầy Tuệ Sỹ là vị Thầy tuyệt vời!"*. Năm nay con 47 tuổi. Từ hồi con còn nhỏ, tức cũng đã 40 năm về trước rồi, nghe Ba nói Ôn tuyệt vời, thì biết Ôn tuyệt vời, chứ có biết thêm gì đâu. Nhưng chữ "tuyệt vời" gắn liền với Ôn Tuệ Sỹ theo năm tháng chúng con lớn lên, rồi xuất gia, rồi tu học và hành đạo nơi miệt dưới này.

Bạch Ôn, cuộc đời của Ôn, hành trạng của Ôn và di bảo của Ôn để lại cho nền văn hóa Phật Giáo Việt Nam không bút mực nào tả hết được. Nhắc đến Ôn là nhắc đến hàng loạt những danh xưng và tất cả đều xứng danh với danh xưng ấy.

Trong bài viết "Dụ ngôn của Thầy", Thầy Tâm Nhãn kể lại những câu chuyện dụ ngôn của Ôn, những câu chuyện đó thật thâm thúy, qua đó chúng con được biết, sự nhận xét của một bậc trí về tình hình Phật Giáo Việt Nam hiện nay. Những dụ ngôn đó hay ghê lắm, con xin không copy lại nơi đây, Thầy Tâm Nhãn kể lại tuy ngắn thôi nhưng hay quá, thưa Ôn. Con chỉ chấn động nhất, là lúc mở đề, Thầy Tâm Nhãn viết rằng *"kỷ niệm tình thầy trò (với Ôn) thì bàng bạc, điều đáng kể là kho kiến thức của Thầy: Phật điển, vật lý, khoa học, tâm lý học v.v… mà Ôn truyền dạy, nhưng chẳng học trò nào có thể lãnh hội hết"*.

Mô Phật, Ôn ơi, sao trên đời lại có một con người mà kiến thức, kiến văn, tầm nhìn… của vị ấy sâu rộng, cao xa đến nỗi mà không một học trò nào theo kịp vậy Ôn. Bây giờ, ngẫm nghĩ lại, nếu không có Ôn Tuệ Sỹ bằng xương bằng thịt thật, thì cứ tưởng trên đời này, làm gì có một con người nào kỳ vỹ như vậy được.

Ôn là một Thiền sư mà trong mắt Triết gia Phạm Công Thiện từng nói rằng *"Dù trong cảnh tù ngục đói khổ trăm điều, thiền sư thiên tài Tuệ Sỹ vẫn bất khuất, và hùng khí vẫn ngùn ngụt cao ngất, như đỉnh Trường Sơn, mà nhà thơ Tuệ Sỹ vẫn trọn đời ngưỡng vọng yêu thương trên những con đường oanh liệt, khai mở cho Sử Tính quê hương được vượt thoát ra ngoài chế độ hoang phế tàn tạ…"*.

Ôn là một thi sĩ đại tài mà những nhà văn nhà thơ như Bùi Giáng, Tâm Nhiên, Vĩnh Hảo, Nguyễn Mộng Giác... đều ca ngợi thơ của Ôn tưởng chừng như khó có một thi sĩ Phật Giáo thứ hai trong thời đại này bắt kịp. Ôn biết không, bài thơ Cúng Dường của Ôn viết trong tù, vừa đăng báo hải ngoại, còn nóng hổi, những văn bút chưa kịp tán thán ca ngợi, thì đã có rất nhiều Tăng Ni nghe qua là chấn động và nhập tâm liền, thưa Ôn. Tuổi trẻ chúng con cạn cợt, đâu có mặn mòi với thơ, vậy mà con cũng thuộc nằm lòng.

Cúng Dường
Phụng thử ngục tù phạn
Cúng dường Tối Thắng Tôn
Thế gian trường huyết hận
Bình bát lệ vô ngôn.

Chú Huỳnh Kim Quang dịch nghĩa:
Dâng chén cơm tù này
Cúng dường lên đức Thế Tôn Tối Thắng
Nghĩ đến thế gian máu lửa hận thù triền miên
Nên vừa bưng chén cơm mà nghẹn ngào đẫm lệ.

Bài thơ chấn động cả tâm can! Ôn ở trong tù, có khác gì tất cả chúng sanh cũng đang đau khổ trong ngục tù sinh tử, thưa Ôn?

Nói về ngôn ngữ, Ôn Tuệ Sỹ là một nhà đại ngôn ngữ. Hán ngữ của Ôn làu thông như tiếng Việt. Phạn ngữ, Pali ngữ, Tây Tạng ngữ, Pháp ngữ, Đức ngữ, Nhật ngữ và tất nhiên phải có Anh ngữ, đối với Ôn, tất cả những ngôn ngữ đó trở thành phương tiện, giúp Ôn dễ dàng dịch Kinh, viết Luận và hoàn tất công trình chuyển ngữ Thanh Văn Tạng từ Hán Ngữ sang Việt ngữ. Công trình này là công trình trên ngàn năm nay, Phật Giáo Việt Nam chúng ta mới có được, bạch Ôn. Công trình này được hoàn tất, đều nhờ vào bi nguyện độ sanh của Ôn. Ôn là một nghệ sĩ tài hoa, đàn piano, đàn violin, đàn guitar... những nhạc cụ này không phải ai cũng có nhân duyên để nghe, để thưởng thức, huống gì nói đến tự mình chơi. Vậy mà Ôn điêu luyện nhiều nhạc cụ khác nhau.

Nhưng trên hết, điều kỳ diệu về cuộc đời Ôn là sự bi tráng, uy dũng, bất khuất trước ngàn giông tố. Trước biến cố 1975, hoàn cảnh đất nước chiến tranh, các chùa viện Phật Giáo cũng theo vận nước mà thiếu thốn khó khăn, vậy mà Ôn Tuệ Sỹ, bậc Thầy vô sư trí, đã vang danh là một triết gia Phật Giáo lỗi lạc, một Giáo sư Đại học, một thi nhân, một thiền gia... Khó có vị nào hiểu về Thiền nhiều hơn Ôn tại Việt Nam lúc bấy giờ...

Sau năm 1975, với hơn 20 năm thời gian, Ôn đi làm rẫy, Ôn bị bắt đưa đi cải tạo và ngồi tù... nhưng những công trình của Ôn để lại, nhiều người khác làm trong nhiều đời cũng chưa chắc đã làm xong. Sự kỳ vỹ và kỳ diệu là ở "thời gian". Bạch Ôn... thời gian đâu mà Ôn để lại nhiều bảo vật vậy, Ôn ơi.

Chú Nguyên Đạo Văn Công Tuấn viết:

"Trên đời này, nếu chỉ được phép nhắc đến tên một nhà Văn hóa Phật giáo Việt Nam thì tên người ấy chắc chắn phải là Tuệ Sỹ; nếu chỉ được phép viết về một người của thế kỷ này thì nên viết về Tuệ Sỹ; nếu tôi chỉ phải nêu tên một người bằng tất cả niềm cảm phục và kính trọng thì tôi sẽ nêu tên Thầy Tuệ Sỹ".

Sư Thúc Như Điển chúng con viết về Ôn như vầy "...Còn Thầy Tuệ Sỹ với mình hạc xương mai; nhưng tư tưởng của Thầy thì cao hơn núi Thái và vững hơn bàn thạch, sáng giá hơn kim cương, dầu cho Thầy có sống ở dưới bất cứ hoàn cảnh nào. Những bộ kinh như: Trường A Hàm, Trung A Hàm, Tạp A Hàm, Tăng Nhất A Hàm, Duy Ma Cật Sở Thuyết v.v... là những tài liệu, dịch phẩm có giá trị muôn đời về sau này cho Phật giáo cũng như cho Dân Tộc".

Bạch Ôn, nhiều năm trước Ôn có viết bài tưởng niệm về HT Mật Hiển, có đoạn Ôn viết về *"Cổ thụ trong rừng Thiền"*. Đoạn đó Ôn viết hay quá Ôn à. Bây giờ nếu có ai viết tưởng niệm Ôn Tuệ Sỹ, thì chắc chắn Ôn cũng chính là một bậc cổ thụ của rừng Thiền Việt Nam thời gian sau Đức Phật 25 thế kỷ này. Và không ai viết về cổ thụ thâm sâu, ý vị hơn Ôn:

"Rừng già, vì trong đó có cổ thụ. Cây cao, bóng cả sừng sững giữa trời. Từ những mầm non mong manh, rồi chen chúc với cỏ dại, lau lách; năm tháng chồng chất bởi nắng, gió, nhiều khi dông bão. Những cây cối thuộc chủng loại thấp hèn bị đào thải dần, những cây đồng loại nhưng non yếu cũng lần hồi bị đào thải. Còn lại một mình trơ vơ, đứng thẳng, vươn ngọn lên cao.

Khu rừng ấy, thoạt đầu tiên chỉ là đám cỏ dại, chỉ đủ chỗ cho rắn rết bò trườn. Rừng không phải càng lúc càng bành trướng rộng theo chiều ngang dọc. Rừng lớn lên theo tầm vóc của các cây rừng cứng cỏi chống lại sức tàn phá của khí hậu, của mưa lũ, cho đến con người. Cho đến lúc, từ những phương rất xa mà có thể trông thấy tàn ngọn của một cây cao. Rừng già, nhưng không cần cỗi, thưa thớt. Cây cao không tiếp sức, cũng không vun bồi, và cũng không cần che chở cho những cây non yếu. Những gì non yếu đã bị gãy đổ, còn lại những gì cứng mạnh, tự mình vươn dậy để trưởng thành những đám cây con dưới bóng cây già. Bấy giờ, rừng không còn là đám cỏ dại, không còn là tập hợp của những cụm cây con, lùm cây thấp. Rừng già, và rồi là rừng thiêng, là một cõi oai hùng cho sư tử, hay hổ báo; đôi khi còn là chỗ cho các thần linh, thiện cũng có mà ác cũng có. Dù thiện hay ác, trong từng thời điểm nhất định, nơi đó là trú xứ của các Tiên nhân, là chốn hành Đạo của những bậc xuất thế, từ chốn thâm u làm ánh sáng soi đường cho sinh loại sinh tồn và tiến hóa, soi vào tận những nơi tối tăm, hiểm ác mà mặt trời rực rỡ kia không thể soi đến.

Thế nhưng, rừng già, rừng thiêng luôn luôn cũng là hình ảnh đáng kinh sợ cho loài người mà tâm tư vốn thấp kém, bị trùm kín trong ước muốn thấp hèn, bị trói buộc, bưng kín bởi cái thấy, cái nghe thiển cận. Bóng Người thấp thoáng đỉnh cao; nhưng, mây dày phủ kín, biết đâu mà tìm".

Ôn Tuệ Sỹ là như vậy đó, tâm Ôn cao vút, trí Ôn sáng ngời. Dù mây dày phủ kín, nhưng 80 năm qua Phật Giáo Việt Nam đã quá may mắn vẫn có Ôn. Sau này Ôn đi rồi, biết đâu mà tìm một ngôi sao thứ hai, một cổ thụ thứ hai giống như vậy nữa.

Ôn còn nhớ 9 câu thơ Ôn viết tiễn Ni sư Trí Hải không?

*Cánh chim đã vượt qua vùng lầy sinh tử
Bóng nắng rọi lên dòng huyễn hóa
Thân theo tro tàn bay
Hoa trắng vỡ trên đại dương sóng cả
Sao trời chợt tắt giữa lòng tay
Sương còn đọng trên đầu cây lá
Đến rồi đi nước lững vơi đầy
Heo hút bờ hoang ảnh giả
Người sống mỏi mòn trong nhớ tiếc không khuây.*

(Quảng Hương Già Lam Phật lịch 2547 Quý Mùi, tháng 11, 15 - Tuệ Sỹ)

Dạ vâng, thưa Ôn, mai kia Ôn về với chốn cũ của Ôn. Mai kia khi Ôn về với cõi Vô Sanh, thì tất cả chúng con ở lại sẽ nhớ tiếc khôn khuây. Sẽ nhớ về Ôn với niềm hãnh diện về một nhân vật Phật Giáo Việt Nam thời hiện đại. Chúng con sẽ hãnh diện về Ôn, sẽ thắp hương bạch Phật, thưa với Phật rằng, sau Đức Phật ra đời hơn 25 thế kỷ, có một vị đệ tử Phật, mang hình hài Tăng già Phật Giáo Việt Nam, là viên ngọc báu mang tên Tuệ Sỹ, một bậc kỳ tài siêu suất.

Ôn Tuệ Sỹ cho chúng con niềm tin Bồ Tát Phổ Hiền là có thật. Nhiều hạnh nguyện viên mãn trong một con người là có thật. Bồ Tát Phổ Hiền mang tên đại hạnh vì Ngài có 10 đức hạnh vẹn toàn cùng một lúc. Ôn Tuệ Sỹ là ngôi sao sáng, là viên ngọc quý, là đại hùng, đại hạnh, là có thật. Vì trong con người Ôn, có quá nhiều điều tuyệt vời cùng một lúc.

Ôn ơi. Chúng con thành kính đảnh lễ Ôn.
Nam mô Đại Hạnh Phổ Hiền Bồ Tát. ∎

Thiền Lâm Pháp Bảo,
vùng Wallacia, Sydney.

Thơ Tịnh Bình

SỚM MAI TỈNH GIẤC

Sớm mai tỉnh giấc mê đời
Chim vô thường hót đôi lời ca vương
Mỉm cười hoa ẩn lòng gương
Hình trăng đáy nước sao dường ảo hư

Bụi trần quyến luyến tâm tư
Đêm dài thôi đã mỏi nhừ chiêm bao
Loanh quanh trời thấp đất cao
Phận bèo bọt giữa ba đào sóng xô

Tung bay vào cõi hư vô
Chim về trời cũ nhấp nhô ráng hồng
Tạ từ suối nhỏ long đong
Ai hay giọt nước hòa sông về nguồn

Đình chiều vời vợi âm chuông
Mây trời vùn vụt không buồn không vui
Ai hay lòng núi ngậm ngùi
Muôn đời đứng lặng tiễn người đi xa

Ta về làm bạn cùng ta
Hòa làn khói mỏng la đà bay xiêu
Trái tim nở đóa hoa yêu
Biết bao dung được những điều khó thương

Sớm mai tỉnh giấc vô thường
Nghe loài chim biếc lời thương vô bờ
Phận tằm vui kiếp nhả tơ
Ung dung hoa nở cuối bờ nhân gian...

Bác sĩ Đỗ Hồng Ngọc

một ngày kia… đến bờ

Tùy bút gồm 26 tiểu mục *"Một Ngày Kia... Đến Bờ"* là những bài Pháp thoại giá trị dễ hiểu & lý luận khoa học (NXB Đà Nẵng, 2023). Tất cả sẽ được dịch sang tiếng Đức và lần lượt trích đăng song ngữ ở Báo Viên Giác, với sự đồng ý của tác giả - BBT VG.

➢ Phật cũng già cũng bệnh
➢ Phật là Như Lai…
➢ … nhưng Như Lai không phải Phật

➢ Phật cũng già cũng bệnh

Lúc đó Phật an cư tại làng Baluvà. Một cơn bệnh trầm trọng khởi lên, rất đau đớn, gần như muốn chết. Nhưng Thế Tôn giữ tâm chánh niệm, tỉnh giác, chịu đựng cơn đau ấy, không một chút ta thán. "Này Ananda, Ta nay đã già, đã thành bậc trưởng thượng, đã đến tuổi lâm chung, đã đến tám mươi tuổi. Này Ananda, như cỗ xe đã già mòn, sở dĩ còn chạy được là nhờ dây thắng chằng chịt, cũng vậy thân Như Lai được duy trì sự sống giống như chính nhờ chống đỡ dây chằng. Này Ananda, chỉ trong khi Như Lai không tác ý đến tất cả tướng, với sự diệt trừ một số cảm thọ, chứng và an trú vô tướng tâm định, chính khi ấy thân Như Lai mới được thoải mái". (Đại Bát Niết Bàn, Thích Minh Châu dịch)

Phật thì cũng ốm đau bệnh hoạn, già nua và chết như một… con người, nhưng Như Lai thì không. Trong kinh Đại Bát Niết Bàn, khi một vị Bồ-tát trẻ (cũng có tên là Ca Diếp) thắc mắc vì sao Phật mà cũng bệnh cũng chết như mọi người?

Phật nói: *"Thiện nam tử! Thân Như Lai là thân thường trụ, thân không thể hư hoại, thân kim cang, chẳng phải thân do sự ăn uống mà thành, chính là Pháp thân."*

"Pháp thân" là thân Như Lai, thường trụ, vĩnh hằng. Cho nên Phật là… Như Lai (danh xưng) nhưng Như Lai không phải Phật. Như Lai là Như Lai.

Phật "thị hiện" có bệnh khổ, chỉ là vì muốn điều phục chúng sanh. "Điều phục" là nhắc nhở, dạy bảo, "thị hiện" là hiện ra cho thấy: trước sau gì ai cũng… già, cũng bệnh, cũng chết. Thôi đừng có tham sân si gì nữa cho… mệt. Phật đây mà cũng già bệnh chết đó thôi. Hãy sống trong "Pháp thân" trường cửu.

Vị Bồ-tát trẻ lại hỏi: nhờ nhân duyên gì mà Phật thành tựu được Pháp thân?

"Thuở xưa, ta nhờ nhân duyên hộ trì Chánh pháp mà nay thành tựu thân kim cang này, thường trụ chẳng hề hư hoại…" nghĩa là nhờ Tu đúng chánh pháp. Nhớ lại, có một giai đoạn 6 năm tu khổ hạnh, đạo sĩ Cồ Đàm đã tu không đúng chánh pháp.

➢ Phật là Như Lai…

Một lần Phật hỏi Duy-ma-cật: *"Như ông muốn thấy Như Lai thì quán Như Lai thế nào?"* Phật không hỏi "Như ông muốn thấy Phật thì quán Phật thế nào?" mà hỏi *"quán Như Lai như thế nào?"*. Duy-ma-cật thưa: *"Quán Như Lai như tự quán cái 'thật tướng' của thân mình, quán Phật cũng vậy"*. Nói khác đi, phải thấy cái "thực tướng", cái pháp thân thì mới thấy biết Như Lai, ở cả Phật và cả chúng sanh… Tất cả đều có cái *pháp thân* đó, đều từ Như Lai tạng mà ra, một ngày kia sẽ trở về với Như Lai tạng. Phật là Như Lai bởi vì Phật luôn sống trong Như Lai, sống với Như Lai, nói khác đi, Phật luôn sống trong *pháp thân* mình, trong thật tướng vô tướng của mình. Dùng âm thanh chũm chọe, ánh sáng chớp lòe… thì chẳng những còn lâu mới thấy được Như Lai mà còn bị Phật chê là "hành tà đạo", bởi Như Lai là vô tướng. Tam Tạng đi thỉnh kinh biết bao lần lạy lục Như Lai giả, may có Tôn

Ngộ Không trợn con mắt giữa nhìn ra, vung thiết bảng đập cho chạy dài!

Phổ Hiền Bồ-tát bảo gặp Phật thì phải kính lễ (*Lễ kính chư Phật*), còn khi gặp Như Lai thì chỉ xưng tán thôi (*Xưng tán Như Lai*), nghĩa là ca ngợi, khen ngợi, trầm trồ, thán phục, gật gù, ú ớ..., không việc gì phải kính lễ! Kinh Pháp Hoa bảo muốn làm một Pháp sư chân chính thì phải "vào nhà Như Lai, mặc áo Như Lai, ngồi tòa Như Lai" chớ không nói vào nhà Phật, mặc áo Phật, ngồi tòa Phật… cũng như nói Như Lai thọ lượng, Như Lai thần lực, chớ không nói Phật thọ lượng, Phật thần lực…

➢ **… nhưng Như Lai không phải Phật**

Như là "vậy đó", *Lai* là "đến". Nó đến vậy đó. Ráng chịu. Muốn không muốn mặc kệ. Tới lúc nó chua lè thì nó chua lè, xanh mướt, tới lúc nó hườm hườm thì nó hườm hườm, vàng ruộm, căng cứng thơm tho, tới lúc nó rục, nó muồi, nó lở loét, loang lổ rồi thúi hoắc thì nó cứ thúi hoắc, can hồng nổi. Tiếng Pali là Tatha-gata, Sanskrit *tathā-gata*, "one who is thus gone," or *tathā-āgata* "one who has thus come", Thusness, Suchness, Thus Come One…

Phật tự xưng mình là Như Lai, chẳng qua không thể xưng cách nào khác. Phật không thể xưng mình là Ta đây, là… Trẫm, là Quả nhân, cũng không thể xưng mình là Bậc ứng cúng, là Thiên nhân sư… Cũng vì Phật tự xưng mình là Như Lai nên ta dễ lầm Phật là Như Lai. Như Lai là nước, là gió, là đất, là lửa, là cánh hoa, là con ong cái bướm…

Phật là kẻ thấy biết điều đó. Giác ngộ. Tỉnh ngộ. Bừng sáng. Ủa, thì ra vậy. Và Phật tủm tỉm cười. Biết nhau quá mà, thấy hết rồi nhé. Đừng bày đặt gạt gẫm nhau chi! Cái đó gọi là sự Thấy Biết (tri kiến) của Phật. Phật không giấu giếm, không lừa gạt. Phật nói thiệt. Chúng sanh ai cũng có cái Tri kiến đó, cái Phật tánh đó cả thôi. Ai cũng là Phật… sẽ thành mà! ∎

(còn tiếp số tới)

Eines Tages… das andere Ufer erreichen

Übersetzt ins Deutsche von Nguyên Đạo & Prof. Beuchling

Diese 26 Essays in „Eines Tages… das andere Ufer erreichen" sind wertvolle, leicht verständliche und wissenschaftlich fundierte Dharma-Vorträge. Sie werden mit Zustimmung des Autors alle ins Deutsche übersetzt und zweisprachig in der Zeitschrift Viên Giác veröffentlicht – Die Redaktion.

➢ **Buddha war auch alt und krank - [Phật cũng già cũng bệnh]**

Zu dieser Zeit lebte Buddha im Dorf Baluvà. Eine ernsthafte Krankheit brach aus, sehr schmerzhaft, fast tödlich. Aber der Erhabene bewahrte achtsames Bewusstsein, Wachsamkeit, ertrug den Schmerz ohne Klagen. „Ananda, ich bin jetzt alt, ein Ältester, nahe am Ende meines Lebens, achtzig Jahre alt. Wie ein alter, abgenutzter Wagen, der nur noch durch fest verzurrte Seile fährt, so wird der Körper des Tathāgata nur durch Stützen am Leben erhalten. Ananda, nur wenn der Tathāgata sich nicht auf alle Erscheinungen konzentriert, einige Empfindungen auslöscht und im zustandslosen Geist ruht, nur dann ist der Körper des Tathāgata wirklich wohl." (Mahaparinirvana-Sutra / Đại Bát Niết Bàn, übersetzt von Thích Minh Châu)

Buddha litt auch an Krankheiten, wurde alt und starb wie ein Mensch, aber nicht der *Tathāgata*. Im *Mahaparinirvana-Sutra,* als ein junger Bodhisattva (auch bekannt als *Kasyapa*) fragte, warum Buddha auch krank wird und stirbt wie alle Menschen, antwortete Buddha: „Guter Mann! Der Körper des *Tathāgata* ist ein dauerhafter Körper, ein unzerstörbarer Körper, ein Vajra-Körper, nicht ein Körper, der durch Essen und Trinken entsteht, sondern der Dharma-Körper."

„Dharma-Körper" ist der Körper des *Tathāgata*, dauerhaft, ewig. Daher ist Buddha der *Tathāgata* (ein Titel), aber der *Tathāgata* ist nicht Buddha. *Tathāgata* ist *Tathāgata*.

Buddha „zeigte" Krankheit und Leid, nur um alle Lebewesen zu lehren und zu disziplinieren. „Lehren" bedeutet zu ermahnen und zu unterrichten, „zeigen" bedeutet zu offenbaren: letztendlich wird jeder alt, krank und stirbt. Hört auf, gierig, wütend oder dumm zu sein… es ist ermüdend. Selbst Buddha wird alt, krank und stirbt. Lebt im ewigen „Dharma-Körper".

Der junge Bodhisattva fragte dann: Durch welche Ursachen und Bedingungen hat Buddha den Dharma-Körper erreicht?

„Früher, durch das Unterstützen des richtigen Dharma, erreichte ich diesen Vajra-Körper, dauerhaft, niemals zerstörbar..." bedeutet, durch die richtige Praxis des wahren Dharma. Erinnern Sie sich, es gab eine Zeit von sechs Jahren der asketischen Praxis, als der Asket Gautama nicht den richtigen Dharma praktizierte.

➢ **Der Buddha (Phật) ist der *Tathāgata* (Như Lai)... - [Phật là Như Lai…]**

Einmal fragte der Buddha Subhuti: „Wie sollten Sie den *Tathāgata* betrachten, um ihn zu sehen?" Der Buddha fragte nicht „Wie sollten Sie den Buddha betrachten, um ihn zu sehen?", sondern „Wie sollten Sie den *Tathāgata* betrachten?". Subhuti antwortete: „Den *Tathāgata* zu betrachten bedeutet, das ‚wahre Wesen' des eigenen Körpers zu betrachten, genauso wie man den Buddha betrachtet". Anders ausgedrückt, man muss das „wahre Wesen", den Dharma-Körper sehen, um den *Tathāgata*, sowohl im Buddha als auch in allen Lebewesen, zu erkennen... Alle besitzen diesen Dharma-Körper, der aus dem *Tathāgata*-Schatz stammt, und eines Tages werden sie zum *Tathāgata*-Schatz zurückkehren. Der Buddha ist der *Tathāgata*, weil er immer im *Tathāgata* lebt, mit dem *Tathāgata* lebt, anders ausgedrückt, immer in seinem Dharma-Körper, in seinem wahren, formlosen Wesen lebt.

Wenn man sich auf blendende Klänge und grelles Licht verlässt... wird man nicht nur den *Tathāgata* nicht sehen können, sondern auch vom Buddha als „den falschen Weg gehend" kritisiert werden, da der *Tathāgata* formlos ist. Tripitaka machte viele Pilgerfahrten, um die Schriften zu studieren, und verneigte sich unzählige Male vor falschen *Tathāgatas*, aber glücklicherweise erkannte Sun Wukong mit seinen scharfen Augen dies und vertrieb sie mit seinem eisernen Stab!

Manjushri Bodhisattva sagt, dass man den Buddha mit Ehrfurcht begrüßen sollte (Verehrung aller Buddhas), aber wenn man den *Tathāgata* trifft, sollte man ihn nur loben (Lob des *Tathāgatas*), das heißt ihn bewundern, loben, staunen, beeindrucken, nicken, stammeln..., es gibt keinen Grund für Ehrerbietung! Das Lotus-Sutra (Kinh Pháp Hoa) sagt, um ein wahrer Dharma-Lehrer zu werden, muss man „in das Haus des *Tathāgata* eintreten, die Kleidung des *Tathāgata* tragen, auf dem Thron des *Tathāgata* sitzen", und nicht in das Haus des Buddha eintreten, die Kleidung des Buddha tragen, auf dem Thron des Buddha sitzen... ebenso spricht es von der Lebensdauer des *Tathāgata*, der Macht des *Tathāgata*, und nicht von der Lebensdauer des Buddha, der Macht des Buddha...

➢ **... aber der *Tathāgata* (Như Lai) ist nicht der Buddha (Phật) - [...nhưng Như Lai không phải Phật]**

„Như" bedeutet „so", „Lai" bedeutet „kommen". Er kommt so. Man muss es aushalten. Ob man will oder nicht, ist egal. Wenn die Zeit kommt, dass es sauer und grün wird, dann wird es sauer und grün, wenn es reif und gelb wird, dann wird es reif und gelb, prall und duftend, wenn es verrottet, verfault, Geschwüre bildet, fleckig wird und dann stinkt, dann stinkt es eben, man kann es nicht aushalten.

Auf Pali ist es Tatha-gata, auf Sanskrit tathā-gata, „der so Gegangene" oder tathā-āgata „der so Gekommene", Soheit, Solchheit, Der So Gekommene... Der Buddha bezeichnet sich selbst als *Tathāgata*, einfach weil er sich nicht anders bezeichnen kann. Der Buddha kann sich nicht als „Ich hier", als... „Euer Majestät", als „Die Frucht", auch nicht als „Der zu Verehrende", als „Himmlischer Lehrer"... bezeichnen. Weil der Buddha sich selbst als *Tathāgata* bezeichnet, verwechseln wir leicht den Buddha mit dem *Tathāgata*. Der *Tathāgata* ist Wasser, ist Wind, ist Erde, ist Feuer, ist eine Blütenblatt, ist eine Biene, ein Schmetterling... Der Buddha ist der, der das erkennt. Erleuchtung. Erwachen. Aufleuchten. Ah, so ist das. Und der Buddha lächelt schmunzelnd. Sich zu gut kennen, alles gesehen haben. Lasst uns nicht versuchen, einander zu täuschen! Das wird als das Erkennen (Tri Kiến) des Buddha bezeichnet. Der Buddha verbirgt nichts, täuscht nicht. Der Buddha spricht die Wahrheit. Alle Lebewesen haben dieses Erkennen, diese Buddha-Natur. Jeder ist ein Buddha... wird es werden! ■

(fortsetzen in der nächsten Ausgabe)

Tịnh Ý Giới thiệu

TRUYỆN CỔ PHẬT GIÁO
SONG NGỮ VIỆT - ĐỨC

Y VƯƠNG - VUA CỦA CÁC THẦY THUỐC

Mùa nóng năm ấy Bụt lên đường trở về thủ đô nước Magadha. Người đi thong thả: lộ trình được chia ra nhiều chặng. Người ghé thăm những trung tâm tu học, dạy dỗ giới xuất gia, thuyết pháp và nhắc nhở giới tại gia. Người đi qua nội địa các vương quốc Sakya, Malla, Videha, Vajji, và cuối cùng vượt sông Hằng qua nước Magadha. Trước khi về thủ đô, người ghé thăm trung tâm tu học tại Nalanda.

Tu viện Trúc Lâm và núi Linh Thứu vui như ngày hội khi Bụt về tới. Dân chúng thủ đô và các miền lân cận đổ xô về thăm Bụt rất đông. Cả một tháng sau khi Bụt về tới, y sĩ Jivaka *(y sĩ Kỳ-đà)* mới có dịp mời được Bụt về vườn xoài của ông. Tại vườn xoài xanh mát này, y sĩ đã dựng được một giảng đường lớn đủ chỗ cho Bụt nói chuyện với khoảng một ngàn vị khất sĩ.

Ngồi trước tịnh thất của người tại vườn xoài, Bụt nghe Jivaka kể lại những chuyện đã xảy ra trong triều đình và vương quốc. Ông nói hiện thái hậu Videhi đã tìm lại được nếp sống an tĩnh. Bà ăn chay, tập thiền, quán niệm về Tam Bảo một cách thường xuyên.

Vua Ajatasattu *(Vua A-xà-thế)* đang bị khủng hoảng tâm lý trầm trọng, bị ám ảnh bởi cái chết của thượng hoàng, bị lương tâm cắn rứt ngày đêm, vua sinh ra mất ngủ. Thần kinh của vua suy nhược; vua hay mất bình tĩnh và thường nằm mơ thấy những ác mộng, tỉnh dậy mồ hôi tháo chảy dầm dìa. Y sĩ đã đến chữa trị cho vua gần nửa năm nay, nhưng tâm bệnh của vua vẫn còn là nguồn gốc của nhiều biến chứng khác.

Vua đã vời những vị đạo sĩ thuộc các giáo phái tới để tham vấn và chữa trị tâm bệnh cho vua, nhưng không có vị nào đã giúp được gì. Những vị này thuộc về các giáo phái Makkali Gosala, Ajita Kosakambali, Pakudha Kaccayana, Nigantha Nataputta và cả Sanjaya Belatthiputa nữa. Vị nào cũng muốn làm vừa lòng vua để giáo phái mình được thừa hưởng ân huệ nhưng không vị nào thành công.

Có một hôm, vua vời thái hậu vào ăn cơm chung với hoàng hậu và thái tử Udayibhadda. Thái tử Udayibhadda chưa đầy ba tuổi, nhưng tính tình đã khó khăn và không điềm đạm chút nào. Vua thương yêu thái tử rất mực, thái tử đòi gì được nấy. Hôm đó thái tử đòi đem con chó vào bàn ăn chung. Đây là một điều cấm kỵ, nhưng vì chìu con, vua đã cho phép thái tử đem chó vào. Trong bữa ăn, hơi ngượng với thái hậu, vua nói:

– Đem chó vào bàn ăn thật không dễ chịu tí nào.

Thái hậu nói:

- Con thương con của con, cho nên con để nó đem chó vào ngồi chung, điều này có gì là lạ. Con nhớ ngày xưa cha con vì thương con mà hút máu mủ trong tay của con không?

- Con không nhớ, xin thái hậu kể lại cho con nghe.

- Một hôm, ngón tay trỏ của con bị đau và sưng vù lên. Một cái nhọt đã mọc ngay dưới móng tay, làm nhức nhối khiến con khóc suốt ngày đêm. Không có đêm nào con ngủ được, cha và mẹ của con cũng không tài nào nhắm mắt. Cha con ẵm con để lên đầu gối, ngậm ngón tay đau của con trong miệng để chuyền hơi ấm qua, một mặt để con đỡ đau, một mặt để cái nhọt nhờ sức ấm mà cương mủ sớm. Như thế trong suốt bốn ngày đêm, khi cái nhọt đã cương mủ, và mủ đã chín, cha con mới bắt đầu mút cho mủ thoát ra khỏi ngón tay. Nhờ vậy mà con lành bệnh, cha con mút hết mủ và máu độc rồi, nhưng không dám rút tay con ra sợ con bị rát. Cha con cứ giữ mủ và máu trong miệng như thế cho đến khi không chịu nổi thì cha con nuốt máu và mủ cho con đỡ rát. Mẹ nói như vậy để con biết ngày xưa cha con thương con như thế nào. Bây giờ con thương con của con, cho nó đem chó vào bàn ăn, điều đó mẹ hiểu, mẹ có trách gì con đâu.

Nghe thái hậu kể, vua ôm đầu chạy vào cung, bỏ cả bữa ăn. Từ đó tâm bệnh càng ngày càng nặng.

Jivaka tới chữa trị cho vua, nghe vua kể đủ mọi thứ chuyện, kể cả chuyện tham vấn với các vị Bà la môn và đạo sĩ, nhưng Jivaka vẫn không nói gì. Vua hỏi:

- Jivaka, tại sao anh không nói gì hết?

Jivaka tâu:

- Tôi chỉ muốn nói với bệ hạ một điều mà thôi, tôi nghĩ chỉ có sa môn Gotama *(Cồ Đàm)* mới giúp được bệ hạ cởi bỏ được những khổ đau ẩn ức trong tâm. Bệ hạ nên tìm tới Bụt để được người chỉ dạy.

Vua im lặng, một lát sau, vua nói:

- Trẫm sợ sa môn Gotama còn thù ghét trẫm.

- Bệ hạ đừng nói thế, sa môn Gotama không hề thù ghét ai cả, Bụt là thầy của thượng hoàng, và cũng là người bạn thân thiết nhất của thượng hoàng, bệ hạ tới với Bụt thì cũng như tới với thượng hoàng vậy. Bệ hạ tới với Bụt để tìm lại sự an ổn trong tâm hồn và cũng là để hàn gắn lại những gì đã đổ vỡ trong quá khứ, tài y khoa của tôi không bằng được một phần triệu tài chữa trị của Bụt, Bụt không phải là một ông thầy thuốc mà là vua của những ông thầy thuốc. Có người đã gọi **Bụt là y vương.**

Sau cuộc đàm đạo đó, vua đã chấp nhận việc đi thăm Bụt.

Trích từ „Nhất Hạnh: Đường Xưa Mây Trắng - chương 76 Hoa trái của ngày hôm nay".

* *Ghi chú: các chữ phiên âm tên người trong ngoặc đơn là chúng tôi ghi thêm vào, không có trong nguyên bản (BBT).*

Lời bàn:

1. Vua A-xà-thế, vì nghe lời Đề-bà đạt-đa đã bắt giam phụ hoàng là vua Tần-bà-sa-la trong ngục tối và bỏ đói đến chết. Bất hiếu là một trong 5 tội lớn (ngũ nghịch) vì vậy ở trên ngôi báu, A-xà-thế vẫn bị ám ảnh với tội chướng đã làm, không thể ngủ yên, gặp ác mộng… dù đã tìm thầy thuốc giỏi khắp nơi, kể cả y sĩ Jivaka vẫn không thể nào chữa khỏi: Bởi bệnh của nhà vua là "tâm bệnh" mà các thầy thuốc chỉ chữa được "thân bệnh".

2. Từ một "ác tử" vua A-xà-thế tự chuốc lấy nghiệp quả. Vua bệnh và không thầy thuốc nào chữa được, nhà vua phải tìm đến đức Thế tôn: Bậc Thiện thệ, đấng Y vương, bạn của Phụ hoàng… và cuối cùng quy y trở thành đệ tử của Phật.

Bởi như Phật đã dạy từ khi mới thành đạo: Ta là Phật đã thành, Chúng sanh là Phật sẽ thành. Trong mỗi người vốn có sẵn Phật tánh. Hạt giống đó khi đủ điều kiện (nhân duyên) thì nảy mầm, đơm hoa kết trái! Lịch sử hàng ngàn năm của Phật giáo đã ghi nhận vô số trường hợp như thế: Một Angulimala (Vô Não) từng là kẻ giết người không gớm tay, thậm chí muốn giết cả mẹ để có đủ trăm đốt tay như lời của tà giáo; Vua Asoka (A-Dục) nổi tiếng là vị vua bạo ác; một Võ Tắc Thiên… khi gặp chánh pháp, tất cả họ đều trở thành những Phật tử xuất sắc. Bởi vô thường là một trong các dấu ấn của Phật giáo. Khi "nghiệp nhân" của Thân Miệng Ý thay đổi, thì "Nghiệp quả" cũng sẽ thay đổi. Đó là yếu tố tích cực của đạo Phật. Và cũng chính điều đó khuyến tấn mọi người tu tập, sống cuộc sống Từ bi, hướng thiện, làm lành tránh dữ, tạo quả lành cho đời này và đời sau.

3. Truyện kể một chi tiết rất nhỏ, nhưng có tác động thay đổi cả cuộc đời của vua A-xà-thế: Tình thương của cha mẹ đối với con cái. Thái tử của nhà vua đem con chó cưng vào trong bữa ăn của nhà vua và Hoàng thái hậu, nhà vua thấy "ngượng" với mẹ trong việc cưng chiều con của mình. Nhưng cũng chính điều này, và nhờ lòng bao dung của hoàng thái hậu, khi bà thuật lại chuyện xưa, vua cha Tần-bà-sa-la đã thương con (A-xà-thế) như thế nào… để lương tâm vua A-xà-thế tỉnh thức và ăn năn, hối hận, khổ đau với tội lỗi mà mình đã gây ra đối với người cha của mình. Từ đó nhân duyên đủ chín muồi để trở thành đệ tử của Phật, thay đổi cải cách phép trị dân, trở thành vị vua hiền lương được dân chúng kính trọng.

> Cha mẹ nào cũng thương con. Vua A-xà-thế thương con. Vua Tần-bà sa-la cũng thương con. Và các vị vua hiền ngày trước cung thương dân như con đẻ của mình.

Vua Lý Thánh Tông cũng nhờ thấm nhuần Phật Pháp nên mùa Đông ở trong cung vàng điện ngọc cảm thấy rét buốt thì nghĩ đến các tù nhân đang thiếu áo thiếu ăn: "Ta ở trong cung sâu, sưởi lò than, mặc áo hồ cừu mà còn lạnh như thế này, huống chi những kẻ ở trong tù, khốn khổ vì trói buộc, phải trái chưa phân minh mà quần áo không đủ, thân thể không có gì che, nên mỗi khi bị cơn gió lạnh khắc nghiệt thì há không chết được người vô tội hay sao! Ta vô cùng thương xót".

Từ tình thương của người làm cha mẹ đối với con cái dẫn đến tình thương dân, thương đồng loại của một vị vua "yêu nước thương nòi" cần có một gạch nối: Lòng Từ Bi. Và đây là hai trong bốn tâm vô lượng (Từ, Bi, Hý, Xả) căn bản của người Phật tử.

∎

Alte buddhistische Geschichten

Tịnh Ý stellt vor – Mỹ Đình überträgt ins Deutsche

Der König der Heiler.

Im heißen Sommer jenes Jahres machte sich der Buddha auf den Weg zurück in die Hauptstadt von Magadha. Er reiste gemächlich, da die Strecke in mehrere Etappen aufgeteilt war. Auf seinem Weg besuchte er verschiedene Meditationszentren, lehrte die Mönchsgemeinschaft, hielt Vorträge und gab den Laiengläubigen Ratschläge. Er durchquerte die Königreiche Sakya, Malla, Videha und Vajji und überquerte schließlich den Ganges, um nach Magadha zu gelangen. Bevor er in die Hauptstadt zurückkehrte, besuchte er das Meditationszentrum in Nalanda.

Thơ Tuệ Nga
VẦNG TRĂNG QUÁN THẾ ÂM

Mẹ hiền lòng Mẹ Đại Bi
Mẹ mang ánh sáng huyền vi vào đời
Cứu chúng sinh, cứu muôn loài
Áo Mẹ sắc trắng mây trời tịnh thanh
Mẹ ban Cam Lộ ý lành
Nước Nhành Dương xóa điêu linh kiếp nàn
Mẹ vầng trăng sáng thanh quang
Đại Nguyện tình Mẹ mênh mang biển trời
Thần thông Mẹ dạo khắp nơi
Sa bà, ngục tối cứu đời độ sanh
Quán Tưởng Mẹ, niệm niệm thành
Nghe hồn lắng tịnh sương cành lộc non
Lạy Mẹ thương xót chúng con
Trầm luân bể khổ dốc mòn u mê
Mẹ thương khai trí Bồ Đề
Cho đàn con dại hướng về Chân Như
Nguyện cầu lượng Mẹ Đại Từ
Nhiệm mầu độ chúng đường tu viên thành
Mây trời trắng Đóa Tịnh Thanh
Tôn Nghiêm Hình Mẹ, Hương Lành Vu Lan.

(Trích trong thi phẩm "Hoa Đài Dâng Hương" của Tuệ Nga)

Als der Buddha im Bambushain-Kloster und auf dem Geierberg ankam, herrschte dort eine festliche Stimmung. Die Bewohner der Hauptstadt und der umliegenden Regionen strömten in großer Zahl herbei, um den Buddha zu sehen. Erst einen Monat nach seiner Ankunft hatte der Arzt Jivaka die Gelegenheit, den Buddha in seinen Mangogarten einzuladen. In diesem kühlen, grünen Mangogarten hatte der Arzt einen großen Vortragssaal errichtet, der Platz für etwa tausend Mönche bot. Vor der Einsiedelei im Mangogarten sitzend, hörte der Buddha dem Arzt Jivaka zu, der ihm von den Ereignissen am Hof und im Königreich berichtete. Jivaka erzählte, dass die Königinmutter Videhi inzwischen zu einem ruhigen Leben zurückgefunden habe. Sie ernähre sich vegetarisch, übe Meditation und widme sich regelmäßig den Drei Juwelen (Buddha, Dharma und Sangha).

König Ajatasattu litt unter einer schweren psychischen Krise. Er war von dem Tod des früheren Königs tief erschüttert und wurde Tag und Nacht von Schuldgefühlen geplagt, was zu Schlaflosigkeit führte. Seine Nerven waren stark geschwächt, er verlor oft die Fassung und wurde von Albträumen heimgesucht, aus denen er schweißgebadet erwachte. Der königliche Arzt behandelte ihn seit fast einem halben Jahr, aber die seelischen Leiden des Königs blieben die Ursache vieler weiterer gesundheitlicher Komplikationen.

Der König hatte bereits mehrere spirituelle Lehrer aus verschiedenen Sekten herbeigerufen, um seinen Geisteszustand zu heilen, doch keiner konnte ihm helfen. Diese Lehrer stammten aus den Schulen von Makkali Gosala, Ajita Kosakambali, Pakudha Kaccayana, Nigantha Nataputta und sogar Sanjaya Belatthiputta. Jeder von ihnen versuchte, den König zu beeindrucken, um seinem eigenen Orden Vorteile zu verschaffen, doch niemand hatte Erfolg.

Eines Tages lud der König die Königinmutter, ein, gemeinsam mit der Königin und dem kleinen Kronprinzen Udayibhadda zu speisen. Der Kronprinz, der noch keine drei Jahre alt war, zeigte sich bereits als schwierig und unruhig. Der König liebte seinen Sohn sehr und erfüllte ihm jeden Wunsch. An jenem Tag verlangte der Prinz, seinen Hund mit an den Esstisch zu bringen. Obwohl dies ein Tabu war, erlaubte der König es, um den Prinzen zufriedenzustellen. Während des Essens fühlte sich der König etwas unwohl und sagte zur Königinmutter:

- Es ist wirklich nicht angenehm, einen Hund am Esstisch zu haben.

Die Königinmutter sagte:

- Du liebst dein Kind, deshalb lässt du es den Hund mit an den Tisch bringen. Was ist daran so seltsam? Erinnerst du dich nicht daran, wie dein Vater aus Liebe zu dir den Eiter aus deiner Hand gesaugt hat?

- Ich erinnere mich nicht, bitte erzähl es mir, Mutter.

- Eines Tages tat dein Zeigefinger weh und schwoll stark an. Ein Abszess hatte sich direkt unter deinem Fingernagel gebildet, und die Schmerzen ließen dich Tag und Nacht weinen. Keine Nacht konntest du schlafen, und auch dein Vater und ich fanden keinen Schlaf. Dein Vater nahm dich auf seinen Schoß, nahm deinen schmerzenden Finger in seinen Mund, um ihn zu wärmen, damit der Schmerz nachließ und der Eiter schneller reifte. Vier Tage und Nächte lang tat er dies, bis der Eiter vollständig reif war. Erst dann begann er, den Eiter aus deinem Finger zu saugen. So wurdest du geheilt. Dein Vater saugte den ganzen Eiter und das giftige Blut aus, aber er wagte es nicht, deinen Finger herauszunehmen, aus Angst, es könnte schmerzen. Er behielt den Eiter und das Blut so lange im Mund, bis er es nicht mehr ertragen konnte, und dann schluckte er es hinunter, um dir weitere Schmerzen zu ersparen. Ich erzähle dir das, damit du weißt, wie sehr dein Vater dich damals geliebt hat. Jetzt liebst du dein Kind und lässt es den Hund mit an den Tisch bringen. Ich verstehe das, ich mache dir keinen Vorwurf.

Nachdem der König diese Geschichte von der Königinmutter gehört hatte, rannte er mit den Händen über dem Kopf in den Palast und ließ das Essen zurück. Von da an verschlimmerten sich seine seelischen Leiden immer mehr.

Jivaka kam, um den König zu behandeln, und hörte ihm zu, wie er von allen möglichen Dingen erzählte, einschließlich seiner Beratung mit den Brahmanen und Asketen. Doch Jivaka sagte nichts. Der König fragte:

- Jivaka, warum sagst du nichts?

Jivaka antwortete:

- Majestät, ich möchte nur eines sagen: Ich glaube, nur der Mönch Gotama (Buddha) kann Euch helfen, die verborgenen Leiden und inneren Qualen zu lösen. Majestät, Ihr solltet zu Buddha gehen, um von ihm Unterweisung zu erhalten.

Der König schwieg. Nach einer Weile sagte er:

- Ich fürchte, der Mönch Gotama hasst mich immer noch.

- Majestät, sagt das nicht. Der Mönch Gotama hegt keinen Groll gegen irgendjemanden. Buddha war der Lehrer des früheren Königs und auch dessen engster Freund. Wenn Ihr zu Buddha geht, ist es so, als würdet Ihr zu Eurem Vater gehen. Ihr sucht bei Buddha Frieden für Euren Geist und versucht, das, was in der Vergangenheit zerbrochen ist, wieder zu heilen. Meine medizinischen Fähigkeiten reichen nicht annähernd an die Heilkünste Buddhas heran. Buddha ist kein gewöhnlicher Arzt, er ist der König aller Ärzte. Man nennt ihn auch den „König der Heiler."

Nach diesem Gespräch willigte der König ein, Buddha zu besuchen.

(Auszug aus Thich Nhat Hanh: "Der alte Weg, wolkenloser Himmel" – Kapitel 76: Die Früchte des heutigen Tages).

Kommentar:

1. König Ajatasattu ließ sich von Devadatta beeinflussen König Ajatasattu und sperrte seinen Vater, König Bimbisara, in ein dunkles Gefängnis werfen und verhungern, bis er starb. Ungehorsam gegenüber den Eltern ist eine der fünf schweren Vergehen (ngũ nghịch). Deshalb wurde der König, obwohl er auf dem Thron saß, von Schuldgefühlen geplagt und konnte nicht ruhig schlafen. Er hatte Albträume und suchte die besten Ärzte des Landes auf, einschließlich des Arztes Jivaka, doch keiner konnte ihm helfen. Denn die Krankheit des Königs war eine "seelische Krankheit", während die Ärzte nur "Körperkrankheiten" heilen konnten.

2. Aus einem „bösen Sohn" erlitt König Ajatasattu die Konsequenzen seines Karmas. Der König erkrankte, und kein Arzt konnte ihn heilen. Schließlich musste er Zuflucht beim Erhabenen, dem Buddha, suchen: dem Vollendeten, dem „König der Ärzte" und dem Freund seines Vaters (König Bimbisara). Am Ende fand er Zuflucht im Dharma und wurde ein Schüler des Buddha.

Wie Buddha bei seiner Erleuchtung lehrte: „Ich bin ein verwirklichter Buddha, die Lebewesen sind zukünftige Buddhas." In jedem Menschen steckt die Buddha-Natur. Dieser Samen kann, wenn die Bedingungen (Ursachen und Wirkungen) reif sind, keimen, blühen und Früchte tragen!

Die tausendjährige Geschichte des Buddhismus hat unzählige solcher Fälle aufgezeichnet: Ein Angulimala (Vô Não), der einst ein skrupelloser Mörder war und sogar seine eigene Mutter töten wollte, um die geforderten hundert Fingerknochen für eine falsche Lehre zu sammeln; König Asoka (A-Dục), berühmt als grausamer Herrscher; oder auch die Kaiserin Wu Zetian (Võ Tắc Thiên)… Als sie der wahren Lehre begegneten, wurden sie alle hervorragende buddhistische Anhänger. Denn Vergänglichkeit ist eines der grundlegenden Merkmale des Buddhismus. Wenn sich die karmischen Ursachen von Körper, Sprache und

Geist ändern, ändern sich auch die karmischen Folgen. Dies ist der positive Aspekt des Buddhismus und der Grund, warum alle Menschen dazu ermutigt werden, zu praktizieren, ein Leben des Mitgefühls und der Tugend zu führen, das Gute zu tun und das Böse zu meiden, um in diesem und in zukünftigen Leben gute Früchte zu ernten.

3. Die Geschichte erzählt ein kleines Detail, das jedoch das gesamte Leben von König Ajatasattu veränderte: die Liebe der Eltern zu ihren Kindern. Der Sohn des Königs brachte seinen Lieblingshund mit zum Essen, als der König und die Kaiserinmutter speisten. Der König fühlte sich „verlegen" gegenüber seiner Mutter, weil er seinem eigenen Kind so viel nachsah. Doch gerade diese Episode und die Nachsicht der Mutter, als sie von früher erzählte, wie sehr sein Vater, König Bimbisara ihn liebte, weckten das Gewissen von König Ajatasattu. Er wurde sich seiner Schuld gegenüber seinem Vater bewusst und fühlte tiefe Reue und Schmerz über das, was er ihm angetan hatte.

Dies brachte den Wendepunkt, der ihn schließlich zum Schüler Buddhas machte, und er reformierte seine Herrschaftsmethoden, wodurch er zu einem weisen und gerechten König wurde, der von seinem Volk hochgeachtet wurde.

> Eltern lieben immer ihre Kinder. König Ajatasattu liebte sein Kind. König Bimbisara liebte sein Kind. Und auch die weisen Könige der Vergangenheit liebten ihr Volk wie ihre eigenen Kinder.

König Lý Thánh Tông (Vietnam), der die Lehren des Buddhismus tief verinnerlicht hatte, dachte in einer kalten Winternacht im prachtvollen Palast daran, wie die Gefangenen unter Mangel an Kleidung und Nahrung litten: „Ich sitze in den tiefen Gemächern des Palastes, wärme mich an glühender Kohle und trage dicke Pelzkleidung, und dennoch friere ich. Wie ergeht es dann erst den Menschen im Gefängnis, die unglücklich gefesselt sind, deren Schuld noch ungeklärt ist, die nicht genügend Kleidung haben und deren Körper ungeschützt sind? Wenn der eisige Wind sie trifft, wie könnten Unschuldige da nicht sterben? Ich empfinde großes Mitgefühl."

Aus der Liebe, die Eltern für ihre Kinder empfinden, entwickelt sich die Liebe eines Königs für sein Volk und seine Mitmenschen. Diese Verbindung entsteht durch Mitgefühl (Từ Bi). Mitgefühl ist eines der vier unbegrenzten Geisteszustände (Liebe, Mitgefühl, Mitfreude, Gleichmut), die die Grundlage des Buddhismus für einen Praktizierenden bilden. ∎

Thơ Nguyễn Minh Hoàng

MÃI YÊU

*Yêu người, ta vẫn yêu
Nhưng nay đã xa nhiều
Xa từ làn hơi ấm
Xa đến cả nụ cười*

*Từ nay xa cách đời
Từ nay xa cách em
Đã mất bàn tay quen
Đã xa môi nồng thắm
Bàn tay em thôi ấm
Chân bước anh rã rời*

*Cuộc đời anh buông trôi
Tháng năm giờ vô nghĩa
Trọn kiếp đã xa rồi*

Thơ Đinh Văn Sơn

AO TA

*Ta về lặng lẽ tắm ao ta
Một góc trời riêng cõi ta bà.
Rong rêu góc phố chân trời cũ
Một mình một bóng hát ngân nga*

*Nhìn lại dòng đời thấy xót xa
Bao năm quanh quẩn chốn quê nhà
Sớm tối đi về trong lẻ bóng
Đời là một giấc thoáng mơ qua*

*Đời người ngắn ngủi tựa đóa hoa
Đêm qua còn nở cánh mượt mà
Sáng nay rơi rụng trên thềm vắng
Buồn thương số kiếp ngắn xót xa*

*Thanh xuân tựa bóng một tách trà
Tuổi mộng xuân thì đẹp như hoa
Trăm năm ngắn ngủi như làn gió
Chỉ còn kỷ niệm mãi trong ta*

Tranh: Cát Đơn Sa

Thi Thi Hồng Ngọc

GIA ĐÌNH MÌNH LÀ CON PHẬT

Chuyện Ngắn Thiếu Nhi

BÀI HỌC VỀ CƠM

Thảo Hiền rất kén ăn, mười bữa cơm thì hết chín bữa mẹ phải ăn cơm thừa của cô bé. Hai chị rất bực mình về chuyện này mà nói động tới là cô em dỗi bỏ ăn luôn. Rồi một hôm trong bữa ăn, mẹ ra câu đố:

- Các con có biết cơm này từ đâu mà có không?

Thảo Hiền láu táu nói ngay:

- Là mẹ nấu đấy, mẹ bỏ gạo, bỏ nước vào nồi, bật điện lên thế là 20 phút sau, cơm chín, phải không mẹ?

Thảo Mai liếc mắt nhìn em ra điều cô bé chả biết gì cả, rồi thong thả nói:

- Cơm là do ba mẹ đi làm kiếm tiền rồi vô siêu thị mua gạo về mới có, đúng không mẹ?

Mẹ tủm tỉm cười nhìn sang cô con gái lớn có ý chờ đợi câu trả lời mà mẹ tin là "khá nhất", Thảo An nói một cách nghiêm túc:

- Cả hai em nói đều đúng! Nhưng chị đã tìm hiểu trên Internet "đường đi của hạt gạo thành cơm". Nó như thế này: Đầu tiên người ta ngâm thóc giống cho đến khi hạt thóc ra mộng và rễ. Sau đó người ta gieo vào đất để có những cây mạ non. Rồi sau đó người ta nhổ những cây mạ non này cắm vào đất rồi chờ cho cây lớn lên ra hạt gọi là hạt lúa. Trong thời gian này nếu trời nóng quá hay mưa nhiều quá hay sâu bọ, chuột, chim phá hoại cũng làm cây lúa này chết nên rất cẩn thận chăm sóc, coi chừng. Rồi phải bón phân, phun thuốc trừ sâu, công việc toàn làm giữa trời dù nắng hay mưa rất cực khổ. Khi những hạt lúa đã chín, cây lúa sẽ được cắt xuống, đập ra lấy hạt, rồi đem vô máy xay bỏ vỏ cứng bên ngoài đi. Cuối cùng hạt gạo được bỏ vào bao lớn chuyển đi các nơi bán. Để được nồi cơm mình ăn, người làm ra gạo phải mất thời gian nhiều tháng vất vả đấy.

Hai cô em tròn mắt thán phục sự "thông thái" của chị Cả. Mẹ dịu dàng tiếp lời:

- Các con có biết hiện nay trên thế giới còn có hơn 330 triệu trẻ em ở độ tuổi như các con bị lâm vào cảnh nghèo đói cùng cực. Mỗi ngày có 7.000 trẻ em bị chết do suy dinh dưỡng vì thiếu ăn. Vậy khi mình may mắn có ăn mà lại bỏ phí thì điều này đáng xấu hổ lắm chứ, phải không các con?

Thảo Hiền cúi đầu, từ hôm ấy, cô bé luôn ăn sạch bát cơm của mình.

TRUNG THU

Hôm nay là Rằm Trung Thu, cả nhà bày bàn ra sân trước ngắm trăng, ăn bánh trung thu, ba mẹ uống trà sen, các con uống trà cúc, trà hoa quả, mẹ kể chuyện cổ tích Phật giáo, ba kể chuyện ngày xưa còn bé rước đèn đi khắp xóm vui như thế nào. Các con háo hức chăm chú lắng nghe. Cuối cùng, ba vui vẻ hỏi:

- Trung Thu là Tết Đoàn Viên, có nghĩa là gia đình sum họp bên nhau, vậy bữa nay ba muốn hỏi các con: có điều ước gì dưới ánh trăng rằm rất đẹp tối nay không?

Thảo Hiền nũng nịu ôm cổ ba nói trước:

- Con ước gì nhà mình lúc nào cũng vui như Tết Trung Thu.

Thảo Mai nhí nhảnh sà vào lòng mẹ vừa cười vừa nói:

- Con ước gì được ba làm cho cái đèn Trung Thu giống như hồi xưa ông nội làm cho ba.

Thảo An nhìn ba, rụt rè khẽ nói:

- Con ước gì ba chịu "quy y Tam bảo" để có Pháp danh như mẹ và chúng con, có như vậy gia đình mình mới thật sự "đoàn viên" vì đều là Phật tử.

Cả nhà lặng đi một lúc. Tháng sau, ba theo mẹ lên chùa và được thầy Trụ trì truyền giới. Từ hôm đó Ba có pháp danh là Đồng Thuận.

TỪ BI

Mỗi chủ nhật ba chị em Thảo An đều có một cuộc họp về kế hoạch "làm chuyện tốt" bất ngờ cho ai đó đang gặp khó khăn. Các cô bé thường theo dõi trên mạng YouTube những hoàn cảnh đáng thương rồi nhờ mẹ cho lời khuyên nên làm gì. Lần này cuộc họp có mặt cả mấy cô bạn học và cả cậu Thiện Tín, "đạo hữu" của Thảo An, một thành viên trong Gia đình Phật tử Đuốc Tuệ. Chương trình của họ tuần này có hai việc nên làm, nhưng ý kiến mọi người bất đồng vì việc nào cũng có vẻ quan trọng cả. Các cô bạn người Đức chọn việc đến thăm trẻ em bị ung thư trong bệnh viện, chị em Thảo An chọn việc đến thăm, an ủi cô bạn Việt nam gần nhà mới mất mẹ và cha đang nằm trong bệnh viện, cả hai vừa bị một tai nạn giao thông. Khi cuộc họp bắt đầu có sự tranh luận căng thẳng, Thiện Tín vội đưa ra ý kiến:

- Tại sao mình làm việc tốt, mình là người tốt mà mình lại cãi nhau, giận nhau? Hai việc như thế mình đều có thể làm chung, chúng tôi ở gần nhà Thu (tên cô bé Việt Nam), chúng tôi sẽ an ủi cô ấy thường xuyên, còn đến thăm trẻ con ở bệnh viện, bọn mình sẽ đóng tiền mua quà và đi chung với nhau được mà. Các bạn thử nghĩ xem, một người con bị bệnh mà vẫn còn được cha mẹ thương yêu, chăm sóc, còn người kia tuy không bệnh mà không có cha mẹ, không có ai bên cạnh, từ từ rồi "trẻ con" này cũng sẽ bị bệnh "trong đầu" thôi. Đúng không?

Cuộc họp nhanh chóng kết thúc với kết quả đồng thuận là cả nhóm sẽ đến thăm cô bé Thu ngay lập tức và mời cô đi… ăn kem cho vui. Không biết Thu sẽ vui hay không nhưng người vui nhất chính là Thiện Tín. ■

Thi Thi Hồng Ngọc

Unsere Familie sind Kinder Buddhas

Kinderkurzgeschichten

DIE LEKTION ÜBER DEN REIS

Thảo Hiền ist sehr wählerisch beim Essen. Von zehn Mahlzeiten isst sie nur bei einer richtig mit, und die Mutter muss oft die Reste ihrer Tochter aufessen. Ihre beiden älteren Schwestern sind darüber sehr verärgert, aber sobald sie das Thema ansprechen, wird Thảo Hiền beleidigt und isst gar nichts mehr. Eines Tages während des Essens stellt die Mutter eine Frage:

- Wisst ihr, woher dieser Reis kommt?

Thảo Hiền antwortet sofort:

- Den hat Mama gekocht. Mama hat Reis und Wasser in den Topf gegeben, den Herd eingeschaltet und nach 20 Minuten war der Reis fertig, oder Mama?

Thảo Mai, die ältere Schwester, wirft ihrer kleinen Schwester einen Blick zu, als wollte sie sagen, dass sie nichts versteht, und sagt dann ruhig:

- Der Reis ist da, weil Mama und Papa arbeiten gehen, um Geld zu verdienen, und damit Reis im Supermarkt kaufen, richtig Mama?

Die Mutter lächelte und blickte erwartungsvoll zu ihrer ältesten Tochter, da sie glaubte, dass deren Antwort die „beste" sein würde. Thảo An sprach mit ernstem Ton:

- Beide haben recht! Aber ich habe im Internet recherchiert und herausgefunden, welchen Weg ein Reiskorn zurücklegt, bevor es zu Reis wird. Es geht so: Zuerst werden die Reiskörner (thóc giống) eingeweicht, bis sie keimen und Wurzeln schlagen. Dann werden sie in die Erde gesät, um junge Reissetzlinge (cây mạ non) zu bekommen. Diese Setzlinge werden dann in den Boden verpflanzt und müssen dort wachsen, bis sie reife Reiskörner (hạt lúa) hervorbringen. Während dieser Zeit können Hitze, starker Regen oder Schädlinge, Mäuse und Vögel die Pflanzen zerstören, weshalb sie sorgfältig gepflegt und überwacht werden müssen. Es muss Dünger ausgebracht und Pestizide gesprüht werden, und all diese Arbeit wird unter freiem Himmel erledigt, ob bei Sonne oder Regen – es ist sehr anstrengend. Wenn die Reiskörner reif sind, werden die Reisstängel geschnitten, gedroschen, um die Körner zu gewinnen, und dann in eine Mühle gebracht, um die harte Schale zu entfernen. Schließlich werden die Reiskörner in große Säcke verpackt und an verschiedene Orte zum Verkauf transportiert. Um den Reis, den wir essen, herzustellen, müssen die Reisbauern viele Monate harte Arbeit leisten

Die beiden jüngeren Schwestern staunten mit großen Augen über die „Weisheit" ihrer ältesten Schwester.

Die Mutter sprach sanft weiter:

- Wisst ihr, dass es derzeit auf der Welt mehr als 330 Millionen Kinder in eurem Alter gibt, die in extremer Armut leben? Jeden Tag sterben 7.000 Kinder an Unterernährung, weil sie nicht genug zu essen haben. Wenn wir also das Glück haben, genug zu essen zu bekommen, und es verschwenden, dann ist das wirklich beschämend, nicht wahr?

Thảo Hiền senkte den Kopf, und von diesem Tag an aß sie immer ihren Teller leer.

MITTHERBSTFEST

Heute ist das Mittherbstfest, und die ganze Familie hat einen Tisch im Vorgarten aufgestellt, um den Mond zu betrachten und Mondkuchen zu essen. Die Eltern trinken Lotus-Tee, während die Kinder Chrysanthemen- und Früchtetee trinken. Die Mutter erzählt buddhistische Märchen, und der Vater berichtet von früher, wie er als Kind Laternenumzüge durch das ganze Dorf gemacht hat und wie viel Spaß das machte. Die Kinder hören gespannt und begeistert zu. Schließlich fragt der Vater fröhlich:

- Das Mittherbstfest ist das Fest der Wiedervereinigung, was bedeutet, dass die Familie zusammenkommt. Heute Abend möchte ich euch fragen: Habt ihr einen Wunsch unter dem schönen Vollmond?

Thảo Hiền umarmte liebevoll den Hals ihres Vaters und sagte als Erste:

- Ich wünsche mir, dass unsere Familie immer so fröhlich ist wie beim Mittherbstfest.

Thảo Mai kuschelte sich kichernd an die Mutter und sagte:

- Ich wünsche mir, dass Papa mir eine Laterne macht, so wie Opa früher eine für ihn gemacht hat.

Thảo An schaute den Vater an und sagte schüchtern:

- Ich wünsche mir, dass Papa sich den „Drei Juwelen" (Buddha, Dharma, Sangha) anvertraut, um einen Dharma-Namen zu erhalten, wie Mama und wir. Nur so kann unsere Familie wirklich „vereint" sein, weil wir alle Buddhisten sind.

> Die Familie wurde einen Moment still. Im nächsten Monat ging der Vater mit der Mutter in den Tempel und erhielt vom Abt die Zufluchtnahme. Seitdem trägt der Vater den Dharma-Namen „Đồng Thuận".

MITGEFÜHL

Jeden Sonntag haben die drei Schwestern Thảo An eine Besprechung, um einen Plan zu schmieden, wie sie jemandem, der in Schwierigkeiten steckt, unerwartet helfen können. Die Mädchen schauen oft auf YouTube nach bedürftigen Menschen und bitten ihre Mutter um Rat, was sie tun sollten. Dieses Mal nahmen auch ein paar Schulfreundinnen und Thiện Tín, ein „Dharma-Freund" von Thảo An und Mitglied der buddhistischen Jugendgruppe Đuốc Tuệ, an der Besprechung teil. Für diese Woche standen zwei gute Taten auf dem Programm, aber die Meinungen waren unterschiedlich, weil beide Aufgaben wichtig erschienen. Die deutschen Freundinnen entschieden sich dafür, krebskranke Kinder im Krankenhaus zu besuchen, während die Schwestern Thảo An sich dafür entschieden, ihre vietnamesische Freundin, die kürzlich ihre Mutter verloren hatte und deren Vater im Krankenhaus lag, nach einem Verkehrsunfall zu besuchen und zu trösten.

Als die Diskussion hitzig wurde, brachte Thiện Tín schnell eine Idee ein:

- Warum streiten wir uns, obwohl wir doch etwas Gutes tun und selbst gute Menschen sein wollen? Wir können beide Aufgaben zusammen erledigen. Wir, die in der Nähe von Thu (Name der vietnamesischen Freundin) wohnen, werden sie regelmäßig trösten. Und den Besuch der kranken Kinder im Krankenhaus können wir gemeinsam organisieren, indem wir Geld sammeln, um Geschenke zu kaufen und zusammen hinzugehen. Überlegt mal: Ein Kind, das krank ist, aber noch die Liebe und Fürsorge seiner Eltern hat, hat es vielleicht leichter als ein anderes, das nicht krank ist, aber seine Eltern verloren hat und niemanden an seiner Seite hat. Dieses Kind wird früher oder später „krank im Kopf" [= psychische Störung] werden, oder?

Das Treffen endete schnell mit dem einstimmigen Entschluss, dass die ganze Gruppe sofort zu Thu gehen und sie einladen würde, mit ihnen Eis essen zu gehen, um sie aufzumuntern. Ob Thu sich freuen würde, wusste niemand, aber am meisten freute sich Thiện Tín. ∎

Lâm Minh Anh

THI HOÀI LẠC HĨ

Vừa đi làm về, thấy ông Tư đang ngồi đọc sách, Tân hỏi ngay:

- Ba đang xem cổ thư phải không?

Ông Tư tùm tỉm cười đáp:

- Con muốn tìm hiểu điều gì nữa đây? Thật ra, hôm nay ba đang đọc lại "Việt Nam Thi Nhân Tiền Chiến." Hay tuyệt!

Tân chìa ra hai ba tập thơ, than phiền:

- Khổ quá đi mất! Chẳng biết tại sao bạn con tự nhiên trở thành nhà thơ cả đám. Chưa hết, nào là bà con họ hàng, đồng nghiệp đua nhau làm thơ, ra mắt tập thơ, in thơ tặng. Có người nhờ con viết cảm nhận, viết lời tựa cho họ. Chết nỗi, thơ tràn lan trên thi đàn nhưng tìm một người như cỡ Nguyễn Bính, hay thậm chí như Tản Đà, Quách Tấn… thời nay thật khó.

Ông Tư gật đầu biểu đồng tình:

- Thơ bây giờ là thơ, không hẳn là Thi như ngày xưa đâu con.

Tân ngạc nhiên hỏi:

- Vậy hả ba? Ba giảng cho con biết được không? Điều này thú vị đây.

Ông Tư vui vẻ nói:

- Nguồn gốc của Chữ Thi 詩 tìm thấy sớm nhất vào thời kỳ văn tự Chiến Quốc [1] (475 - 221 TCN), không thấy trên văn tự Giáp cốt văn (1800 TCN) và Chung đỉnh văn (1300 TCN) trước đó. Thoạt tiên, nó xuất hiện bằng chữ "tự" 寺 (pháp đình), vốn biểu thị của chữ "am" 庵 hoặc 庵 (lều tranh, miếu thờ, cái thất nhỏ để cúng thần linh)[2], sau đó, khi cường điệu, âm nhạc, ca vũ cùng văn từ phát triển tạo ra chữ "thiệt" 舌 (cái lưỡi) hoặc chữ "khẩu" 口 (cái miệng), trên thêm bộ Đầu, với hai gạch ngang

---

[1] Chiến quốc là tên gọi xuất phát từ quyển "Chiến quốc sách" tác giả là Lưu Hướng đời Hán, được biên soạn sau khi Cao Tiệm Ly không thành công ám sát Tần Thủy Hoàng. Thành ngữ "bách phát bách trúng" xuất hiện trong chương Tây Chu Sách của sách này.

[2] Trước khi Phật giáo du nhập vào Trung Hoa. Chùa tức Tự 寺 có nghĩa là pháp đình (tòa án) nơi các quan lại thi hành pháp luật. Cấu trúc đặc trưng của tự dạng Tự 寺. Trên là chữ Thổ 土 (đất), dưới là chữ Thốn 寸 (một tấc). Ý nói, một tấc đất cũng thuộc sở hữu của nhà nước, còn cái Am 庵 hoặc Miếu 廟 là nơi thờ kính tổ tiên. (Xem Lễ Ký)

thành chữ "ngôn" 言 (lời nói). Sau cùng, theo thời gian với chữ ngôn (bên trái) và chữ tự (bên phải) kết hợp lại thành chữ THI 詩, được hiểu là lời nói xuất phát từ cửa am miếu. Trong cổ văn, chữ THI 詩 này được viết tắt THI 言+止.

- Đến thời kỳ Tiên Tần (223 TCN) qua cuộc cải cách thống nhất văn tự thành loại chữ Triện, cũng giải thích:

Ngôn 言+ Tự 寺 = Thi 詩, biểu thị tế tự chúc tụng 表示祭祀祝誦.

- Lễ Ký, thiên Nội Tắc, viết: Quốc quân thế tử sinh, cáo ư quân… tam nhật, bốc sĩ phụ chi, cát giả túc tề, triều phục tẩm môn ngoại, THI phụ chi… 國君世子生,告於君… 三曰,卜士負之,吉者宿齊,朝服寢門外,詩負之. (một thái tử khi sinh ra được cáo thị, sau ba ngày thì các nhà bói toán được gọi đến để xem vận mệnh, còn các học sĩ mặc triều phục chỉnh tề túc trực bên ngoài để sáng tác THI tức làm thơ tán tụng).

- Kinh Lễ, thiên Nghi Lễ, viết: Thi, do thừa dã. Vị phụng nạp chi hoài trung 詩,猶承也.謂奉納之懷中 (Thơ là tưởng niệm công đức và cơ nghiệp tiên tổ, lời phúng tụng, từ khúc tế lễ để lưu truyền lại cho đời sau).

Như thế, từ góc nhìn khởi nguyên của chữ THI, cho thấy: Ý nghĩa gốc của THI vốn sử dụng để biểu đạt tư tưởng thông qua ngôn ngữ thần thoại, tín ngưỡng thờ phượng, cung phụng cúng tế, cầu khấn thần linh, ca ngợi công đức tiên vương, được cử hành trong tông miếu, am thờ hay chùa chiền.

- Mao Thi, lời tựa, viết: Thi giả, chí chi sở chi dã. Tại tâm vi chí, phát ngôn vi thi 詩者,志之所之也,在心為志,發言為詩 (Thơ là nơi dung chứa ý chí, chí này ở trong tâm, khi nói ra lời thì thành thơ). Thành ngữ "thi dĩ ngôn chí, văn dĩ tải đạo" 詩以言志,文以載道 vốn xuất xứ từ nghĩa của câu trên. Từ chữ Chí và chữ Ngôn trên có thể tìm hiểu sâu hơn về chữ Thi:

* Chữ Chí 志 theo Tiểu Triện, trên là chữ Chi 之, dưới là chữ Tâm 心, đến khi đổi sang lối viết chữ Lệ, Khải thư, chữ Chi thành chữ Sĩ 士. Do đó, Chí được hiểu là tâm ý, chí hướng của kẻ sĩ, nhất nhất bởi tâm mà ra.

* Chữ Ngôn 言 theo Thuyết văn giải tự, viết: Trực ngôn viết ngôn, luận nan viết ngữ 直言曰言,論難曰語 (Lời nói thẳng thắn là ngôn, khi bàn luận cái khó gọi là ngữ). Ngôn là tự mình trần thuật, biểu đạt, khi ngôn tương quan với ngữ, chủ yếu dùng để đàm luận với người khác. Điều này trong Lễ Ký giải thích: Tam niên chi biểu, ngôn nhi bất ngữ, đối nhi bất đáp 三年之表,言而不語,對而不答 (khoảng tuổi

lên ba, trẻ chỉ biết nói để bày tỏ chứ chưa biết dùng ngôn ngữ đối đáp)

Tuy nhiên, nghĩa chữ THI chưa dừng lại ở đây.

- Sử ký Tư Mã Thiên, Tư Mã Tương Như liệt truyện, viết: Thi đại trạch chi bác, quảng phù thụy chi phú 詩大澤之博, 廣符瑞之富 (Thi dung chứa sự quảng đại, biểu hiện tình cảnh tốt đẹp, diễn tả về đời sống phong phú).

- Hán Thư Âm Nghĩa., viết: Thi, ca vịnh công đức dã 詩, 歌詠功德也 (Thi dùng để ngâm vịnh, ca ngợi công đức cao cả).

- Quốc Ngữ, phần Lỗ Ngữ, viết: Thi sở dĩ hội ý, ca sở dĩ vịnh thi dã 詩所以會意, 歌所以詠詩也 (Thi là nơi hội tụ tâm tư, ý tưởng và ca ngâm là để ngợi khen nét đẹp của Thi).

Trong truyền thống văn hóa Hoa Hạ, bắt nguồn của thi ca chính là Kinh Thi, với lời lẽ tự nhiên, chân thật, mộc mạc, không bị gò ép theo niêm luật, không trau chuốt, đẽo gọt, ý tứ cô đọng, lại trong sáng, nên được xem là mẫu mực như trong Luận Ngữ, thiên Vi Chính, Tử viết: Thi tam bách, nhất ngôn dĩ tế chi, viết: Tư vô tà 詩 三百, 一言以蔽之, 曰: 思無邪 (Khổng Tử nói: Kinh Thi có ba trăm bài, có thể lấy một câu để tóm tắt là không có tà xấu ở trong). Theo biểu hiện tốt đẹp ấy, trong thiên Dương Hóa, Khổng Tử nói: Thi khả dĩ hưng, khả dĩ quán, khả dĩ quần, khả dĩ oán, nhĩ chi sự phụ, viễn chi sự quân, đa thức ư điểu thú thảo mộc chi danh 詩可以興, 可以觀, 可以群, 可以怨, 邇之事父, 遠之事君, 多識於鳥獸草木之名 (Khổng tử nói: Xem Kinh Thi, có thể hứng khởi tâm trí, có khả năng quan sát sự vật, hòa hợp được với người khác, hiểu được sự buồn giận. Gần thì biết giữ đạo hiếu với cha mẹ, xa thì biết tận trung với vua. Lại còn có nhiều kiến thức về các loại chim, thú, cỏ cây nữa).

Đến đời Tống, chữ THI trong lịch sử văn học được khoác thêm nghĩa mới, danh Nho Chu Hy (1130-1200) trong "Thi Tập Truyện" ở lời Tựa, nói: Hoặc hữu vấn ư dư viết: Thi hà vị nhi tác dã? Dư ứng chi viết: Nhân sinh nhi tĩnh, thiên chi tính dã; Cảm ư vật nhi động, tính chi dục dã 或有問於余曰: 詩何謂而作也? 余應之曰: 人生而靜, 天之性也; 感於物而動, 性之欲也 (Hoặc có người hỏi tôi: Vì đâu mà thơ được sáng tác? Tôi đáp ngay: Trẻ sơ sinh bản chất ngây thơ, trong trắng, đó là tính trời ban cho. Về sau vì sự vật xung quanh làm động lòng ở tính mà phát sinh ra tình cảm). Nói cách khác, Thi là dư âm của lời nói tĩnh nhàn, thanh trong khi tâm con người cảm xúc với ngoại cảnh mới biểu hiện ra.

Nhận thấy mình đã nói hơi nhiều về nguồn gốc chữ Thi, ông Tư ngừng lời hỏi Tân có ý kiến gì muốn bày tỏ không? Tân rót trà mời cha rồi nhẹ nhàng nói:

- Con rất cảm ơn ba đã giảng giải cho con hiểu phần nào về lịch sử diễn biến của chữ Thi. Nhưng con cũng thật sự muốn biết Thi ca của nước ta bắt đầu từ thời kỳ nào?

Ông Tư ngẫm nghĩ một lát rồi chậm rãi nói:

- Ba không chắc đích xác có từ bao giờ, nhưng theo Đại Việt Sử Ký Toàn Thư ghi chép: Năm Đinh Hợi 987, dưới thời Tiền Lê, vua Lê Đại Hành nhờ thiền sư Pháp Thuận giả dạng người chèo đò đón tiếp sứ nhà Tống là Lý Giác. Sứ thần này là người thích thi văn, khi thấy hai con ngỗng trên mặt nước, bèn ngâm:

Nga nga lưỡng nga nga, 鵝鵝兩鵝鵝
Ngưỡng diện hướng thiên nhai. 仰面向天涯

Nghĩa là: Song song ngỗng một đôi; Ngước mắt nhìn chân trời.

Pháp Thuận đang chèo đò, bèn ngâm tiếp:

Bạch mao phô lục thủy, 白毛鋪綠水
Hồng trạo bãi thanh ba. 紅棹擺青波

Nghĩa là: Nước trong phô lông trắng; Chân hồng sóng xanh bơi.

Sự ứng đối nhanh chóng và tài tình, ý nhị, sâu sắc của Ngài Pháp Thuận làm Lý Giác rất cảm phục. Đến khi ông từ biệt về nước, vua lại nhờ thiền sư Khuông Việt làm thơ để tiễn, đó là bài Ngọc Lang Quy 玉郎邊, được chép trong Thiền Uyển Tập Anh, ở đây chỉ trích ra hai câu đầu:

Tường quang phong hảo cẩm phàm trương,
祥光風好錦帆張,
Dao vọng thần tiên phục đế hương.
遙望神仙復帝鄉.

Tạm dịch:

Trời quang gió thuận cánh buồm dương,
Thần tiên xa vọng, hồi cố hương.

Có thể Lý Giác khi trở về sẽ tâu lại rằng nước Nam quả thật có nhiều nhân tài, từ đó thôi không nghĩ đến việc xâm chiếm nữa. Thật ra cổ đức làm thơ cũng mong chuyên tải nhiều ý nghĩa, bởi thơ là sự cộng hưởng giữa người với nhau, hoặc với vũ trụ, vạn vật…. Thơ gieo rắc giữa mộng và thực, luôn hiện diện trong cuộc đời, biểu đạt từ cảm xúc nơi mọi cảnh sắc. Thế nên, Nguyễn Du trong những năm lưu lạc xứ người, có lần đứng ngắm dòng sông Hán Dương uốn lượn, đọc bài thơ "Hoàng Hạc Lâu" của Thôi Hiệu trên vách đá, liền cảm tác viết: "Thi thành thảo thụ giai thiên cổ" 詩成草樹偕千古. (Bài thơ tuyệt tác vừa hoàn thành thì cả thơ lẫn cỏ cây trong bài thơ đều trường tồn với thời gian), vào khoảnh khắc ấy, tâm hồn con người như chắp cánh bay lên, hòa nhập cùng thiên nhiên, vạn vật.

Tân dường như được cuốn hút bởi những lời nói đầy cảm xúc của cha, hình ảnh Tố Như tiên sinh trầm ngâm bên dòng Hán Dương chợt hiện ra thật rõ ràng trong tâm trí, thơ và thi nhân, nào phải ai cũng như ai! Nghĩ đến đây, anh bày tỏ:

- Thưa ba! Con nhận thấy thơ là một nghệ thuật dùng ngôn từ và trí tưởng tượng để diễn tả tư tưởng, tình cảm, vần điệu du dương có thể phổ nhạc, đầy màu sắc sống động như tranh vẽ. Bởi vì thơ có nhiều đề tài, thể loại thì người làm thơ chắc cũng có phân biệt, phải không ba?

Ông Tư trả lời:

- Thơ có nhiều thể loại, từ thời xa xưa, trong Kinh Lễ, thiên Xuân Quan, Đại Sư đã có Lục Thi: Phong, Nhã, Tụng, Tỉ, Phú, Hứng. Ở đây ba chỉ trích dẫn một số điển hình thôi:

* Sở Từ thi: Bài Ly Tao của Khuất Nguyên thời Chiến quốc (屈原, 340 - 278 TCN) trong đó có bốn câu cảm thán về thời gian:

Nhật nguyệt hốt kỳ bất yêm hề	日月忽其不淹兮
Xuân dữ thu kỳ đại tự.	春與秋其代序
Duy thảo mộc chi linh lạc hề	惟草木之零落兮
Khủng mỹ nhân chi trì mộ	恐美人之遲暮

Nhượng Tống (1906-1949) dịch:
Ngày tháng vụt đi không trở lại,
Vừa xuân qua đã lại thu sang.
Đoái trông cỏ úa cây vàng,
Sợ nàng, người đẹp muộn màng lỡ duyên.

Bài thơ này nổi tiếng đến mức người đời sau ví người làm thơ và yêu chuộng thơ văn là "Tao nhân mặc khách". Thế Lữ cũng có câu: "Mượn cây bút nàng Ly Tao tôi vẽ".

> Trong thi ca xưa kia thường đệm chữ Hề ở cuối câu làm trợ từ nhưng trong bài Ly tao không có nghĩa gì, sau thời Nam Bắc triều, chữ này được dùng như một cảm thán từ: chứ, a, thôi... Chẳng hạn như bài "Quy khứ lai từ" của Đào Tiềm

* Lạc Phủ thi, thể thơ khởi từ nhà Tần, thịnh hành vào thời Hán, lời thơ thường kết hợp với âm nhạc, có thể ca, ngâm, vịnh... Thí dụ:

Mộc Lan Từ (Khuyết danh)

Tức tức phục tức tức,	唧唧復唧唧
Mộc Lan đương hộ chức	木蘭當戶織
Bất văn cơ trữ thanh,	不聞機杼聲
Duy văn nữ thán tức.	惟聞女歎息

Tạm dịch:
Than thở lại thở than,
Bên khung cửi Mộc Lan.
Tiếng thoi đưa không nghe,
Chỉ nghe lời ta thán ...

* Du Tiên thi là thể loại diễn đạt sự nhàn hạ, thanh thản, thoát tục... Chẳng hạn:

Tiên Du tự (Nguyễn Trãi 1380 - 1442)

Đoản trạo hệ tà dương,	短棹繫斜陽
Thông thông yết thượng phương.	匆匆謁上方
Vân quy thiền thập lãnh,	雲歸禪榻冷
Hoa lạc giản lưu hương.	花落澗流香
Nhật mộ viên thanh cấp,	日暮猿聲急
Sơn không trúc ảnh trường.	山空竹影長
Cá trung chân hữu ý,	箇中真有意
Dục ngữ hốt hoàn vong.	欲語忽還忘

Bản dịch của nhóm Đào Duy Anh:
Bóng xế thuyền con buộc,
Vội lên lễ Phật đài.
Mây về giường sãi lạnh,
Hoa rụng suối hương trôi.
Chiều tới vượn kêu rộn,
Núi quay trúc bóng dài.
Ở trong dường có ý,
Muốn nói bỗng quên rồi

*Kệ thi, thể thơ hoạt ngữ, thấu suốt ngôn từ, đốn ngộ tức thì nhận ra thể tánh chân thật. Tiêu biểu như bài thơ:

Sơn Phòng Mạn Hứng, kỳ 2, (Trần Nhân Tông 1258 - 1308)

Thị phi niệm trục triêu hoa lạc,	是非念逐朝花落
Danh lợi tâm tùy dạ vũ hàn.	名利心隨夜雨寒
Hoa tận vũ tình sơn tịch tịch,	花盡雨晴山寂寂
Nhất thanh đề điểu hựu xuân tàn.	一聲啼鳥又春殘

Tạm dịch:
Hoa rụng buổi sớm cùng thị phi,
Danh lợi tâm lạnh chẳng màng chi.
Hoa rơi mưa tạnh non tịch tĩnh,
Một tiếng chim kêu báo xuân đi.

Tân thốt lên thán phục:

- Lời thơ thật tao nhã, đầy thiền vị! Người làm thơ như Ngài Trần Nhân Tông thời nay ít người có được!

Ông Tư bật cười lắc đầu:

- Con nhầm rồi! Nhà thơ cũng có phân biệt ba tầng lớp khác nhau:

1/ *Thi nhân* là người sáng tác thơ, làm thơ nói chung. Đinh Hùng có những vần thơ rất dễ thương, như:

Xin hãy yêu tôi, những lòng hoa thắm!
Xuân đã hồng, thu biếc, TÔI LÀM THƠ.
Cửa phòng tôi giăng lưới nhện mong chờ,
Buồn phơ phất mới trông chiều, ngóng gió.
　　　　　Trích trong bài "Xin hãy yêu tôi."

2/ *Thi sĩ* là danh hiệu trang trọng dành cho người làm thơ nổi tiếng, như Tản Đà từng viết: Thi sĩ tửu đồ là ai? Hoặc như, trong bài "Cảm Xúc" Xuân Diệu tặng Thế Lữ:

Làm thi sĩ, nghĩa là ru với gió,
Mơ theo trăng, và vơ vẩn cùng mây.
Để linh hồn ràng buộc bởi muôn dây,
Hay chia sẻ bởi trăm tình yêu mến.

3/ *Thi hào* là danh hiệu cao quý dành cho nhà thơ có tài năng nghệ thuật kiệt xuất, có tác phẩm trác tuyệt để đời, như Nguyễn Du với "Truyện Kiều".

Tân chăm chú lắng nghe đầy vẻ hứng thú, chợt như nhớ đến điều gì đó, anh vội hỏi khi ông Tư vừa ngưng lời uống chút trà thấm giọng:

- Thưa ba, con cũng có chút thắc mắc nhờ ba giải thích là chữ Thi trong "Thi ân bất cầu báo" phải chăng cũng là chữ Thi trên. Còn nữa, nàng Tây Thi có phải người nước Việt ta không? Lam Ngọc nhà con rất thích giai nhân đặc biệt này, còn cho rằng tên Thi đó là tên Việt Nam đấy chứ!

Ông Tư mỉm cười ý nhị:

- Có rất nhiều chữ Thi với nhiều ý nghĩa khác biệt, hai chữ Thi đó không giống nhau, chữ Thi 施 trong "Thi ân"

- Theo nguồn gốc trong Giáp cốt văn viết có hai hình dạng:

* Bên phải là con rắn 蛇 ngoằn ngoèo, bên trái là người cầm vũ khí thủ thế 手器.

* Người xưa dùng mảnh vải, hoặc lụa buộc vào đầu ngọn cán biểu hiệu lá cờ. Thuyết văn giải tự dựa theo nghĩa này, gọi là kỳ mao 旗旄, viết thành Thi 施 được sử dụng cho tới ngày nay.

- Quảng Nhã viết: Thi, huệ dư dã 施惠予也 (Thi là ban ân trạch).

- Kinh Dịch quẻ Kiền viết: Vân hành vũ thí (thi) phẩm vật lưu hình. 雲行雨施品物流形 (Mây lưu chuyển đem mưa xuống khiến các vật thành hình). Chữ Thí 施 ở đây cũng được dùng trong hạnh đầu tiên (Bố thí 布施) trong Lục ba la mật.

Bây giờ nói đến nàng Tây Thi của "Lam Ngọc nhà con", đây là một trong bốn Mỹ nhân nổi tiếng thời xưa. Trong "Cung oán ngâm khúc" của Nguyễn Gia Thiều, ông đã mượn điển tích "Trầm ngư" về nàng Tây Thi để viết câu "Chìm đáy nước cá lờ lờ lặn" nhằm diễn tả sắc đẹp tuyệt trần của một thiếu nữ vừa nhập cung.

Bài Tống Chúc Bát Chi Giang Đông Phú Đắc Cán Sa Thạch của Lý Bạch có nhắc đến Đông Việt thời Xuân Thu là quê hương của Tây Thi (cũng trong tộc Bách Việt, nhưng không phải nước Việt ta). Lịch sử thân thế của nàng có rất nhiều giai thoại, hôm nay ba chỉ muốn nói về bài thơ nổi tiếng "Tây Thi" cũng của Thi Tiên Lý Bạch có những vần thơ tuyệt hay như sau:

Tây Thi Việt khê nữ,　　西施越溪女
Xuất tự Trữ La san.　　出自苧蘿山
Tú sắc yểm kim cổ,　　秀色掩今古
Hà hoa tu ngọc nhan.　　荷花羞玉顏
Hoán sa lộng bích thuỷ,　　浣紗弄碧水
Tự dữ thanh ba nhàn.　　自與清波閑

Tạm dịch:
Xa xưa đất Việt Tây Thi,
Trữ La non nước xuân thì đẹp tươi.
Giai nhân kim cổ mấy người,
Dung nhan diễm lệ sen tươi chẳng bằng.
Suối trong ghềnh đá dưới trăng,
An nhàn giặt lụa, làn tăn sóng đùa.

Tân trầm trồ:

- Thơ như thế mới gọi là thơ chứ! Uyển chuyển, tao nhã, mơ màng, lãng mạn như thế này quả thật ai yêu thơ đọc xong mà không khỏi cảm động. Giờ thì con hiểu tại sao ba và mấy người bạn thân đều rất thích những thi sĩ thời xưa.

Ông Tư mỉm cười kết luận:

- Hoài niệm về những bài cổ thi lúc nào cũng làm tâm hồn mình lắng đọng, có niềm vui nhẹ nhàng, thanh thản, đây gọi là THI HOÀI LẠC HĨ đó con! ■

Nguyên Trí - Hồ Thanh Trước

"Populism"
dưới cái nhìn của một Phật tử

Thời gian gần đây, chúng ta thường nghe đến các phong Trào «Populism» nổi lên khắp nơi trên toàn thế giới, qua truyền thông, truyền hình và báo chí! Danh từ «Populism» xuất phát từ People = Dân tộc, nhưng phong trào Populism có khuynh hướng đưa cao tinh thần dân tộc theo tính cách cực đoan đôi khi quá khích vì vậy xin tạm phiên dịch danh từ này sang Việt ngữ **«Chủ nghĩa dân tộc thuần túy cực đoan»**; nhưng trong bài viết xin tạm giữ nguyên Anh ngữ **Populism** (trong Pháp ngữ danh từ Populism có thêm mẫu tự 'e' ở cuối).

Chúng ta thử nhận xét về phong trào này theo tinh thần của người Phật tử qua bài nhận định mang tựa đề '**Capitalisme, bouddhisme, populisme**' trên trang báo ngày 02-11-2015 của một kinh tế gia, chính trị gia, cựu công chức cấp cao, giám đốc công ty, nhà văn và nhạc trưởng người Pháp, ông viết như sau:

-"Phật Giáo, chủ nghĩa Tư Bản và chủ nghĩa populisme là ba khuynh hướng, ba thế lực, rất thời thượng ở thời điểm hiện tại, cả ba dường như đang phát triển hoàn toàn độc lập với nhau, thậm chí theo những cách trái ngược nhau. Chủ nghĩa tư bản có nguồn gốc ở phương Tây, Phật giáo ở châu Á và một số người cho rằng chủ nghĩa populisme xuất phát từ châu Mỹ Latinh. Tư bản hướng về vật chất, hứa hẹn sự giàu có; Phật giáo về tinh thần đạt được thanh thản giải thoát; populisme là về ý thức hệ hướng về sự an toàn.

Phật giáo lãnh đạm với mọi ham muốn vật chất, điều này trái ngược với những nhu cầu thiết yếu của chủ nghĩa tư bản, vốn giả thiết sự tự do cá nhân, bản thân nó cũng trái ngược với những đòi hỏi của chủ nghĩa populisme. Do đó, ba lực lượng này cách xa nhau hàng năm ánh sáng và việc mở rộng đồng thời hiện tại của chúng sẽ chỉ là kết quả của sự trùng hợp ngẫu nhiên.

Sự trùng hợp rất hiếm khi xảy ra trong lịch sử; và trong phạm vi này sự trùng hợp cũng không có. Bởi vì hai lực lượng đầu tiên, chủ nghĩa tư bản và Phật giáo, ngày nay không còn phát triển nữa ngoại trừ theo một cách thức sai lầm, bị cắt xén, thô thiển, khiến cả hai phải phục vụ cho lực lượng thứ ba: chủ nghĩa tư bản và Phật giáo đang trở thành người đỡ đầu của chủ nghĩa populisme.

Trên thực tế, chủ nghĩa tư bản ngày càng bị thu gọn về khía cạnh cơ bản nhất của nó: lòng tham. Những gì dư luận xấu liên tục khuyến khích và những gì các trường dạy ngành quản lý tồi tệ nhất tôn vinh trong các khóa học của họ. Điều này có thể được tóm tắt bằng một biểu thức: «Tôi trước tiên». Hay đúng hơn: «Chỉ có tôi, và ngay lập tức». Người ta quên rằng một doanh nhân chỉ nghĩ đến lợi nhuận của mình mà không quan tâm đến lợi ích của khách hàng, nhân viên, nhà cung cấp và cuối cùng là cổ đông của mình, sẽ bị thất bại và phá sản.

Phật giáo cũng ngày càng bị thu hẹp vào chiều hướng hạn hẹp của nó: tìm kiếm hạnh phúc cá nhân, thờ ơ với người khác và cam chịu trước những bất hạnh của thế giới và về sự tiêu diệt của các quyền tự do. Vì vậy, cái «tôi trước tiên» phổ quát này tạo cơ sở cho chủ nghĩa Populisme, với tôn chỉ là: «Đừng lo lắng về người khác, chỉ nghĩ đến bản thân chính mình!». Chỉ tìm kiếm hạnh phúc trước mắt của chính mình và hạnh phúc của những người thân thiết nhất của mình».

Đó là sức mạnh của ý thức về Cái ác, khi gặp thời cơ, có thể phục hồi, bằng cách châm biếm, một số yếu tố của ý thức về Cái thiện. Vì vậy, dù không hề biết, những người truyền bá và các bậc thầy Phật giáo ngày nay vô tình là đồng minh của những kẻ mị dân theo chủ nghĩa populisme. Chú tâm trong việc làm hài lòng những người theo mình càng nhanh càng tốt, họ thường xuyên quên rằng chủ nghĩa tư bản và Phật giáo sẽ chẳng là gì nếu không chú tâm đến nền luân lý đạo đức các thế hệ sau; và đối với cả hai, lòng vị tha là hình thức ích kỷ thông minh nhất.

Câu cuối cùng này có lẽ là đủ, nếu nó được hiểu rõ và phổ biến rộng rãi, hầu đẩy lui xóa tan chủ nghĩa populisme, vì lẽ ra nó không bao giờ nên xuất hiện. Để làm được điều này, chúng ta vẫn cần phải có lòng can đảm để chiến đấu, dù họ ẩn náu ở đâu, với tất cả những người mang lý tưởng cái «tôi là trên hết», tóm tắt lại, để hiểu rằng không có sự phát triển cá nhân nào mà không liên quan đến nhận thức về nhu cầu của sự phát triển của người khác.

Bài báo '**Capitalisme, bouddhisme, populisme**' cho chúng ta nhận thấy tác giả với kiến thức về Phật giáo rất hạn hẹp đã đưa ra các nhận thức hết sức sai lầm về Giáo pháp của Đức Phật:

- Ông đã không hiểu rõ về cái «Tôi» mà Đức Phật giảng trong kinh pháp, lại càng không hề hiểu biết gì về tự lợi và lợi tha là con đường tu hành của Đức Phật Thích Ca Mâu Ni và các vị Bồ-tát. Ông hiểu lầm cái «Tôi» theo nghĩa *'tự cao tự đại'*, chỉ nghĩ đến bản thân và sở hữu, điều này hoàn toàn trái ngược lời Đức Phật dạy chúng sanh tu hành hầu xóa bỏ cái «tôi» và cái «của tôi» để đạt được trạng thái Hữu dư y niết bàn trong cuộc sống hiện tại.

- Ông cho rằng Phật giáo chỉ biết *'tìm kiếm hạnh phúc cá nhân, thờ ơ với người khác và cam chịu trước những bất hạnh của thế giới và về sự tiêu diệt của các quyền tự do'*. Điều này càng chứng tỏ rằng ông hoàn toàn không hiểu về lời Phật giảng trong kinh điển.

- Ông cho rằng Phật giáo trở thành người đỡ đầu của chủ nghĩa Populism, một chủ nghĩa phân biệt chủng tộc, phân biệt giai cấp. Đây hoàn toàn là tà kiến; ngoài ra, qua bài viết của ông, dường như ông cũng chưa rõ về chủ nghĩa populism, dù rằng ông biết rằng chủ nghĩa này phải được hủy diệt.

Ngoài sự hiểu biết hạn hẹp về Phật giáo, dường như ông cũng chưa rõ về chủ nghĩa populism.

Populism là một quan niệm mơ hồ thường được áp dụng bởi phần lớn tầng lớp chính trị, rất phức tạp để định nghĩa, dưới đây là cách giải thích của quan niệm này:

Danh từ Populism đã xuất hiện thường xuyên trong các cuộc tranh luận công khai trong những năm gần đây, để chỉ một số bài phát biểu nhất định và để chỉ danh các nhân vật chính trị. Sự trỗi dậy của các phong trào Populism cánh hữu và cánh tả trong thập niên qua đã khiến vấn đề này trở thành một vấn đề quan trọng.

Thông thường những người theo chủ nghĩa này là những người tuyên bố đấu tranh chống lại giới lãnh đạo tham nhũng và làm cho tiếng nói thực sự của người dân được lắng nghe. Nhưng định nghĩa này có vẻ đơn giản và được đồng thuận như vậy không? Chủ nghĩa Populism ngày nay là gì?

Các nguyên tắc của chủ nghĩa này là gì?

Nguyên tắc của chủ nghĩa này khá đơn giản: làm cho tiếng nói của những người dân lương thiện được lắng nghe như một tập thể thống nhất, thuộc tầng lớp thấp, trái ngược với tiếng nói của giới lãnh đạo bị coi là bất tài hoặc tham nhũng. Đó là một quan điểm chính trị bao gồm việc chia xã hội thành hai phần, coi hai phần này là thống nhất và đối lập nhau một cách tự nhiên.

Trong nhiều quốc gia, Populism được xem là tiêu cực, nhưng điều này không nhất thiết xảy ra ở các quốc gia khác, nơi nó có thể được đại đa số dân chúng yêu cầu. Nó thường được cho là của các phong trào chính trị cực hữu, nhưng cũng có thể được dùng để mô tả các phong trào cực tả.

Trong bình luận chính trị, báo chí và phê bình, người ta thường coi Populism là một danh từ mang tính cách miệt thị, gần như đồng nghĩa với sự mị dân và tuyên truyền. Đôi khi, nó được sử dụng một cách không chính xác để mô tả các chính trị gia theo đuổi những gì «đại chúng», thay vì tuân theo một tập hợp các giá trị hoặc nguyên tắc. Dù các dị biệt này, vẫn có sự đồng ý rộng rãi trong các tài liệu khoa học về định nghĩa của Populism.

Có nhiều cách nhận định về chủ nghĩa này, phổ biến nhất là qua ý thức hệ. Cas Mudde nhà khoa học chính trị người Hòa Lan, chuyên gia về ý thức hệ cực hữu hiện tại và chủ nghĩa Populism cánh hữu và cánh tả, theo ông chủ nghĩa Populism là một «ý thức hệ mong manh» chia thế giới thành hai phần: những người «trong sạch» và tầng lớp quyền hành thượng lưu «bất tài hoặc tham nhũng». Là một «ý thức hệ mong manh», chủ nghĩa Populism phải được kết hợp với một ý thức hệ «hoàn chỉnh» (ví dụ: chủ nghĩa bảo thủ, chủ nghĩa xã hội, chủ nghĩa phát xít, v.v…) để phát huy đầy đủ ý nghĩa của nó và do đó có sự biến đổi đáng kể trong cách triển khai nó. Đây là lý do tại sao có thể nói rằng các chính trị gia khác nhau như Bernie Sanders, chánh trị gia người Mỹ và Donald Trump đều yêu thích các tiết mục theo chủ nghĩa Populism; mặc dù hầu hết mọi yếu tố trong chương trình của họ đều khác nhau, nhưng cả hai đều có chung những diễn văn ở các mức độ khác nhau về *'thiện và ác'* chống lại giới thượng lưu lãnh đạo.

Cách nhận định về chủ nghĩa Populism là cách tiếp cận chiến lược chính trị và cách tiếp cận mang tính biểu diễn. Nói tóm lại, quan điểm đầu tiên nhấn mạnh vai trò của tổ chức chính trị coi chủ nghĩa populism là một kỹ thuật mà một «nhà lãnh đạo theo chủ nghĩa cá nhân» sử dụng để tìm kiếm quyền lực chính trị bằng cách thiết lập mối liên hệ với những người theo mình theo cách «trực tiếp và không qua trung gian». Quan niệm thứ hai về chủ nghĩa populism như một phong cách của các chính trị gia lãnh đạo đảng phái thu hút sự ủng hộ của quần chúng với chiêu bài tranh chấp chống đối chánh quyền lãnh đạo.

Chủ nghĩa này được chia làm hai hướng: *cánh tả và cánh hữu.*

Chủ nghĩa populism cánh tả

«Chủ nghĩa populism cánh tả» thường gắn liền với các chính trị gia theo tư tưởng hậu Marxiste. Lý thuyết của họ khuyến khích những người theo chủ nghĩa Marx nhìn xa hơn cuộc đấu tranh giai cấp ở nơi làm việc và tập trung vào các phong trào xã hội mới, chẳng hạn như các phong trào nữ quyền, chống phân biệt chủng tộc và phản chiến. Mục tiêu của chủ nghĩa populism cánh tả, là xây dựng một «kết nối tương đương» các diễn thuyết về những sự bất bình của tất cả các nhóm này, để họ được xem như một «dân tộc» thống nhất và một «ranh giới» được xây dựng giữa «nhân dân theo populism» và giới lãnh đạo phản đối những yêu cầu khác nhau của họ về công bằng xã hội.

Chủ nghĩa populism cánh hữu

Chủ nghĩa populism cánh hữu được phân biệt bằng cách sử dụng loại thứ ba - «Những người khác» - ngoài người dân và giới thượng lưu lãnh đạo. Do đó, chủ nghĩa dân túy populism được mô tả là có cấu trúc «bộ ba» trong đó người dân bị đe dọa cả *'từ trên'* bởi giới thượng lưu lãnh đạo và *'từ bên dưới'* bởi «những người đê tiện».

Những người mà chủ nghĩa populisme cánh hữu cho là đê tiện thay đổi theo thời gian và không gian, nhưng họ luôn rõ ràng là «những người thấp kém về mặt xã hội», nghĩa là họ thuộc về các nhóm bị áp bức, bóc lột, bị gạt ra ngoài lề xã hội hoặc mất quyền về mặt chính trị, chẳng hạn như: tôn giáo thiểu số, người nhập cư, người tỵ nạn, người da màu, người đồng tính, nhà tranh đấu nữ quyền, nhà bảo vệ môi trường, v.v… Do đó, do sự cố định của nó về sự khác biệt, chủ nghĩa populism cánh hữu, trong bối cảnh quốc gia khác nhau của nó, thường (nhưng không phải luôn luôn) theo chủ nghĩa địa phương/bài ngoại, nghĩa là thù địch với những người sinh ra ở các quốc gia khác. Chủ nghĩa quốc gia dân tộc của chủ nghĩa populism cánh hữu - đặc biệt là của các chủ thể chính trị «cực hữu» không mang tính quốc gia dân tộc mà mang tính tương khắc, và do đó đôi khi được mô tả là «chủ nghĩa siêu quốc gia» như một chủ nghĩa đã gây kinh hoàng mà chúng ta được biết trong những năm 1920-1945 ở Âu châu. Tệ hại hơn nữa là chủ nghĩa populism cực hữu ngày càng bành trướng ở Âu châu và đang lang rộng khắp thế giới.

Thế giới và nhân loại sẽ đi về đâu với chủ nghĩa populism cực hữu này? – Vì điều này hoàn toàn trái ngược với điều Phật dạy: «Không có sự phân biệt, kỳ thị giai cấp khi chúng sanh máu cùng đỏ nước mắt cùng mặn».

Trong ngành Khoa Học Xã Hội, ý thức hệ chính trị là một hệ thống các ý tưởng chính trị và đạo đức được xác định trước. Chúng bao gồm một tập hợp các ý tưởng, nguyên tắc, học thuyết, huyền thoại hoặc biểu tượng tạo thành một cái nhìn mô tả về thế giới và xã hội. Các ý thức hệ cũng có một chiều hướng quy định, một quan điểm về một xã hội đáng mong muốn nhất, chuyển thành mong muốn thay đổi thế giới hoặc biện minh cho quan điểm này. Các ý thức hệ cũng chia rẽ về phương pháp và chiến lược chính trị để sử dụng phục vụ cho các quan điểm tiền định của mình.

Trên lý thuyết hầu hết các ý thức hệ đều có quan điểm về hình thức chính phủ tốt nhất (ví dụ: dân chủ hoặc chuyên chế) và hệ thống kinh tế tốt nhất (ví dụ: chủ nghĩa tư bản hoặc chủ nghĩa xã hội). Nhưng trên thực tế ý thức hệ thường chỉ phục vụ cho một số đảng phái hoặc một cá nhân cầm quyền do đó hầu như không có một chủ nghĩa nào là hoàn hảo. Ngoại trừ chủ nghĩa tư bản phát sinh tại Tây Âu vào thế kỷ 19 trong thời kỳ 'cách mạng kỹ nghệ' đến nay vẫn được coi là chủ nghĩa tương đối tốt nhất.

Chủ nghĩa tư bản

Tư bản là một hệ thống kinh tế được đặt trên quyền sở hữu tư nhân về phương tiện sản xuất và tự do cạnh tranh. Trên phương diện rộng chủ nghĩa tư bản chỉ các tổ chức xã hội do hệ thống này tạo ra hoặc một hệ thống dựa trên sự tích lũy vốn sản xuất dựa trên việc sanh lợi. Trong hệ thống kinh tế tư bản chủ nghĩa có thể là các cá nhân, công ty, hiệp hội, tổ chức và thậm chí cả quốc gia khi chánh phủ đảm nhận vai trò kinh tế. Từ thế kỷ 19 đến nay chủ nghĩa này vẫn đang phát triển khắp nơi. Tuy rằng không có gì hoàn hảo tuyệt đối nhưng chủ nghĩa này tương đối hoàn hảo nhất và nó có thể đạt đến tuyệt đỉnh nếu mọi người biết giảm «Tam độc - tham, sân, si» và hiểu biết tinh thần «Lục hòa». Vì Lục hòa không những chỉ áp dụng trong Tăng đoàn mà có thể áp dụng trong đại chúng và giữa các quốc gia dân tộc nếu mọi người đều quy hướng về Giáo pháp của Phật tu hành và áp dụng lời Phật dạy. ■

Đỗ Trường

ĐỒNG BÀO DI CƯ VÀ MẤY VẤN ĐỀ ĐƯỢC ĐẶT RA

(nhân 70 năm cuộc di cư 1954)

1.

Những nhà văn, nhà thơ gốc Bắc di cư vào miền Nam có đặc trưng gì khác so với những nhà văn, nhà thơ miền Nam khi đó?

Vâng! Để trả lời câu hỏi này, tôi muốn nói một chút (sơ qua) về đặc điểm, hoàn cảnh Văn học miền Nam trước đó (tức là trước 1954):

Nhìn chung Văn học miền Nam có tính chất, phong cách đại chúng, bình dân với khẩu ngữ thường nhật. Đặc trưng này, cho ta thấy, văn xuôi, tiểu thuyết dường như chủ yếu đi vào khai thác những cốt truyện ly kỳ, và thiên về hành động. Vì vậy, những trang văn ở đó nghiêng về kể chuyện, đối thoại, ít chú trọng đến diễn biến, cùng phân tích tâm lý nhân vật. Có lẽ, ngoài cái tính cách chân chất, giản đơn của người Nam Bộ, thì văn xuôi, tiểu thuyết dài kỳ đăng báo (feuilleton, theo ngôn ngữ thời nay, gọi là mì ăn liền) cũng đã góp phần không nhỏ làm nên đặc điểm này của Văn học miền Nam. Mà điển hình các nhà văn: Phú Đức, Vĩnh Lộc, Cửu Lang... Bởi, báo chí Nam Bộ ra đời sớm, và khá tự do cởi mở so với Bắc và Trung Kỳ vào thời điểm đó.

Về thơ ca, trước bối cảnh xã hội, báo chí khá cởi mở như vậy, ta có thể thấy xuất hiện hàng loạt các nhà thơ như: Manh Manh (Nguyễn Thị Kiêm), Lư Khê, Hồ Văn Hảo, Vân Đài, Huy Hà, Nguyễn Hữu Trí, Khổng Dương, Sơn Khanh làm cho Văn học miền Nam khá sinh động. Thơ ca của họ đã đi thẳng vào tâm hồn cởi mở, dân dã của độc giả miền Nam. Tuy nhiên, có thể nói thơ ca miền Nam lúc đó chưa thực sự hay, nhiều bài còn vụng về,

Nguồn hình: https://vi.wikipedia.org

ngượng nghịu. Ta thử đọc lại vài câu thơ trong bài: Con nhà thất nghiệp, viết ở thời kỳ đó của Hồ Văn Hảo một trong những nhà thơ hàng đầu của Nam Bộ (thời điểm đó), để thấy rõ điều đó:

"…Cha con gần về tới,
Con ơi,
Nín đi nào!"
Dạ như bào,
Miệng cười, hàng lệ xối
Cánh cửa tre từ từ mở…
Một luồng gió lạnh chen vô,
Đèn vụt tắt; tối mò…
- Ai đó?
- Ai? Mình về đây!
Chút nữa đã bị còng;
Mới chen vào, họ la ăn trộm!
Nếu chân không chạy sớm
Mặt vợ con còn thấy chi mong!"

Tuy không được cởi mở về báo chí như ở Nam Bộ, nhưng những tinh hoa văn học đều tập trung ở đất Bắc. Đặc biệt sự ra đời của Tự Lực Văn Đoàn do anh em nhà văn Nhất Linh Nguyễn Tường Tam sáng lập. Dường như đây là nhóm văn học đầu tiên tại Việt Nam (Hà Nội). Vì vậy, giai đoạn này Văn học miền Bắc (Bắc Kỳ) có khác so với Văn học miền Nam (Nam Bộ). Bởi, ngoài tài năng quần tụ, thì tính đặc trưng văn học vùng, miền này hiện lên khá rõ nét trong các tác phẩm của nhà văn, nhà thơ. Nếu Văn học phương Nam giản dị, thì Văn học đất Bắc trau chuốt lắt léo, ẩn dụ, đa tầng ngữ nghĩa, với nhiều hình tượng trong sự liên tưởng. (Nói theo sách vở của mấy ông phê bình hiện nay: phép tu từ). Từ những đặc điểm ấy, ta có thể thấy, không chỉ thi ca, mà ở văn xuôi, tiểu thuyết cũng đã tạo dựng được những nhân vật chân thực, sinh động có tầm khái quát, mang ý nghĩa xã hội sâu sắc, và giá trị thẩm mỹ cao.

Cho nên nói, năm 1954 những nhà thơ, nhà văn như: Đinh Hùng, Vũ Hoàng Chương, Vũ Bằng, Doãn Quốc Sỹ, Vũ Khắc Khoan, Dương Nghiễm Mậu… mang hồn vía thơ văn đặc trưng khác lạ đất Bắc vào Nam là vậy.

Cũng cần nói thêm về nhà văn MC, phát ngôn viên Nguyễn Ngọc Ngạn, theo tôi ông chỉ mới bắt đầu viết văn khoảng những năm cuối thập niên bảy mươi của thế kỷ trước, sau khi vượt biên sang đảo, và định cư ở Canada. Do vậy, không thể nói Nguyễn Ngọc Ngạn đã ảnh hưởng, hay đóng góp gì đó cho Văn học miền Nam giai đoạn từ 1954 đến 1975.

2.

Những cây viết thế hệ di cư 1954 đã đóng góp cho nền văn học Việt Nam thời trước 1975 và để lại những di sản như thế nào?

Có thể nói, các văn nghệ sĩ miền Bắc đã đem một luồng gió mới làm thức tỉnh Văn học miền Nam đang gà gật lúc đó (1954). Cái văn hóa, ngôn ngữ vùng miền đã đem sự sinh động cho Văn học, cũng như các bộ môn nghệ thuật khác của miền Nam. Hơn thế nữa cái ngôn ngữ, văn hóa đặc trưng vùng miền này, ảnh hưởng ít, nhiều đến tâm hồn những văn nghệ sĩ phương Nam. Và cũng chính mảnh đất và con người rộng mở phương Nam, không chỉ đã mở rộng tâm hồn (sáng tạo) cho các văn nghệ sĩ đã thành danh kể trên, đến từ đất Bắc, mà còn sản sinh ra hàng loạt các nhà văn, nhà thơ như: Duyên Anh, Du Tử Lê, Nguyên Sa, Thảo Trường, Dương Nghiễm Mậu, Nguyên Vũ, Thế Uyên… Sự giao thoa văn hóa, ngôn ngữ này làm cho Văn học miền Nam thật phong phú. Nhất là từ khi các tạp chí, nhà xuất bản do các văn nghệ sĩ đến từ miền Bắc sáng lập. Đặc biệt là Tạp chí Sáng Tạo (Sài Gòn) hầu hết là do các văn nhân đất Bắc: Mai Thảo, Doãn Quốc Sỹ, Thanh Tâm Tuyền, Trần Thanh Hiệp, Nguyễn Sĩ Tế, Thái Tuấn, Ngọc Dũng, Duy Thanh… chủ trương, và thành lập. Ở đó, tôi nghĩ ít nhiều không chỉ tác động đến khuynh hướng, nghệ thuật sáng tạo cho các nhà văn đã thành danh như Võ Phiến, mà còn ảnh hưởng đến các nhà thơ nhà văn mới cầm bút như Tô Thùy Yên, hay Luân Hoán. Rất kỳ lạ, khi đang trả lời câu hỏi này, FB của tôi bật lên bài thơ của Luân Hoán vừa viết xong. Và cái ảnh hưởng việc sử dụng từ ngữ địa phương ấy của thi sĩ phương Nam Luân Hoán cho đến tận hôm nay, khi ông đã quá bát tuần, và ở mãi tận Canada ngồi viết. Nếu không có động từ "táy máy" đặc sệt tiếng địa phương trong câu: từng sợi táy máy vân vê, thì khó có thể cho người đọc sự lạ lùng, sinh động, hồn nhiên, đầy tinh nghịch đến vậy:

"…đường xa đi miết hóa gần
chân quen bụi cỏ-cú nằm lẻ loi
vừa đi vừa nhớ tóc dài
em thơm chẳng mấy chốc vai ngồi kề
từng sợi táy máy vân vê
hai làn hơi thở tìm về dòng chung…"

(Khi mặt trời chưa mọc - ngày 17-2-2024)

Do vậy, ta có thể thấy cuộc di cư của các văn nghệ sĩ từ Bắc vào Nam năm 1954 đưa đến sự giao thoa, bổ sung cho nhau của 2 đặc trưng văn học (nêu ở phần trên) làm cho Văn học miền Nam mới mẻ, phong phú hơn.

Giá trị, di sản để lại cho Văn học miền Nam nói riêng, và Văn học Việt Nam nói chung của các văn nghệ sĩ thuộc các thế hệ di cư, có thể nói là vô giá. Nhiều lúc, tôi có cảm tưởng: Nếu không có trường thiên Khu Rừng Lau của nhà giáo, nhà văn Doãn Quốc Sỹ, Lửa Từ Bi của Vũ Hoàng Chương, Mưa Núi của Mai Thảo, Thần Tháp Rùa của Vũ Khắc Khoan, Gia tài người mẹ của Dương Nghiễm Mậu, Mây Trên Đỉnh Núi của Nguyên Vũ… thì Văn học Việt Nam sẽ có một khoảng trống vô cùng to lớn. Những tác phẩm văn học hội tụ cả hai giá trị nhân đạo, và giá trị hiện thực như vậy, dù sau 1975 người ta có cố tình hủy diệt, thì cũng như âm nhạc miền Nam, nó vẫn sống và còn sinh sôi nảy nở, không chỉ ở nơi đã sinh ra.

3.

Về âm nhạc, các ca nhạc sĩ nêu trên mang lại những thành tựu gì cho nền âm nhạc Việt Nam?

Cũng như văn học và các bộ môn nghệ thuật khác, năm 1954 có nhiều ca, nhạc sĩ tài hoa di cư vào Nam. Họ đã đem cái trang nhã, cầu kỳ phương Bắc trộn vào cái bình dị, ấm áp của phương Nam, tạo ra hồn vía mới cho âm nhạc miền Nam. Những ca khúc trữ tình ấy, tuy nhẹ nhàng, gần gũi mang tính tự sự cá nhân, song rất sang trọng, đi sâu vào mọi giới thưởng ngoạn. Nó làm cho người nghe, tưởng như Tân nhạc miền Nam đã được thay da đổi thịt vậy. Việc đưa dân ca vào Tân nhạc, mà điển hình là nhạc sĩ Phạm Duy không chỉ đưa người nghe trở về với hồn vía dân ca truyền thống, mà còn làm phong phú nền Tân nhạc Việt.

Thành tựu to lớn đó không chỉ đào tạo sản sinh ra các thế hệ ca, nhạc sĩ tài năng, đa dạng với phong cách, nghệ thuật riêng biệt, độc đáo, mà còn cho hướng người nghe, nhất là giới trẻ đến với âm nhạc chân thực cùng giá trị thẩm mỹ. Những thành tựu đó, phải kể đến các tên tuổi các nhạc sĩ, ca sĩ: Phạm Duy. Phạm Đình Chương, Cung Tiến, Chung Quân, Văn Phụng, Đức Huy… Thái Thanh, Khánh Ly, Tuấn Ngọc, Duy Quang, Thanh Lan…

> **Đặc biệt, riêng sự nghiệp sáng tạo của Phạm Duy có thể nói là kho báu, một tượng đài cho Tân nhạc miền Nam nói riêng, và cho nền âm nhạc Việt Nam nói chung.**

4.

Có ý kiến cho rằng thói quen người Nam hát bằng giọng Bắc là kết quả của làn sóng di cư Bắc 1954 có đúng không ạ?

Cái này có lẽ các ông nhạc sĩ trả lời chuẩn xác hơn. Tuy nhiên, theo tôi không hẳn do làn sóng di cư, mà do nhiều nguyên nhân dẫn đến người Nam thường hát tân nhạc bằng giọng Bắc.

Như ta đã biết Tân nhạc Việt đã được manh nha từ Nam Bộ, rồi xuất hiện ở những Thánh đường công giáo Hà Nội, Hải Phòng, và Nam Định. Và những nhạc sĩ đặt nền móng cho tân nhạc Việt đều xuất thân ở nơi đây (MB). Có thể nói, Tân nhạc ra đời chỉ sau Thơ mới một chút ở những năm cuối thập niên hai mươi của thế kỷ trước. Tuy nhiên, tôi đồng ý với người bạn đã từng học nhạc ở Đức, khi anh cho rằng: nguyên nhân chính vẫn liên quan đến sáng tác cùng kỹ thuật thanh nhạc. Bởi, lời ca thường gắn với cao độ của nốt nhạc, muốn hay không khi người nhạc sĩ đặt lời ca buộc phải khớp với âm vực, và 6 thanh điệu Việt. Do vậy, muốn hay, khi hát buộc lời ca phải đúng âm vực, thanh điệu gắn với nốt nhạc. Từ đó, ta có thể thấy, không có cuộc di cư của đồng bào miền Bắc 1954, các ca sĩ vẫn phải hát đúng âm vực, và thanh điệu Việt, chứ không phải giọng Bắc như ta đã tưởng.

5.

Văn học, nghệ thuật của các tác giả người Bắc có thay đổi thế nào sau khi đã vào Nam?

Như trên đã nói, sự di cư của các văn nghệ sĩ miền Bắc vào Nam, không chỉ là sự giao thoa văn hóa, ngôn ngữ vùng miền, mà còn bổ sung, ảnh hưởng nhau về thi pháp, khuynh hướng sáng tác. Có thể nói, đất và con người phương Nam đã cho các nhà văn đến từ đất Bắc có cái nhìn rộng mở, phóng khoáng hơn. Một số hạn chế, sự ràng buộc nơi đất Bắc trong tư tưởng nhà văn đã được nới lỏng, cởi bỏ. Hành động, và ngôn ngữ mộc mạc phương Nam ấy, đã hòa trộn vào những trang văn trau chuốt lắt léo, ẩn dụ, đa tầng ngữ nghĩa, làm cho (giọng) văn của họ thẳng thắn, nhẹ nhàng, nhanh gọn và sâu sắc hơn. Sự sinh động, khi vay mượn, sử dụng ngôn ngữ, lời thoại bình dân đặc trưng của các vùng miền, địa phương miền Nam, dù câu thơ, trang văn ấy, viết về đất Bắc, đi sâu vào mọi tầng lớp người đọc. Có thể nói, hầu hết các nhà văn di cư ít nhiều đã thay giọng điệu, hay nghệ thuật dẫn truyện, hoặc tâm lý nhân vật của mình. Đặc biệt có một số nhà văn như có sự tiếp nối, và làm mới văn xuôi, tiểu thuyết dài kỳ đăng báo (feuilleton) của những nhà văn miền Nam: Phú Đức, Vĩnh Lộc, Cửu Lang. Mà điển hình là Duyên Anh với những tác phẩm thiên về hành động, giang hồ đường phố: *Điệu ru nước mắt, Luật hè phố, Dzũng ĐaKao*...hoặc Nguyễn Thụy Long với: *Bước Giang Hồ, Loan Mắt Nhung*...

*(Tuy nhiên, tiểu thuyết dài kỳ đăng báo cũng đã có trên các báo ở Hà Nội từ thập niên ba mươi, song dường như rất hiếm tác phẩm về hành động giang hồ này).

6.

Những tác phẩm văn học đó bị đối xử như thế nào sau năm 1975?

Sau 1975 không chỉ tác phẩm của các nhà văn, và các nhà xuất bản gốc Bắc, mà toàn bộ nền Văn học miền Nam bị khai tử. Toàn bộ sách, báo... nghĩa là tất tần tật những gì dính dáng đến chế độ cũ in ấn xuất bản, kể cả tình yêu tình iếc, hay những sách vô thưởng vô phạt đều tịch thu, và hóa vàng. Tuy nhiên, vẫn có một số sách báo được cất giấu, do chính những người buộc phải thi hành mang ra Bắc, như truyện của Duyên Anh, Nguyễn Thụy Long hay Dương Nghiễm Mậu. Chúng tôi lúc đó bắt đầu vào trung học cũng lén lút thay nhau đọc, khoái lắm. Khoái đến độ, có anh bạn họa sĩ, sau này dứt khoát đặt tên con gái là Duyên Anh.

Tất nhiên, cũng như những tác phẩm của mình, các nhà văn di cư này đều vào rọ cả. Có những bác bị cải tạo tù đày đến trên dưới chục năm như: Nguyên Vũ, hay Thảo Trường... đặc biệt Doãn Quốc Sỹ bị bắt thả, bắt thả nhiều lần tổng cộng đến 14 năm tù đày. Tôi nghĩ, dường như có sự trả thù, hay gì đó, như nhà thơ Vũ Hoàng Chương. Một cụ già chuyên thi ca thơ phú tình yêu trong cái lạc loài của kiếp người, vậy cũng bị tù đày cho đến chết. Hay những tác phẩm của ông thơ tình Đinh Hùng cũng đốt bằng sạch cho tuyệt nọc.

Gần đây, nhà nước đã hồi sức cấp cứu cho một số tác phẩm như của Đinh Hùng, Duyên Anh... sống lại. Tuy nhiên, các bác đã lầm. Bởi, đã bị chôn, nhưng những tác phẩm ấy có bị chết bao giờ đâu. ■

Leipzig ngày 20.6.2024

Thơ Nguyễn Sĩ Long

SÀI GÒN XƯA

Sài Gòn xưa thập kỷ bảy mươi
Chàng trai xứ Huế giữa phố người
Chợ Bến Thành vui như ngày hội
Cô gái Sài Gòn duyên dáng ơi!

Sài Gòn chiều bất chợt cơn mưa
Thướt tha tà áo buổi giao mùa
Dù quen hay lạ đều nhanh bước
Dừng lại bên đường tránh cơn mưa

Sài Gòn rạp Rex ngày cuối tuần
Bàn tay em nhỏ bỗng dưng ngoan
Bờ vai lụa trắng đôi mắt đỏ
Xem "Vết thù trên lưng ngựa hoang"

Sài Gòn chở nhau đi ăn đêm
Đường Nguyễn Du tiếng nhạc vang rền
Thênh thang gót nhẹ tùng con phố
Ngồi bến Bạch Đằng ngắm trăng lên

Sài Gòn Lê Lợi phố người đông
Bước chân thanh tú phút chạnh lòng
Mai rồi cũng đến lúc đưa tiễn
Sài Gòn muôn thuở vẫn chờ mong

Sài Gòn xuân về giữa phố hoa
Đường qua Nguyễn Huệ nắng chan hòa
Ngày xuân hoa Tết đua nhau nở
Năm Mới niềm vui đến mọi nhà

Sài Gòn xưa "Hòn Ngọc Viễn Đông"
Nỗi nhớ mang theo mãi trong lòng
Với niềm hoài vọng thơm hương ấy
Chờ ngày gặp lại thỏa nhớ mong.

Wien, 9.2024

Chúc Thanh

Nỗi lòng người ở lại

Mai không đi nữa đâu em,
Mộng treo đầu gió môi mềm nhớ nhung
Áo phơi nửa giấc đông phong
Nửa buồn đi nửa thương đời xót xa

Tháng 7 năm 1954, Hiệp định Genève chia đôi đất nước Việt Nam, người Pháp thất bại ở mặt trận Điện Biên Phủ, trả lại chủ quyền miền Bắc cho Việt cộng. Việt Minh kéo từ mạn ngược và khắp nơi chúng đã ẩn náu về tiếp thu thủ đô Hà Nội và sau đó, toàn thể các tỉnh thành phía Bắc cho vào tới vĩ tuyến 17. Chúng ta mất một nửa giang sơn. Pháp có 80 ngày chuyển giao Hà Nội, 100 ngày giao Hải Dương, 300 ngày trả Hải Phòng, rồi chấm dứt. Việt cộng nằm vùng trong miền Nam cũng tự do ra Bắc tập kết, dù rất ít, nhưng làn sóng người miền Bắc di cư vào Nam thì đông nườm nượp… như nước vỡ bờ, họ chạy trốn, họ sợ cộng sản, họ sợ cái chế độ tam vô đang rượt đuổi sau lưng. Họ ra đi lánh nạn, đa phần phải bỏ lại gia sản của cải, mồ mả cha ông… họ ra đi nhanh, mau lẹ nhất là các thành phố Hà Nội, Hải Phòng, các xứ họ đạo Công giáo Bùi Chu, Phát Diệm… có người vội vã đến chỉ ôm theo một tấm ảnh Đức mẹ Maria… họ rủ nhau cứ xuống Hải Phòng là có tàu há mồm, há mồm chờ sẵn, chờ họ lên tàu và chở họ vô miền Nam.

Họ bỏ lại miền Bắc hơi ngơ ngác sau chiến tranh. Sau 100 năm bị giặc Tây độ hộ, bỏ lại không chỉ vật chất mà rất nhiều kỷ niệm… nặng trong «nỗi lòng người đi».

Nhưng, người ở lại miền Bắc, mỗi người một hoàn cảnh riêng tư, có người có nhận xét cá biệt của họ, cho là dân đi Nam vì chung đỉnh, muốn hưởng lợi lạc gì đó thêm hai năm nữa. Họ cả tin là sau hai năm, sẽ có tổng tuyển cử, đâu lại về đó thì đi Nam làm chi cho mất công?

Có người đi Nam bộ nhờ xin được vé máy bay miễn phí, đi xem cho biết rồi lại về. Cũng có người vội vội đi vì sợ gặp cán bộ bộ đội người nhà, lôi kéo dụ dỗ, ở lại… sau hối tiếc, mà rất nhiều người tiếc sau này, tiếc vì mất tự do mất tất cả.

Tình cảnh xã hội Việt Nam sau ngày chia cắt đất nước bởi Hiệp định Genève 1954, xã hội rối ren như tơ vò, nhiều gia đình cãi lộn vì đi hay ở, nhiều cặp trai gái lỡ hẹn hò, nhiều con cái bỏ cha bỏ mẹ ra đi một mình, gia đình, xã hội, đất nước đúng cảnh dầu sôi lửa bỏng, nát tan…

Ngày đó, có các chiến dịch operation passage to freedom = đường đến tự do, do Phái đoàn Pháp và Mỹ trợ giúp. Ai muốn di cư cứ đi vào Nam bộ, ai muốn tập kết cứ ra Hà Nội. Ở Hà Nội, cứ đến ga Phạm Xá, nếu ai nói được vài câu tiếng Pháp, đồng ý, hiểu ra, là được lên máy bay hãng Aigle Azur đưa vào Sài Gòn ngay sau đó.

Chỉ ít ngày sau, ở các nơi xa Hà Nội Hải Phòng, Việt Minh mới tổ chức kêu gọi người dân ở lại, đừng vô Nam. Có nơi bị cấm đoán, canh phòng, bắt giữ rất gay gắt, bất kể lệnh của Ủy hội Quốc tế.

Chúng tôi, gia đình chỉ vỏn vẹn có hai cha con, cha tôi đang làm việc cho nhà binh Pháp và từ Hải Phòng, cha tôi quyết chí theo sở.

Ông nội tôi từ quê Thái Bình, bị CS bắt ra Hải Phòng khuyên dụ cha tôi về làng. Cha tôi đâu chịu nghe. Ông nội nổi trận lôi đình mắng chửi thậm tệ, ông cầm bàn tay tôi, xòe ra, ông nhổ một miếng nước bọt trong bàn tay nhỏ bé rồi khóc nức nở… như là làm một dấu hiệu của từ đây là tử biệt sinh ly.

Tôi ngồi đó, bó gối, ngồi khóc. Cha tôi im lặng, cứ cố gắng gói ghém ràng cột một chút hành lý sau cùng.

Gian nhà bên, là gian ở của cô Vân, em ruột cha tôi. Cô Vân tôi cũng đang vừa khóc vừa sửa soạn vali để trở lên Hà Nội một lần sau cùng, cô nói vậy, là cô lên đó một lần cuối rồi mới trở xuống Hải Phòng để đi Nam bộ cô vừa xếp đồ, vừa khóc lặng lẽ, gọi là khóc lặng lẽ, chớ tôi dòm thấy nước mắt cô rơi lã chã xuống mớ áo quần đang thu dọn, cô cứ khóc cả ngày, khóc thầm mà nước mắt nhạt nhòa… vì có lẽ cô sợ cha và anh lại dòm thấy, nghe thấy, rồi to tiếng lớn giọng quát tháo nhau. Hình như, ở mấy nhà hàng xóm, họ cũng ồn ào đang cãi lộn.

Hôm trước có lần cô nói thầm với tôi là, bằng cách nào cô cũng phải lên lại Hà Nội một lần trước khi cùng chồng là chú An và bé Cường, 2 tuổi, di cư vô Nam. Cô dứt khoát vô Nam bộ vì cô nói Việt Minh nó ghê gớm lắm, sống với nó không nổi đâu, nhưng cô phải về Hà Nội thăm hai cô con gái riêng của cô là Bé và Tí chẳng tội nghiệp trước khi đi xa… Bé và Tí là con riêng của cô với người chồng trước là chú Bình, chú Bình đi bộ đội cụ Hồ từ năm 1945-1950 chưa về… cô cũng bảo là cháu đừng lo chú An phiền, vì chú An có cho cô 3.000 đồng tiền Đông Dương đặng lo mua sắm đồ cho hai đứa bé đủ dùng trong hai năm trời xa cách.

Những chuyện đó, cô Vân có ai để kể lể đâu, thành ra đôi lúc cô cần nói với tôi, luôn tiện nhờ người tôi, đặng cô lấy số đo, may áo quần cho hai con gái, và lần nào thì cũng không quên may luôn cho tôi cùng mẫu vải. Kỳ này cô may hai valises đầy chặt áo quần. Hình như cô đã nghe phong thanh, như có người nhắn với cô là ngày giải phóng tiếp quản thủ đô ngày 10-10 chú Bình sẽ về Hà Nội… cô Vân có lúc làm việc luôn tay, có lúc đứng dựa vô vách nhà y thân một cây chuối khô! Phiền thiệt, là cô có hai ông chồng mà như là cô cũng yêu cả hai người. Cô tôi là một người đàn bà lạ lùng như vợ chồng ông bà Táo công giữ bếp.

Quả có thể, cô đã từng có lần tâm sự rằng:

… Khi ấy cô còn rất trẻ, năm 1948 sang đầu năm 1949, cô trốn nhà, bỏ thành phố, đi theo tự vệ thành, rút lui lên miền xa, cố thủ kháng chiến ở xa Hà Nội lắm, bọn của cô toàn người trẻ, gồm có các cô Hiếu, cô Minh, chú Bình, chú An và Vân rủ nhau theo tiếng gọi thanh niên đi cứu quốc, cô lý luận họ không độc ác, không háo sát, không phải là răng đen mã tấu… mà họ là một bầy tiểu tư sản thành thị đi theo lý tưởng tự do, họ lịch thiệp và văn minh, sẵn sàng nghỉ học ngang đi theo tiếng gọi của quê hương đang cần. Họ rất hãnh diện dốc lòng đem tuổi thanh niên giúp đồng bào, cùng đồng chí đánh đuổi giặc Pháp xâm lăng.

Họ ở những vùng xa xôi như Đồng Năm, Yên Bái, Phủ Lạng Thương. Họ cũng được học tác chiến và tâm lý chiến, họ đi về giao lưu trong vùng tự do, có lúc lẩn quẩn công tác buôn bán trong các vùng tề. Họ đồng cam cộng khổ sống xen kẽ với tầng lớp dân chúng nghèo và luôn luôn phải di tản vì bom đạn. Tuy nhiên thỉnh thoảng họ được vui vẻ tụ họp bên nhau ca hát dưới đêm trăng sáng, vui bên nhau và quên cả ngủ, quên cả nhớ gia đình dưới miền xuôi.

Nhưng rồi một thời gian qua, đảng cộng sản Đông Dương ra đời, nhóm người trẻ yêu nước trong sáng, cảm thấy bị Việt Minh lợi dụng đi sai lý tưởng, họ lác đác đã bỏ về các thành phố vùng tề, vùng quốc gia kiểm soát. Cô Vân tôi vẫn ở lại các vùng giải phóng của V.M tới năm 1952 cũng nơi nguy hiểm đó, cô đã yêu chú Bình, chú là một Sinh viên Kiến trúc sư Hà Nội, ra đi ngay từ ngày thủ đô kháng chiến và bỏ ngỏ. Ở hậu phương xa đó, họ như là vợ chồng và cô chú đã có hai em gái, mỗi lần sanh nở, cô và chú mang các em bé về Hà Nội đã có bà thân của chú chăm nuôi dùm. Chợt tới khi tình hình ở vùng hoạt động đó nguy ngập, quân đội Pháp càn quét mở mặt trận khắp nơi. Thấy khó sống và làm việc, chú Bình khuyên vợ tìm cách trà trộn vào những người đi buôn hàng chuyến đi và đi lần lần về Hà Nội với hai con.

Năm sau thì chú An là một đồng chí và là bạn thân của chú Bình, được lệnh trên quay về Hà Nội, làm cán bộ y tế bí mật hoạt động nội thành, vì chú An có vóc dáng cao, người đẫy đà, và là một y tá tốt nghiệp trường Y tá Đông Dương… trên đường dinh tê, cả hai, An và Vân bị một đồn quân Pháp bắt giam một thời gian ngắn, sau nhờ họ nói khá tiếng Pháp và không biết cơ may sao đó, cả hai được thả tự do đồng thời.

Sau khi có được thẻ căn cước thì chú An được làm việc lại cho nhà thương Hà Nội và có lương bổng hàng tháng hẳn hoi. Cũng tình cờ do đấy, khi chú Bình hay tin vợ con túng bấn lúc hồi cư, chú Bình đề nghị chú An giúp đỡ cô Vân ít nhiều để nuôi hai đứa bé thiếu bố mẹ từ lúc sinh ra, nên èo uột đau bệnh luôn luôn.

Rồi tình cảm nảy sinh, phải gọi là transformer de sentiment, một sự di chuyển tình cảm giữa hai người, bạn và vợ, giữa chú An và cô Vân. Cô lúc nào cũng xinh xắn, da trắng má hồng, dáng vẻ thon gọn như ngày còn con gái mới ra chiến khu.

Lúc đó thì chú Bình là Trưởng ban Chính trị của Trung đoàn 48, mệnh danh là Trung đoàn Thăng Long. Bấy giờ chú như là một bộ đội chính quy, cứ phải rời đi, rời đi xa mãi trong các vùng giải phóng… từ liên khu III, liên khu IV đến chiến khu Việt Bắc. Quân đội Pháp mở rộng mặt trận ra xa ngoại vi các địa phương họ đã kiểm soát được.

Tiếng súng, tiếng đạn, mìn, không còn nghe nổ ở Hà Nội. Từ độ đó, chú Bình không còn kịp nhắn tin về hậu phương. Chú An có nhờ người theo dõi tìm bạn, nhưng gần 2, 3 năm trời họ mất liên lạc. Không một âm hao.

Mùa thu 1953, chú An và cô Vân thành vợ chồng. Họ sống ở Hải Phòng, phố Hàng Kênh, chợ Con. Cô chú vẫn chu cấp tài chánh đều đặn cho bà nội nuôi hai cháu Bé và Tí trên Hà Nội. Hai đứa thích ở với bà nội hơn về dưới cảng.

Chú An là một y tá tốt nghiệp ngành y tá Đông Dương, phòng khám của chú ở Hàng Kênh do nhà nước tài trợ điều khiển, bệnh xá khá rộng, có phòng chờ phía ngoài, phòng khám phía trong. Sát cạnh bệnh xá là một bảo sanh viện công do cô đỡ Hiếu điều khiển, cô Hiếu là đồng chí đi kháng chiến một lượt với Bình, An và Vân.

Cô Hiếu cùng về thành phố và cũng bị phòng nhì Pháp bắt giữ một thời gian, sau có một thế lực mạnh bảo lãnh ra và được hành nghề chuyên môn. Không hiểu sao chú An không lấy cô Hiếu cho yên chuyện, vì cô Hiếu còn xinh xắn và khéo léo hơn cô vân. Mà chú cắc cớ đi ăn ở với cô Vân làm cho má chồng cô và các con gái cô càng ngày càng xa lánh cô!

Phía trên phòng khám của chú An là một căn lầu rộng gồm hai gian, thoáng, mát. Chú An và cô Vân cư ngụ nơi đó. Họ làm thành một gia đình hạnh phúc… sau những ngày sống lây lất ở ngoài kia và bị Việt Minh lừa gạt, phỉnh gạt thì đúng hơn. Ở vùng ngoài, vùng giải phóng của Việt Minh, ngoài việc bị lợi dụng, họ còn lỡ dở việc học hành, lỡ dở cả tình yêu với tuổi thanh xuân lận đận.

Lúc trở lại Hải Phòng những năm 1952-1953-1954, họ tìm lại hạnh phúc bên nhau, niềm hạnh phúc của họ vừa pha trộn tình yêu, vừa tình bạn, vừa tình đồng chí thấy rất hào phóng, nhưng mà lấy vợ của bạn thì không nguyên vẹn! Hơi tức cười và họ hàng còn gọi là chướng tai gai mắt. Cũng tội nghiệp!

Tôi cứ nhớ mãi, khi tháng sáu năm 1953, tôi vào phòng thăm cô Vân mới sanh em Cường. Con của chú An, tôi thoáng thấy trên đầu giường đôi, có một cặp gối trắng, ở một góc chéo, cô Vân khéo léo thêu đậm chỉ màu lam, hai chữ A và V lồng vào nhau rất sắc sảo. Họ đã quên hẳn người đồng chí đang lặn lội ngoài xa.

Rồi đùng một cái, mặt trận Điện Biên Phủ thất bại. Pháp đành dàn chào thua. Việt Minh kéo về tiếp quản Hà Nội tháng 10 năm 1954.

Và mùa di cư ào ạt vĩ đại đó, kẻ khóc người cười lỡ dở, bao nhiêu biến động, bao nhiêu đổi thay, bao nhiêu là dang dở. Và nhiều gia đình bị chia cắt.

Cô Vân tôi vào tháng 10 năm 1954. Cô như có hai ông chồng, chú Bình, người chồng lấy ở vùng kháng chiến, lúc này đang trên đường về Hà Nội, sát ngay sau lưng. Còn người chồng trước mặt, chú An, đang toan tính cùng cô di cư vô Nam bộ, cô đã có với chú, bé trai Cường, 2 tuổi, và cô đang mang thai một bé khác 7 tháng bụng khá nặng nề, đi đứng đã khó khăn.

Cô vừa thu xếp đồ đạc hành lý ra đi vừa khóc ấm ức, có lúc lặng lẽ, đồ đạc hành lý cô chia làm hai phần, một phần để mang đi Sài Gòn, một phần để mang lên Hà Nội.

Đồ mang đi di cư, chú An đẩy hết vô gầm giường, chú sợ cô loạng quạng rồi vấp té.

Đồ mang lên Hà Nội, cô chất cũng đầy 2 vali. Cô nói cô phải về Hà Nội thăm hai con gái… cô khóc hoài, cô bảo cô đứt ruột vì sắp xa các con những hai năm. Cô còn nói như cô uống thuốc liều, liều gặp chú Bình để xin lỗi đã lỡ hẹn vợ chồng.

Cô cứ khóc tức tưởi nhiều ngày, hai mắt sưng vù cô phải đeo kính râm to và đậm màu. Cô khéo lo xa, chứ ai ai cũng lo việc riêng, ai còn thần trí nào mà dòm cô!

Rồi tuần lễ sau đó, cô tôi từ Hà Nội về, thấy cô bình thản hơn lúc ra đi. Cô bình thản đến độ có thể ngồi im hàng giờ không nói năng gì cả… mấy lúc sau thì cô cũng có kể lại là cô đã đến gặp chú Bình. Hai người hỏi thăm bạn bè xa gần, nói chuyện tự nhiên, rồi vui vẻ. Chú có cùng cô đi dạo mát xung quanh hồ tây. Chú dặn cô nhiều lần giữ gìn sức khỏe và nín đi, khóc như thế đó đã quá đủ rồi.

Chú Bình có làm quà tặng cho cô Vân một cái ca để uống nước, ca bằng nhôm, còn mới, sáng loáng, phía ngoài có khắc nổi tên chú, Trần An Bình, chú cũng gửi lời thăm chú An và cám ơn chú An đã giúp đỡ cô nuôi hai đứa bé gái qua những ngày cơ nhỡ túng đói năm xưa.

Rồi một ngày cuối cùng ở Hà Nội, chú Bình dậy sớm mua bánh khúc cho cô ăn, xong, chú vội đưa cô ra gare Hàng Cỏ.

Trước giờ xe hỏa khởi hành, chú còn kịp mang lên toa cho cô 2 cái valises đầy áo quần của hai con bé, mà cô đã cặm cụi may, chú đã mở ra coi và đã tỉ mỉ xếp lại như cũ… từng chiếc áo, từng chiếc quần. Chú nhờ cô mang theo, giả như nếu có một dịp nào đó, may mắn mà gặp lại, thì cô trao lại cho các con. Trong đó, giữa mớ quần áo, chú đã viết cho các con gái chú một lá thư trần tình và tạm biệt.

… Vì chú đã không được gặp mặt các con. Chú đã về tới Hà Nội có hơi trễ, năm ngày trước đó, hai đứa Bé và Tí đã theo ông bà nội xuôi Hải Phòng rồi theo tàu vận chuyển di cư khổng lồ đầu tiên của hải quân Mỹ đã đi vào hải cảng Tourane…■

Paris hè 2024 - nhớ về chuyện di cư 1954

GIỚI THIỆU SÁCH MỚI

Bích Hạnh

Cặp đôi 'Gia đình những nỗi đau ngọt ngào' & 'Hạt bụi lênh đênh'

Hạt bụi lênh đênh và *Gia đình những nỗi đau ngọt ngào* (ảnh) là hai cuốn sách mới của cặp đôi văn chương Việt-Ý: Trương Văn Dân và Elena Pucillo Trương, vừa được NXB Tổng hợp TP.HCM ấn hành.

Hai cuốn sách tuyển chọn những truyện ngắn, tùy bút, tản văn của hai tác giả, mang đến cho bạn đọc những trang văn xúc động, cuốn hút nhưng cũng chất chứa bao trăn trở, suy tư.

Trong Lời ngỏ *Gia đình những nỗi đau ngọt ngào*, nhà văn Trương Văn Dân tâm sự: "Mấy năm trước có một số bạn văn và bạn đọc đã đề nghị tôi và Elena nên in chung một tập truyện. Và tập truyện mà các bạn đang cầm trên tay có chủ đề về những mối quan hệ trong gia đình và tình nghĩa vợ chồng". Thế nhưng qua những câu chuyện tình yêu - gia đình của bản thân tác giả, qua những nhân vật mà hai tác giả kể về họ, với nhà văn Trương Văn Dân bạn đọc còn thấy cả những dấu ấn, tác động của một giai đoạn lịch sử và các vấn đề xã hội đương thời; với Elena là ý nghĩa nhân văn trong những thân phận con người, trong sự hòa hợp Đông-Tây.

Chàng sinh viên quê Bình Định Trương Văn Dân đến Ý du học ngành Hóa và Công nghệ dược phẩm khi tuổi vừa tròn đôi mươi. Vượt qua bao khó khăn nơi xứ người, cho đến lúc vươn lên trở thành giám đốc kỹ thuật và trưởng phòng nghiên cứu phát triển dược thú y của một công ty thuộc tập đoàn lớn ở nước Ý, hành trình của anh luôn có sự hiện diện, song hành, chia sẻ, yêu thương của cô gái người Ý Elena.

Đang thành công với những điều kiện tốt ở trời Âu, cả hai quyết định "bỏ hết" để về VN. Từ đó với Elena là sự hy sinh, hòa nhập và gắn bó của cô dâu Ý với quê chồng. Đọc *Hạt bụi lênh đênh* của Elena Pucillo Trương do Trương Văn Dân dịch, có thể thấy tình yêu đất Việt thấm đẫm trong từng câu văn tinh tế, mẫn cảm của chị. Trong văn của chị có tiếng rao "Bánh chưng, bánh giò, bánh gai", "Xôi khúc, xôi khúc" *(Hà Nội, nét đẹp bí ẩn)*, có "cà phê Tắt đèn" (tên đặt vui điểm gặp gỡ bạn bè ở chung cư Ngô Tất Tố, Q. Bình Thạnh, TP.HCM, của anh chị), có "bánh mì, bắp, đậu phộng, khoai lang"… Elena có lẽ là cô dâu ngoại quốc hiếm hoi trong ngày lễ Vu lan xin cài lên ngực hai bông hồng trắng - cho mẹ ruột và mẹ chồng với niềm yêu thương vô bờ *(Thư viết cho mẹ)*.

Và độc giả cũng "chứng kiến" cuộc ngược dòng nghẹt thở của người chồng Việt tuổi gần 70 từ VN sang Ý giữa đại dịch Covid-19 trong chuyến bay cuối cùng tới châu Âu, vì không thể để vợ một mình trong tâm dịch. Đó là triết lý và hành động như chính nhà văn đã viết *"tình yêu không phải là một sản phẩm đóng gói để sẵn sàng được sử dụng. Nó được giao cho chúng ta chăm sóc, nó cần những nỗ lực liên tục để được tái tạo và hồi sinh mỗi ngày"*.

Theo nhà văn Trương Văn Dân: *"… gia đình là*

nơi êm ấm nhất nhưng nếu thiếu "tình" thì sẽ mang lại cho ta rất nhiều đau khổ". Trong những truyện ngắn của mình, nhà văn cũng đề cập đến "nỗi đau" khi anh em ruột thịt vẫn có thói giả nhân giả nghĩa, lòng tham, sự lợi dụng vật chất gây nên đau khổ... Trong khi đó, câu chuyện *Hạt bụi lênh đênh* của Elena lại mang đến một triết lý sâu xa rằng: những người dù không cùng huyết thống, không gia đình, quê hương… vẫn có thể đến với nhau bằng lòng nhân ái, yêu thương, chia sẻ và đó chính là những giá trị thiêng liêng, ý nghĩa cuộc sống, như lời nhà sư bày tỏ *"mỗi lần tôi có một cuộc gặp và giúp được một người nào đó thì tôi hiểu lý do vì sao tôi phải sống cuộc sống này".*

Elena là tiến sĩ ngôn ngữ và văn học nước ngoài (Đại học Milano, Ý), chị đang dạy tiếng Ý và Văn hóa Pháp tại Trường ĐH KHXH-NV TP.HCM. Niềm hạnh phúc bình dị của cặp đôi Trương Văn Dân - Elena là mỗi ngày bên nhau trò chuyện, đọc sách, viết lách, chia sẻ tình yêu văn chương. Và như bức thư ngày nào anh viết cho chị, sau nửa thế kỷ vẫn luôn được chứng minh: *"Tình cảm của chúng ta hôm nay "nhiều hơn ngày hôm qua, nhưng ít hơn ngày mai".* ∎

Tranh: Cát Đơn Sa

Lê Hứa Huyền Trân

GIẢ VỜ

Từng cơn nắng cứ đổ ập xuống một cách mạnh mẽ, như cách mà chúng cậy mình trở thành nữ hoàng của mùa hè. Không ai có thể ngăn cản được sự sục sôi, không đến mức làm cho cây cối trở nên cháy trụi nhưng đủ để khiến sự oi bức lên đến cực điểm. Khắp nơi mà ngay cả trên bản tin thời sự cũng đưa tin về cái sự nắng ngợp trời này, khi đó, ba đi làm. Cơn nắng không quên ba, nó táp từng cơn vào gương mặt ba bỏng rát, mẹ với lấy cái bịt mặt đưa cho ba:

- Ông cầm cái này quấn đỡ vào.
- Rồi lát bà lấy cái gì mang để mà dọn chợ.
- Còn cái nón chứ.

Nói vậy nhưng ba vẫn phẩy tay dắt con dream cũ kỹ lên đạp số mấy bận rồi mới rồ ga chạy được.

Tôi non trẻ nhìn mẹ:

- Cái bịt mặt có mấy chục, lát mẹ ra chợ mua ba cái.

Mẹ chỉ phì cười. Thuở ấy tôi ngây ngô trước việc ba mẹ nhường nhau một cái bịt mặt mấy chục nghìn mà không hiểu giá trị của đồng tiền khi ấy. Đúng là có thể nó không tốn nhiều tiền nhưng với gia đình nghèo của tôi, hoặc trong quan niệm của ba mẹ tôi khi ấy, thà chịu khổ chịu nắng nhưng đổi

---

Thơ Nguyễn An Bình

SEN NỞ DƯỚI CHÂN NGƯỜI

An cư là duyên khởi
Kiết hạ thêm mùa vui
Ẩn mình trong rừng trúc
Hương thiền thơm dòng trôi.

Lòng trở nên thanh tịnh
Đạo vàng tỏa muôn nơi
Thuyền con qua sóng cả
Sen nở dưới chân người.

Cây lành sinh trái ngọt
Suối nguồn hóa biển khơi
Trong vườn hoa cội phúc
Thiện căn ở tim người.

Khơi thêm dòng nhựa sống
Rời bóng tối vô minh
Khéo vững tay chèo chống
Giữa đôi bờ tử sinh.

Bơi qua bao dòng đục
Thấy biển trời mênh mông
Lòng vui như tùng bách
Giữa hạc nội mây ngàn.

NGUYỄN AN BÌNH

lại sẽ có thêm mấy chục nghìn để cải thiện bữa ăn. Những bận sau, theo cách của riêng mình, cả ba và mẹ vẫn nhường nhịn nhau từng điều trong cuộc sống, những lần "giả vờ đang tốt" cũng cứ thế nhiều dần lên tỉ lệ thuận với sự hi sinh và chịu đựng của chính mình.

Tôi nhớ năm ấy tôi bước vào năm cuối cấp một, khi ấy tôi vẫn còn trong độ tuổi ham chơi, mẹ lúc ấy trở bệnh nặng rồi từ đó không còn đi bán ngoài chợ được nữa. Mọi chi tiêu trong gia đình đổ dồn lên vai ba, ba thậm chí tăng ca hôm nào cũng đi làm thật sớm rồi về nhà rất trễ. Thậm chí có những ngày tôi còn không được thấy mặt ba vì ba đi khi tôi chưa dậy còn về khi tôi đã ngủ rồi. Tôi càng lớn lên học phí càng tăng cao và đủ thứ khoản chi tiêu, kể cả tiền thuốc thang cho căn bệnh của mẹ, mẹ phải gượng dậy nhận thêm nhiều việc thủ công có thể làm tại nhà để đỡ đần cho ba. Khi ấy trường tôi mới chuyển đến khu đất mới, xung quanh nhà dân còn thưa thớt và phía trước trường có một con lạch nhỏ nước rất mát mẻ. Mùa hè năm nào cũng oi bức với quyền lực của nữ hoàng mùa hè, tháng cuối cùng trước khi được hè càng trở nên nắng dữ, vì thế lũ nhóc chúng tôi mỗi khi ra chơi hoặc khi tan học vẫn hay ùa ra phía trước con lạch để mà trầm người. Con lạch dài chảy vắt vẻo quanh khu đất mới, nước nông thôi, ước chừng cao hơn đầu gối một chút, trong veo và rất mát lạnh, như đối lập với cả con nắng ở bên ngoài. Vì thế lũ trẻ chúng tôi rất thích. Ngày đó, vì nghịch nhiều dưới nước trong khi trời nắng, nhiều đứa trong đám chúng tôi bị sốc nhiệt, đổ bệnh không đi học được. Tôi may mắn khỏe hơn tụi nó nhưng tại vì biết ngày hôm đó có tiết kiểm tra nên giả vờ bệnh để được nghỉ học. Mẹ tôi khi ấy vì tái khám nên nằm viện không chăm được, ba tất bật dậy từ rất sớm nấu cơm mang vào viện cho mẹ, nhờ giường bên chăm hộ rồi lật đật về lo cho tôi. Ba xin nghỉ làm đến chiều vì chiều mẹ sẽ khám xong về, và sau đó tăng ca thức nguyên đêm để làm bù. Vì thế, ba đổ bệnh. Không phải chỉ vì một hôm làm ba bệnh mà là vì suốt khoảng thời gian qua ba đã gắng gượng rất nhiều.

Phải nói từ khi còn nhỏ ba như là người hùng của tôi, nên cảnh người đàn ông cao lớn với làn da đen sạm ấy nằm im lặng trên giường thở dốc vì lên cơn sốt khiến tôi cảm thấy vừa mất mát, vừa lo sợ với nhiều suy nghĩ ập đến. Tôi còn nhớ bàn tay to bè của ba đặt lên má tôi, tay ba còn to hơn cả gương mặt tôi khi ấy chỉ để nói:

- Không sao đâu, mai ba sẽ khỏe.

Như một phép màu, hôm sau ba gượng dậy để đi làm. Môi ba tái nhợt, hốc mắt hoắm đen thất thần nhưng khi nhác thấy bóng dáng tôi nấp sau cánh cửa phòng đã vội nói to:

- Ráng nghỉ ngơi cho mau khỏe đặng đi học nha con.

Cơn nắng bao trùm lấy ba, bao trùm cả sự hối lỗi của tôi trong cả mùa hè năm ấy. Lúc đó tôi mới hiểu được, tôi giả vờ ốm để nghỉ học, còn ba giả vờ khỏe chỉ để đi làm...

Khi tôi lên đại học, tôi học xa nhà. Rất lâu tôi mới về thăm nhà một lần, có khi cả năm trời vẫn không về được, vì tiền tàu xe mắc quá và cũng vì tôi cố gắng đi làm thêm để có tiền trang trải việc học không muốn làm gánh nặng thêm cho ba mẹ. Dù thế với mức lương làm thêm có hạn của sinh viên, tôi vẫn nhận được những khoản tiền ba mẹ đều đặn gửi lên phố hơn là có thể tự trang trải được. Những lần tôi gọi điện về lúc nào ba mẹ cũng nói mình vẫn ổn, ở quê gì cũng không thiếu, rau đầy vườn, đổi bữa thịt cá, ba vừa nuôi thêm mấy con heo, dăm con gà, lại có trứng... Thế nên tôi cũng yên tâm hơn để tập trung vào việc học chỉ với quyết tâm có thể mau tốt nghiệp, kiếm được một công việc tốt hơn để có thể lo cho gia đình. Thi thoảng ba mẹ lại nhờ người gửi lên cho tôi những tấm hình chụp những bữa cơm đầy đủ và cảnh ba mẹ làm những việc trong nhà như đơn giản ngồi coi tivi, chăm gà ngoài vườn để tôi yên tâm biết rằng họ vẫn ổn. Có điều lần nào tôi ngỏ ý muốn về ba cũng dặn tôi thật kỹ:

- Về là phải nói ba ra đón, lâu con mới về xóm làng nó thay đổi cả rồi, không biết ngóc ngách nào mà tìm nữa.

Khi ấy tôi vẫn hay nghĩ tôi luôn nhỏ bé trong mắt ba mẹ mà không biết lại một lần nữa ba mẹ "giả vờ ổn" trước tôi. Khi tôi học năm ba, đã hai năm tôi không về vì tôi không chỉ lo hồ sơ học bổng rối rắm với việc học nên muốn tạo cho ba mẹ một bất ngờ là đột ngột về thăm nhà. Tôi không báo trước cũng vì sợ ba phải bỏ dở công việc để mà đi đón tôi, nhưng khi bước vào căn nhà nhỏ ở xóm quen mọi thứ như đập vào mắt tôi một sự hoang tàn không thể nào nghĩ tới. Căn nhà của tôi một góc vườn đã được rào lại như thuộc về nhà hàng xóm, chuồng lợn cũng chỉ còn mỗi một con, dăm ba con gà thả vườn mẹ vẫn hay gửi hình cho tôi xem cũng không thấy cứ như chúng đang tha thẩn tìm thức ăn ở đâu trốn nắng. Mái nhà quen thuộc mất đi một phần như dư âm của cơn bão vừa rồi trút xuống quê tôi chưa kịp lợp lại. Nơi chái bếp quen thuộc là hình ảnh ba má tôi đang quây quần ngồi ăn cơm. Khi

Trần Thị Nhật Hưng

Kịch hài:

Đưa Chồng Tây Về Quê Ăn Tết

tôi nhanh chân bước vào, như một sự phản xạ ba tôi vươn mình định che lấy mâm cơm chỉ có chén nước mắm và bát canh rau muống cùng mớ rau luộc vẫn còn hơi nóng...

Tôi chợt hiểu ra không phải cuộc sống ở dưới quê vốn ổn mà là ba mẹ tôi giả vờ ổn, ba đã bán lợn để có tiền gửi lên cho tôi học, đàn gà cũng chỉ là sang nhà hàng xóm chụp vờ gửi chứ nhà còn không có cái ăn lấy gì đặng nuôi thêm. Ba cũng đã nghỉ hẳn ở công ty để chuyển về lo việc đồng áng của nhà cùng mẹ sợ mẹ kham không nổi. Bữa cơm đầy đủ hai người vẫn hay chụp gửi tôi chỉ là những lần hiếm hoi chụp để gửi tôi chứ đồ ăn chính vẫn là rau dưa qua ngày.

- Sao ba má không nói với con? Con ở trên phố đâu thiếu gì...

- Chứ sao bây về không nói.

Ba nhìn làn da trắng của tôi chuyển sang ửng hồng vì đi bộ dưới nắng.

- Để nắng nôi thế này, đợi tí mẹ chạy ù ra chợ mua ít thịt về nấu cho con ăn. Không nói để phải dang nắng.

Thứ ba mẹ nhìn thấy chỉ là một chút nắng vươn lên người đứa con của họ mà không biết chính bản thân mình đã bao lần vì kế sinh nhai đã bị cái nắng này nuốt chửng.

Sau khi tốt nghiệp loại giỏi tôi được phân công về quê công tác, làm giáo viên trường huyện. Ba mẹ rất tự hào về tôi, dù lương giáo viên không nhiều nhưng ít ra cũng có đồng ra đồng vào vừa có thể giúp ba mẹ chút ít, vừa có thể tự lo cho bản thân lại còn ở gần để chăm sóc ba mẹ. Được ít năm tôi cưới, cũng lấy một anh giáo làng, người cùng trong xóm, ngày tôi cưới, ba mẹ dành dụm đưa được ít vàng đặng gọi là của hồi môn, lại một lần nữa tôi nhận ra mọi lần tôi gửi tiền để ba mẹ có thể mua sắm cho bản thân họ đều để dành cho tôi ngày vu quy. Lúc đưa dâu, ba không nói gì chỉ có mẹ thì khóc. Tiễn tôi ra tận cổng mặt ba vẫn lạnh tanh, tôi nghĩ ông cũng thấm mệt vì đã thức trắng cả đêm lo chu toàn đám cưới vì họ hàng bên tôi ít, ít người đỡ tay chân. Thấy tôi còn luống cuống chưa muốn lên xe, ba phẩy tay đùa:

- Bây đi lẹ đi để đặng ba má còn dọn dẹp nghỉ ngơi. Lên xe lẹ đi chứ người ta "trả lại".

Ước chừng tiễn tôi lên xe hoa xong ba đi vội vào nhà, tôi vội đi theo, ba không biết tôi đứng ngoài cửa phòng, bên trong tôi nghe tiếng ông nấc rất khẽ. Ông giả vờ mạnh mẽ để tiễn tôi đi lấy chồng... ∎

Một màn. Diễn viên: Cô con gái Việt, cậu rể Tây và mẹ cô gái. Khung cảnh: Phòng khách nhà người mẹ tại Việt Nam

***

(Vợ chồng cô con gái kéo va ly bước ra sân khấu. Người mẹ cũng vừa bước ra đối diện nhau).

Mẹ (tíu tít): Sa luy... sa luy... (*Salü...salü: Chào... chào...*)

Con rể Tây: Gút tơn tát. Vi kết ét tia. Ít phờ rôi mít tia khên nơn su le rờ nơn (*Guten Tag. Wie geht es Dir? Ich freue mich Dir kennenzulernen: Chào mẹ. Mẹ có khỏe không? Rất hân hạnh được quen biết mẹ*)

Mẹ (trố mắt ngạc nhiên, nhìn con gái): Nó nói gì dzậy?

Con gái: Sao má gọi ảnh là... nó, không lịch sự tí nào.

Mẹ: Ảnh... nói gì dzậy?

Con gái: Chồng con chứ đâu phải chồng má mà má gọi bằng... ảnh.

Mẹ: Ổng... nói gì dzậy?

Con gái: Đúng rồi. Gọi "*ổng*„ là đúng rồi. Vì chồng con có học vị tiến sĩ chức vụ cao lắm đó.

Mẹ (tự nói thầm): "*Tiến sĩ là quái gì mà phải... đội dũ không biết!*„ (*quay sang con gái*) nói: Nè,... ổng nói gì dzậy?

Con gái: Tại má lanh chanh chào "*sa luy... sa luy...*„ ảnh tưởng má biết tiếng Đức nên xổ một tràng, nghĩa là: "*Chào má, má khỏe không, và rất hân hạnh được quen má*„.

Mẹ (bẽn lẽn cười): Dzậy ha.

Con gái: Ảnh biết chút chút tiếng Việt. Má nói tiếng Việt với ảnh đi.

Mẹ (nhìn con rể): Hì... hì... Má... chào... con! (*quay hỏi con gái*): Gọi... nó bằng... con có được không?

Con gái (nhắc mẹ): Lại "*nó*„ nữa rồi. Gọi ổng...

Mẹ: Ừ, gọi... ổng bằng con có được không?

Con gái: Được chứ, vì đó là tiếng Việt.

Mẹ: Hãnh diện quá. Có... thằng con rể là tiến sĩ!

Con gái: Má nữa. Sao gọi ảnh bằng... thằng!

Mẹ (cao giọng): Thì phận... *ổng* là con, má có quyền gọi thằng này thằng nọ chứ!

Con gái (càu nhàu): Tiếng Việt mình thiệt đó. Cách xưng hô rắc rối phiền phức quá hà!

Mẹ: Rắc rối gì, phân biệt ngôi thứ tầng lớp như vậy mới hay chứ. Có đâu như tiếng nước ngoài, ông tổ ông sơ, nội, ngoại, cha mẹ con cháu gì gì đều gọi chung một chữ "*Mày!*„

Con rể: Thôi, không bàn vấn đề này nữa, nói chuyện khác đi.

Mẹ: Ừ, nghe tin mấy con về ăn Tết, nhất là có… ông con rể Tây lần đầu tiên về Việt Nam, má mừng quá, mua sẵn cho con năm két bia, hai ký khô cá sặc để ngày Tết con tha hồ… nhậu.

Con rể: Nhậu??? Con không biết nhậu!

Mẹ: Uống bia thì phải có đồ nhấm chứ.

Con rể: Con cũng không uống bia!

Mẹ: Tại sao?

Con rể: Con là Phật tử thuần thành chùa Viên Minh tại Thụy Sĩ. Thầy Như Tú đã quy y Tam Bảo cho con và thọ ngũ giới rồi, trong đó cấm uống bia. Bia rượu chỉ làm con say xỉn rồi… đánh… con gái cưng của má *(vừa nói vừa đánh nhẹ lên đầu vợ)*.

Mẹ (trố mắt): Trời ơi, ngoan chưa kìa. Con gái má có phước quá. Con không uống bia, cũng không thích nhậu, vậy để má nghĩ xem… (suy nghĩ): Thụy Sĩ thì khối đồ ăn ngon, nào bánh, nào kẹo tuyệt vời, sô cô la ngon nhất thế giới. Vậy để má xem chọn món đặc sản dân dã quê hương Việt Nam… rất ngon, đã rẻ và rất bổ cho con dùng Tết này, đó là món ruột của má đó.

Con gái lẫn con rể (Cả hai cùng nhao nhao lên tiếng hỏi): Món gì vậy má?

Mẹ (chậm rãi nói): Thèo lèo cứt chuột!

Con rể (lắc đầu): Không, không. Con không ăn… cứt chuột!

Mẹ: Trời ơi, con nghe… sót chữ để hiểu sai rồi, ai lại ăn… thứ đó. "*Thèo lèo cứt chuột*" là tên của một loại kẹo đặc sản rất ngon của Việt Nam, tuy cái tên không mấy… thơm tho nhưng ăn vào thật tuyệt vời mà từ bé đến giờ má vẫn rất thích. (chép miệng): Thiệt đó, kẹo ngon vậy mà ai ác ôn đặt cho cái tên mới nghe qua… thúi quá!

Con gái: Thôi, để mình má ăn đi. Ngày Tết tụi con chỉ thích ăn bánh chưng bánh tét thôi.

Mẹ: Bánh chưng bánh tét đương nhiên có rồi, còn… thèo lèo… ăn tráng miệng mà!

Con gái: Thôi, má muốn làm gì thì làm. Chương trình của con đưa ảnh về, trước thăm và ra mắt má cùng làm quen với gia đình ta. Còn thì con sẽ đưa ảnh đi chơi vài nơi. Sẵn dịp Tết, Việt Nam có nhiều chương trình ca nhạc hay, con đưa ảnh đi xem.

Mẹ: Đúng đó. Vậy chúng con nghỉ ngơi cho khỏe, tuần tới có chương trình văn nghệ của danh hài Hoài Linh có nhiều tiết mục hay lắm.

Con gái: Dạ, chúng con đi nghỉ chút đây. Về Việt Nam trái giờ cũng mệt quá.

Mẹ: Ờ, chúng con nghỉ ngơi. Mười ngày nữa là Tết rồi. Má lo công chuyện chút và nấu cơm đây.

*(Tất cả bước vào sân khấu. Bên trong nói vọng ra: "**Một tuần sau**". Sau đó cô con gái lại bước ra sân khấu theo sau là chồng)*

Con gái (vùng vằng): Má ơi má, con chịu hết nổi rồi.

Mẹ (bước ra): Cái gì mà ồn ào vậy con? Cái gì mà chịu hết nổi?

Con gái: Ngày mai con đổi vé trở về lại Thụy Sĩ!

Mẹ: Sao lại như vậy? Chuyện gì kể má nghe coi.

Con gái: Má nghĩ coi, đưa ảnh đi chơi, mắt ảnh cứ tươm tướp ngó mấy con gái đẹp không hà.

Con rể (từ tốn): Đẹp thì phải ngó chứ. Đàn ông con trai thấy gái đẹp mà không tươm tướp ngó thì mới là… lạ đó! Má à, tại Việt Nam nhiều con gái đẹp quá!

Con gái: Nhưng anh phải biết anh đã có vợ và thọ ngũ giới không được tà dâm.

Con rể: Đã dâm đâu. Thấy đẹp, chỉ ngó thôi mà!

Con gái: Thì ngó! Ban đầu chỉ ngó rồi đến dâm mấy hồi. Mới tới Việt Nam anh đã bị ngũ dục: *Sắc, thanh, hương, vị, xúc* sai xử, quên hết lời thầy Như Tú dạy. Nhìn "*sắc*" nó đẹp, nghe "*thanh*" nó ổn ển, ngửi "*hương*" phấn son nước hoa nó bôi thơm phức, rồi… "*xúc*" (rờ mó), rồi… "*nếm*" (hun hít) là… say đắm liền hà.

Con rể (chắp tay): Mô Phật. Oan Thị Kính quá!

Con gái: Oan Thị Mầu thì có. Mới tối nay nè, coi văn nghệ thấy mấy con… *ma nữ* chân dài biểu diễn thời trang là mặt ngắn ngơ như mất hồn.

Con rể (tưng tửng): Sao gọi họ là… *ma nữ*, tội nghiệp quá! họ đẹp như… *tiên nữ* mà! Anh là người chuộng cái đẹp. Thấy đẹp thì ngó, khen, tươm tướp; nhưng tâm anh trong sáng không động. Còn em khổ vì em mang tâm nghi ngờ: Tham, sân, si, mạn nghi, ác kiến!

Con gái: Đó, má thấy không, còn cãi chày cãi cối nữa.

Con rể (thật thà): Anh không cãi. Thấy sao nói vậy người ơi. Chân dài đẹp quá mà! Không biết họ ăn gì mà chân dài thế?!

Con gái (nổi sùng): Ăn thèo lèo cứt chuột!

Con rể: Vậy à, nếu vậy anh cần mua 10 ký đem về Thụy Sĩ làm quà cho các cô gái Việt Nam bên đó, chứ chân các cô…ngắn quá!

Con gái (giỗi hờn): Anh muốn làm gì thì làm, còn tôi vô soạn hành lý, đổi chuyến bay, ngày mai bay về Thụy Sĩ.

Con rể (lẽo đẽo theo sau lưng vợ): Vậy anh cũng về theo em. Tâm anh luôn trong sáng mà! *(bước vài bước, quay lại nói với mẹ vợ):* Má nhớ mua giúp con 10 ký… cứt chuột, à không *(nói chậm rãi)… thèo lèo cứt chuột* làm quà nhé!

Mẹ (lắc đầu): Thiệt hết nói nổi. Thôi, đành vậy. Con gái mình nó phòng bịnh hơn chữa bịnh như thế cũng tốt. Còn mình, Tết này rán uống cho hết 5 két bia giải sầu!

(nói xong cũng lặng lẽ đi vô)

Hết

Lời thưa thêm.

Kính thưa Quí vị.

Vừa rồi Quí vị thưởng thức vở hài kịch **"Đưa Chồng Tây Về Quê Ăn Tết"**. Trong kịch có đề cập đến một món ăn "Thèo lèo cứt chuột", cái tên nghe không thơm tho tí nào nhưng lại rất thơm ngon, đó là món kẹo mè đen. Vì những hạt mè đen giống phân chuột nên dân gian mới đặt cho cái tên như vậy không rõ từ bao giờ.

Món kẹo này đặc sản của dân miền Tây, Nam phần, không thể thiếu trong lễ cúng ông Táo về chầu Trời ngày 23 tháng chạp Tết với mong mỏi ông đi suôn sẻ và sau đó về lại với gia chủ. ■

Tranh: Cát Đơn Sa

Diễm Châu (Cát Đơn Sa)

Trăng *Thu*

Càng gần đến ngày Trung Thu, lòng Dung càng đầy hy vọng sẽ có dịp gặp lại con và cháu ngoại của mình. Năm nào cũng thế, cứ đến gần Trung Thu là vợ chồng Thanh đưa con Kimmy về chơi, để thăm ba má hai bên, và nói cho cùng theo lời của Thanh thì:

- Con thích ăn bánh Trung thu của tiệm Nhi Đồng vùng ba mẹ ở nhất, vì đi nhiều nơi con thấy mấy tiệm bánh chỗ khác làm dở lắm, không ngon như ở nơi nầy.

Con Thanh nó thích ăn bánh Trung Thu cho đến độ đã thử lên Internet, mở trang web có dạy làm loại bánh nầy để tự làm, nghe nói mất nhiều thì giờ, thử đi thử lại vài bận, nhưng sau đó thì đành lắc đầu, ỉu xìu nét mặt gọi phôn đến mẹ cho biết là thất bại!

- Con làm xong thấy dở quá, vụt cho chó ăn nó cũng chê!

- Con tập làm bánh bía, mẹ nghĩ là dễ hơn.

- Bánh bía chỉ có nhân đậu xanh thì thà con mua đậu xanh ăn cho rồi.

- Con đi làm lại mắc trông cháu, thì giờ đâu mà làm!

- Cuối tuần con mới làm mẹ à.

Rồi than thở:

- Mất thì giờ kinh khủng, lại còn phải dọn dẹp bếp núc, mệt quá!

- Chỗ con ở có tiệm Việt Nam không?

- Có chợ Tàu, nhưng hiện nay tụi con sợ thức ăn làm ở Tàu lắm mẹ ơi, nhất là mấy cái bánh Trung thu, họ phải ướp đủ thứ hóa chất độc hại để giữ cho lâu mốc, lâu hư… ăn vào kinh hãi lắm, bịnh như chơi!

- Phải đó, mẹ thấy trên Web cũng có bán, chụp hình quảng cáo thấy cũng Ok… nhưng ngon hay không thì mình không biết!

- Con hay thử mấy món bánh Việt và Mỹ, con thích hương vị của bánh trung thu nhất, vì nó có mặn ngọt, lạp xưởng, rồi hột trái cây thập cẩm, thêm bào ngư vi cá lại càng ngon, có điều mắt quá!

Dung hứa hẹn:

- Hôm nào con về đây, mẹ sẽ mua cho con vài hộp bánh bào ngư vi cá, ăn cho đã.

Thanh khoái chí:

- Cám ơn mẹ, nhưng mẹ nhớ mua đúng cái tiệm

mà con thích đó nhé, đừng mua tiệm khác là con biết liền.

- Mẹ biết rồi, mà sao cũng lạ, tiệm đó làm bánh trung thu ngon, lại quảng cáo món khác!
- Món gì mẹ?
- Thì món cháo vịt chứ gì nữa.
- À há, con thấy khách tới mua bánh trung thu cũng nhiều, có khi còn nhiều hơn ăn cháo vịt đó mẹ.
- Đúng vậy.

Chợt Thanh ngập ngừng:

- Mẹ, lần nầy về con có đưa theo một đứa bạn của con Kimmy nghe mẹ.
- Vậy à, nó ra sao?
- Thì cũng phá phách, nhưng nó thích chơi với con Kimmy, và chỉ có con là nó nghe lời, nên ba má nó gởi con kèm nó giùm. Đúng ra thì ba má nó ở xa, giao nó cho bà mẹ nuôi. Bà ở gần nhà con, mà bà ngoại nó già rồi, hay đau yếu… nó sợ con mẹ à, còn bà ngoại nó cưng quá quen rồi, không dạy cháu được, thằng bé xinh xắn lắm.
- Ừ, thì có vợ chồng con với 2 đứa nhóc cũng được, không sao hết.

Thanh nói thêm:

- Con kèm thằng John nầy đã ba năm rồi, nhiều khi nó ăn ở luôn nhà con. Mấy năm trước không đưa về vì bà ngoại nó còn ở nhà, nay bà yếu phải vô dưỡng lão nằm điều trị vài tháng, mà ba má nó không về, nên gởi cho con giữ luôn. Bữa nào gặp mẹ sẽ biết, con nói trước cho mẹ hay.
- Ok, Ok… thêm chén thêm đũa thôi, với lại bố mẹ cũng nhớ tụi con lắm rồi, nhất là con Kimmy. Con vẫn nói tiếng Việt với nó chứ?

Thanh ngập ngừng:

- Ummm… nó đi học trên trường toàn bạn Mỹ. Thôi, hôm nào gặp mẹ sẽ biết.

Dung cúp phôn, hỏi thì hỏi chứ nàng biết cháu mình chắc chỉ nói toàn tiếng Mỹ! Ba mẹ nó cứ xổ tiếng Mỹ với nhau, thì làm sao con cái nói tiếng Việt cho được! Thôi thì mặc cho dòng đời đưa đẩy! nàng muốn cho con cháu giữ được lề lối Việt Nam, nhưng ở xa như thế nầy đành bó tay!

Mới nói chuyện với con qua phôn hôm nào, mà ngày mai là gia đình nó tới rồi. Dung thấy thời gian ở đây qua đi thật nhanh. Thấm thoát mà nay Dung đã đến tuổi bốn mươi lăm! Bà ngoại mà 45 tuổi còn trẻ chán!

Con Thanh lấy chồng khi chưa xong đại học. Hai đứa nó cùng trường cùng lớp phải lòng nhau, khi ra trường thì con nhỏ đã vác cái bụng chình ình sắp sanh. Bắt buộc vợ chồng Dung phải cho chúng làm đám cưới, không thì thiên hạ cười cho thúi cái đầu! Mà cũng lạ, sau lần đó thì lại không thấy Thanh đẻ đái gì nữa! Dung đã hỏi Thanh, thì nó trả lời giờ chỉ muốn một đứa con thôi!

- Tội nghiệp cho con Kimmy!
- Sao tội mẹ?
- Vì nó lớn lên không có anh chị em để chơi, khi mình già mất đi rồi, nó cô độc một mình.
- Cũng như con đó hả mẹ!

Câu nói của Thanh làm cho Dung cứng họng! Hồi đó Dung cũng vì sinh kế, không muốn sanh thêm con bận bịu, dùng thuốc ngừa thai liên miên, cho đến khi nghĩ lại giật mình, thì không thể mang bầu được nữa! Cho dù hai vợ chồng làm mọi cách, nhưng Dung cứ trơ ra đó! Cuối cùng hai người đành nói với nhau: "Có lẽ Trời cho mình chỉ có một đứa con"!

Vì thế cho nên không bao giờ Dung hối thúc hay bắt bẻ con gái mình về vấn đề sanh thêm một đứa cháu nữa! Nhưng may cho Dung là Thanh cũng là đứa biết thương mẹ. Nhiều lần Thanh đã than với mẹ:

- Con không có chị em, buồn quá mẹ ơi!

Vơ vào câu đó, Dung mới nói:

- Con thấy không, không có chị em thì buồn lắm, mẹ thì không thể sinh sản thêm được cho con vui… Còn con, đẻ thêm vài đứa nữa rồi nghỉ, chăm tụi nó một lần, sau đó tụi nó lớn là con đỡ cực, hơn là lâu lâu sanh một đứa, thì lúc nào cũng phải vướng bận con nhỏ!

Lúc đó thì con Kimmy cũng hơn bốn tuổi. Bây giờ cháu đã bảy tuổi, cũng chẳng thấy mẹ nó nhúc nhích gì! Chán thật! Dung đi ngủ sớm để mai dậy ngóng con. Nàng đã nấu sẵn một nồi xôi gấc, và làm cả một trăm cuốn chả giò cua ngon đáo để. Còn bánh Trung thu, Dung sẽ đưa con tới tiệm cháo vịt cho Thanh lựa đã đời, chắc là nó vui lắm,

o O o

"Trời hồng hồng sáng trong trong,
Ngàn phượng rụng ngoài song…"

Dung vui vẻ hát thầm trong lòng. Ở đây không có phượng đỏ, mà lại có phượng tím. Con đường phượng tím lúc nào cũng trải một lớp hoa tím đầy trong lòng đường, do những cánh hoa rơi thi nhau phủ xác thắm lên đó, trông đẹp như một bức tranh vẽ. Con đường đó ở công viên cạnh nhà Dung. Nơi mà cộng đồng Việt Nam đã mượn chỗ để tổ chức Tết Trung Thu sắp tới cho năm nay.

Khu công viên có căn phòng lớn để làm chỗ họp mặt cho các bô lão người Mỹ khi có dịp, và sân khấu lộ thiên cùng những hàng cây phượng tím rào quanh. Dung vào bếp, mấy đứa nhỏ cùng ông ngoại chúng nó đã chở nhau đi đâu mất, khi Dung

Tranh: Cát Đơn Sa

đang đứng nấu nồi bún mọc cho bữa trưa.

Nhìn chúng nó úp úp mở mở, lén lút như đang giấu một cái gì, khiến cho Dung nghĩ ngợi… Có lẽ cha con chúng nó đang đi mua cho "bà ngoại" món quà gì đó, mà không muốn cho ngoại biết. Dù sao cũng gần đến ngày kỷ niệm đám cưới 30 năm rồi.

Hôm mới đến, hai đứa nhóc đứng trước mặt Dung, khoanh tay cẩn thận, cúi đầu sát rạt, miệng đứa nào cũng nói:

- Chào bà ngoại.

Thằng John cũng nói tiếng Việt câu chào y như con Kimmy. Chắc là Thanh đã dạy cho nó nói câu đó. Ngoài ra thì không còn câu nào khác. Điều nầy cũng dễ hiểu vì chắc mẹ Kimmy đã dặn trước… chúng sợ mở miệng nói tiếng Mỹ, thì bà ngoại sẽ không hài lòng! Hai đứa cứ châu đầu vào nhau mà thì thầm nhỏ giọng. Dung không thể nghe được chúng đang nói chuyện gì, và chắc chắn bằng ngôn ngữ Mỹ chứ còn gì nữa! Dung làm lơ, cứ lo nấu nướng, dọn dẹp… tạm quên sự quan tâm về "tiếng Việt Mến Yêu" của mình. Ngày mai là ngày Hội Trung Thu rồi. Trẻ em sẽ tụ về mừng lễ, rước đèn và nghe nói có phát bánh free.

- Chắc là mấy cái bánh con heo nhưn đậu xanh chứ gì!

Chồng Dung hỏi, Dung gật:

- Chứ làm sao họ đủ tiền mua bánh trung thu cho tụi nó được anh! Nhưng có phần thi văn nghệ, nghe nói con nít sẽ biểu diễn hát hò vui lắm.

- Ừ, hy vọng là em sẽ vui.

- Vui chứ, tiếc rằng thằng cháu mình có nói được tiếng Việt đâu! Nhưng đi coi con người ta biểu diễn cho đỡ ấm ức trong lòng! Với lại nó thấy còn học theo.

- Em đừng có than thở như vậy. Đi ra ngoài chơi là anh thấy vui rồi, nhất là có mấy đứa trong nhà cùng đi, vui quá là vui.

- Hồi sáng em thấy anh xách một cái túi lớn, mua cái gì mà nhiều vậy?

- Bánh Trung thu.

- Cái gì, cha con anh đi qua tiệm cháo Vịt rồi à? Sao không kêu em đi với?

- Em mắc nấu nướng gì đó không nhớ sao… Anh rủ đi chơi em đâu có đi.

- Tại em cũng muốn qua mua bánh trung thu ngon cho con Thanh. Nó thích ăn bánh bên tiệm đó. Em sẽ mua nhiều cho nó mang về.

- Thì anh đã mua cho nó rồi, công nhận bánh họ làm ngon hơn mấy chỗ khác, lại lớn nữa!

- Vậy tối mai, gia đình mình thưởng trăng, ngồi ăn bánh trung thu, uống nước trà xanh, rồi kể chuyện Hằng Nga Hậu Nghệ cho hai nhóc con nghe. Ờ, mà nó có hiểu tiếng Việt đâu mà kể!

- Không hiểu thì em khuya tay múa chân một hồi, rồi nó cũng hiểu, nó có máu nhà mình mà!

- Còn thằng kia? Nó có phải Á Đông đâu, vậy anh có nhiệm vụ làm cho thằng kia hiểu ý nghĩa của câu chuyện đêm Trung Thu Việt Nam nhé.

Rồi Dung nhỏ giọng:

- Em thấy nó ăn đồ Việt còn ngon lành hơn con Kimmy nhiều, nó xử sự giống y như là con nhà Việt Nam vậy. Nó ăn được mắm tôm với lại mắm nêm đó… trong khi cháu mình thì lại chê thối! Bữa hổm em còn thấy mấy mẹ con nó ngồi ăn sầu riêng với nhau mới ghê chứ! Thằng John còn chu cái mỏ ra nói: good, good… trong khi con Kimmy ăn có chút xíu rồi biến, còn nó với con Thanh thì lủm hết cả trái!

- Thằng Mỹ con nầy có tâm hồn ăn uống giống con gái em.

- Thì thầy nào trò nấy mà. Nó ở nhà con Thanh chắc cũng phải giống thầy nó chứ! Mà nầy, anh nhớ phải có nhiệm vụ giải nghĩa cho thằng John biết về Tết trung thu của trẻ em Việt nhé. Làm sao mà nó chịu ảnh hưởng Việt Nam là hay lắm.

- OK, nhưng để làm chi? Nó đâu phải Việt Nam mà cần giữ gìn gốc gác tông ty, với lại mỗi lần em cho anh uống trà xanh, là anh hay bị tào tháo rượt chạy dài dài!

- Thì em sẽ làm trà hoa lài.

- Rồi, thằng John để anh lo.

Dung nghĩ ông chồng mình cái gì cũng nói Ok, nhưng khi cơn buồn ngủ đến, thì ổng "xù" cũng nhanh như chớp! Nhưng không sao, đã có ba má chúng giúp Dung lo vụ nầy. Dung mỉm cười khi nghĩ đến hai vợ chồng nàng từng đối thoại.

- Thằng John thì cần quái gì phải học tiếng Việt!
- Nó đang ở trong nhà con Thanh, biết đâu sau nầy nó lấy con Kimmy thì sao?
- Đúng là em lo xa con hơn cà-nông bắn! Anh thấy con Kimmy nó ăn hiếp thằng John quá trời, nó mà lấy thằng John… thì tội cho thằng nhỏ!
- Ủa, anh phải về phe mình chứ! để anh coi…

Buổi chiều nhẹ nhàng nắng vàng hoe, mấy mẹ con, bà cháu rộn ràng thay đồ đi dự Tết Trung Thu. Vì công viên gần nhà nên họ rủ nhau đi bộ cho giãn gân cốt. Dung và chồng thong thả cất bước theo sau hai nhóc đang bước đi phía trước, đầu châu vào nhau thầm thì… vợ chồng Thanh thì đã qua công viên từ sớm, nghe nói là giúp Ban tổ chức làm cái gì đó. Dung nhíu mày nhìn chồng:

- Anh, hình như em nghe hai nhóc nầy đang hát thì phải?
- Vậy sao? Tụi nó hát cũng OK mà, nhiều khi nó nói chuyện chứ hát hỏng gì!
- Em nghe như có tiếng ư ư.
- Ối, để ý tới tụi nó làm gì, có người đẹp trai đang đi bên cạnh em lại không biết, toàn để ý chuyện gì đâu!
- Gớm, đẹp trai mà cái bụng chang bang, uống bia cho nhiều vào!
- Tướng "đại gia" vầy mà chê sao trời!
- Già mà còn xí xọn!

Hai đứa nhỏ nghe ông bà ngoại đối đáp, không biết có hiểu gì không mà quay lại cười! Hai đứa hôm nay được mẹ diện cho thật nổi… Kimmy áo dài hồng, quần trắng, mang guốc mộc, đầu đội nón lá nho nhỏ ra dáng một cô bé nhu mì. Thằng John thì quần tây màu xanh dương đậm, áo dài Việt, đội cái khăn đóng cùng màu với quần, trông dễ thương vô cùng, nhất là nó có mái tóc vàng quăn quăn, khuôn mặt đẹp trai thật là ngộ nghĩnh. Thằng bé có vẻ thích chí khi mặc quốc phục Việt Nam.

Tới nơi, sân khấu lộ thiên hôm nay có khá nhiều gia đình tham dự. Họ gồm có ông bà, cha mẹ, con cái cháu chắt… đưa nhau đến, một dịp để cho trẻ con nhớ về cội nguồn. Mỗi đứa trẻ trước khi qua cổng để vào chỗ ngồi, đều được phát cho một túi quà, gồm có bánh trung thu, đúng như chồng Dung đã đoán là bánh hình con heo nhân đậu xanh, và một chiếc đèn xếp cùng đèn cầy để đi rước đèn khi ánh mặt trời tắt.

Có đứa cầm những lồng đèn hình ngôi sao, con cá, trống cơm… đây là dùng để dự thi lồng đèn đẹp nhất. Dĩ nhiên những món nầy do chính tay ông bố hay người anh trong gia đình làm giùm, để đứa bé cầm đi thi. Ngoài thi làm lồng đèn còn có thi hát, thi quốc phục trẻ em… Chắc tiết mục sẽ vui nhộn, hấp dẫn.

Thanh đã dành cho gia đình cô một chỗ gần sân khấu, hàng ghế thứ ba nhìn lên sân khấu cũng khá rõ, và không nổi bật quá. Tính của bố mẹ thì Thanh đã rõ, mẹ không thích trịnh trọng thái quá sẽ bị người ta chú ý.

Thanh nghĩ hôm nay chắc bố mẹ sẽ vui và hãnh diện ghê lắm, vì Thanh cho hai đứa nhỏ, con gái và bạn của con dự tiết mục hát song ca. Bản nhạc "Con Thương Ba Con Thương Má" ý nghĩa nầy, Thanh đã lựa chọn, thu vào đĩa, mở ra hàng trăm lần cho hai đứa nghe để học hát… Chưa kể là những lời hứa hẹn của bà mẹ trẻ, nếu hai đứa làm hay, sẽ được thưởng, dẫn đi chơi Disneyland. Con Kimmy bắt thằng John phải học cho thuộc. Nó biết thằng bạn nó hay nghe lời, nên thằng nhỏ còn thuộc bài còn hơn cả Kimmy. Ngoài ra, Thanh còn ghi tên cho hai đứa dự thi quốc phục nữa.

Dung cảm động bất ngờ khi thấy cháu của mình trên sân khấu, tay con bé cầm cái quạt, tay kia thì quàng vào cánh tay của John, hai đứa vừa đi quanh sân khấu vừa nhìn nhau cười. Thiên hạ vỗ tay vang trời khi thấy thằng bé Mỹ ngộ nghĩnh với bộ đồ thuần túy Việt Nam. Nhìn con bé Kimmy nhún chân chào thật điệu, Dung thì thào vào tai chồng:

- Không ngờ con Thanh nó cũng biết làm những cái màn nầy.
- Chứ em tưởng chỉ có mình "bà ngoại" là hay sao!

Hai đứa cháu lọt vào vòng chung kết. Phần thi tài năng, hai đứa trình diễn bài hát Thương ba Má thật là trót lọt, không sai chữ nào, nhất là khi thằng John gân cổ: "Con thương ba là con thương má"… thì thiên hạ khoái chí vỗ tay rần rần.

Kết quả, Ban giám khảo chấm thằng John nhất, con Kimmy nhì… chỉ vì thằng bé có khuôn mặt Mỹ mà hát hay, trúng giọng, lại trả lời rành rọt nói theo kiểu miền Nam: "Sáu câu vọng cổ"!

- Cha mẹ con là Mỹ, nhưng con yêu Việt Nam.

Khi thân nhân các bé được mời lên sân khấu, thì vợ chồng Thanh đại diện cho thằng John, còn ông bà ngoại thì đại diện cho bé Kimmy. Dung lung túng ngượng ngập muốn từ chối, nhưng nhìn ánh mắt con Kimmy rạng ngời đang đợi ông bà ngoại, nàng đành ráng mà đi lên trên.

Họ cùng đứng trên sân khấu bên cạnh nhau. Anh MC hỏi:

- Tôi hỏi hơi có tò mò. Xin anh chị cho biết tại sao anh chị nhìn giống y Việt Nam, mà cháu lại giống Mỹ? Có phải con ruột hay con nuôi ạ?

Thanh cười, lắc đầu:

- Cháu không phải con chúng tôi.

- Hả! Xin chị nói rõ hơn.

- Con gái tôi là Kimmy, còn cháu John là bạn cùng lớp với Kimmy. Tôi dạy thêm cho cháu John ở nhà, nên đã chỉ cho cháu nói và hát tiếng Việt.

Dung nhìn qua Thanh với ánh mắt có vẻ không tin, con bé cười, tiếp:

- Dạ phải, John biết tiếng Việt nhưng không rành cho lắm, cũng giống như con gái của tôi, chúng nó được cho đi học lớp Việt Ngữ đã ba năm nay rồi, và có thể nghe hiểu tiếng Việt, cũng như nói chuyện chút chút.

- Hay quá, theo trong tờ đơn thì chị ở tiểu bang khác đến đây, làm sao mà chị biết có chương trình nầy để cho hai cháu tham dự?

Anh MC quay qua vợ chồng Thanh, nhưng Thanh lại ra dấu cho Dung trả lời. Dung ngượng ngùng:

- Dạ hàng năm các cháu về thăm tôi là bà ngoại của cháu Kimmy, nên chúng tôi nói cho cháu biết chương trình nầy.

- Tốt quá, xin cám ơn những câu trả lời và chúc mừng gia đình các anh chị.

Dung đi xuống, trong lòng hồi hộp như trống đánh, nhưng kèm theo nỗi mừng vui vì hai đứa cháu trúng cuộc thi quốc phục. Thằng John được quàng một cái khăn thêu chữ Quốc Phục năm 2011 hạng nhất, tay ôm cái cúp vàng, dưới chân vô số phần thưởng. Cu cậu thích quá, nó giơ cái cúp lên cao, miệng hét:

- Vui quá, vui quá.

Nhờ hai đứa cháu trúng giải, vợ chồng Dung thấy vui vẻ trong lòng. Không ngờ chúng nó học tiếng Việt mà con Thanh giấu nàng. Chắc nó thấy chưa hài lòng nên chưa nói ra điều nầy cho mẹ biết, hay muốn làm mẹ ngạc nhiên. Dung ngồi chờ lũ trẻ đi rước đèn khi ánh nắng vừa lặn đi, bóng tối bao trùm vạn vật. Vợ chồng Thanh và ông ngoại đã hợp cùng Ban tổ chức đi theo giữ gìn trật tự, an ninh cho lũ trẻ.

Có đứa đốt cháy cả lồng đèn đang khóc ré lên vì tiếc! Có đứa đánh nhau vì đã lấy bánh của bạn bỏ tọt vào miệng, trong lúc bánh của nó vẫn ôm khư khư trong tay…! Mặc, đoàn rước rồng rắn vẫn lung linh màu sắc dưới ánh trăng. Khi về đến nhà, thì đồng hồ chỉ gần mười giờ đêm! Thằng John bây giờ khăn đóng đã tuột đâu mất! Cái áo dài xanh dính một mảng nước ngọt trước ngực, quần thì lấm lem vì đi rước đèn đạp cả vào nước đọng ven đường. Con Kimmy thì khá hơn. Con nhỏ nầy điệu hơn má nó nhiều. Áo quần vẫn nề nếp thẳng thớm, có điều bao quà của thằng John mà nó cầm giùm, thì để đâu cũng không biết, chỉ có quà của nó thôi, hỏi cũng chẳng nhớ!

Ngồi vào xa-lông nghỉ mệt, lúc nầy, con Thanh mới tằng hắng:

- Hai đứa biểu diễn tiếng Việt cho ông bà ngoại nghe đi.

Thằng John và Kimmy tới trước mặt Dung, khoanh tay, nói tiếng Việt rành rọt một cách… cố gắng:

- Thưa ông bà ngoại, chúng con thương ông bà lắm.

- Trời ơi, sao mấy hôm nay các cháu không nói tiếng Việt cho ông bà nghe?

Thằng John lắc đầu:

- Dạ không được, chúng cháu chỉ nói biểu diễn thôi.

Dung cười:

- Cha mầy, thằng Mỹ con dễ thương quá, còn Kimmy, thằng John nói rồi, tới phiên con nói cái gì đây?

- Dạ, con nói bà ngoại đẹp lắm.

- Trời đất, thiệt hay xạo đây?

- Dạ thiệt, mẹ con dạy vậy.

Ông ngoại xen vô:

- Mẹ dạy hả… vậy con thấy bà ngoại có đẹp không?

- Dạ, bà ngoại đẹp hơn ngoại thằng John.

Nghe con nói, Thanh ôm bụng cười to lên, chồng Thanh buột miệng:

- Con bé nầy, bà ngoại thằng John to như thùng phi mà đẹp gì, bà ngoại nầy mới đẹp nè.

- Dạ đúng, ngoại con to nhưng hiền lắm, nuôi con từ nhỏ tới giờ… con thương ngoại nhiều, dù ngoại to như con voi con cũng thấy đẹp, thấy thương.

Tiếng thằng John làm cho Dung cảm động ngang xương. Nó là người Mỹ, tình cảm thì cũng như Việt Nam thôi, nó lại nói tiếng Việt trôi chảy. Dung ôm hai đứa bé vào lòng:

- Các cháu giỏi lắm, bà thương lắm. Bà mong hai đứa sẽ về thăm ông bà hoài hoài nghe, và nhớ nói tiếng Việt cho giỏi nghe.

- Dạ bà.

Lần đầu tiên, Dung đi ngủ trong sự thương cảm còn tràn đầy tim. Một đứa trẻ không liên hệ máu mủ mà sao thương thế không biết!

Thật đúng là "Tình thương không biên giới". ∎

TRANG Y HỌC & ĐỜI SỐNG

Bác Sĩ Trương Ngọc Thanh & Dược sĩ Trương Thị Mỹ Hà phụ trách

WHO - Tổ chức Y tế Thế giới định nghĩa tình trạng sức khỏe tốt là: "Sức khỏe không chỉ đơn thuần là không mắc bệnh hay tật nguyền, mà là trạng thái toàn diện về thể chất, tinh thần và giao tiếp xã hội" – "Health is a state of complete physical, mental and social well-being and not merely the absence of disease or infirmity".
ẤY CHÍNH LÀ TRẠNG THÁI **THÂN TÂM AN LẠC**

Lena Couffin - Cao Huy Hóa dịch

"QUY TẮC 3 V" CHẾ ĐỘ ĂN TỐT NHẤT CHO MỖI NGƯỜI VÀ HÀNH TINH

Sự lựa chọn thực phẩm của chúng ta có thể cứu hành tinh này. Bằng cách áp dụng *Quy tắc 3V*, chúng ta cũng bảo đảm một chế độ ăn uống lành mạnh. Hai chuyên gia Émilie Steinbach và Anthony Fardet sẽ phân tích thêm.

Hãy bắt đầu với một quan sát kép.

Trước hết, thực phẩm chúng ta tiêu thụ, quá trình sản xuất và chất thải của nó có tác động lớn đến hành tinh. Sau đó, một số thói quen ăn uống có hại cho sức khỏe của chúng ta. Quá ngọt, quá giàu chất béo không tốt và phần lớn bao gồm thực phẩm chế biến sẵn… "Vào năm 2030, 50% dân số thế giới có thể bị thừa cân và béo phì, Émilie Steinbach, nhà thần kinh học và Tiến sĩ Sinh học Tích hợp, cảnh báo. Đây là yếu tố nguy cơ chính gây ra bệnh tiểu đường loại 2, bệnh tim mạch, trầm cảm và suy giảm nhận thức".

"Nhân loại có thể nuôi sống dân số 10 tỷ người trong tương lai bằng chế độ ăn uống lành mạnh trong giới hạn hành tinh không?" Để trả lời câu hỏi này, Ủy ban EAT-Lancet đã được thành lập. Năm 2019, 37 chuyên gia về sức khỏe, dinh dưỡng, về bền vững môi trường, về hệ thống thực phẩm và quản lý kinh tế và chính trị, đến từ 16 quốc gia khác nhau, đã công bố "chế độ ăn hành tinh", một chế độ ăn có khả năng tôn trọng các giới hạn bền vững của hành tinh, đồng thời dựa trên phân tích dinh dưỡng chuyên sâu.

Làm thế nào chúng ta có thể tích hợp những khuyến nghị này vào cuộc sống hàng ngày của mình? Làm thế nào để ăn lành mạnh và bền vững? Câu trả lời là: tuân theo "quy tắc 3 V", được phát triển bởi Anthony Fardet, bác sĩ dinh dưỡng, nhà nghiên cứu về ăn uống phòng ngừa và bền vững và Edmond Rock, giám đốc nghiên cứu tại Viện Nghiên cứu Quốc gia về Nông nghiệp, thực phẩm và môi trường (INRAE). Nó bao gồm việc ăn theo quy tắc 3V (theo tiếng Pháp, 3V là: Vrai, Végétal, Varié).

MANGER VRAI (Ăn chân thật)

Ăn chân thật đơn giản có nghĩa là giảm tiêu thụ thực phẩm đã qua chế biến sẵn, được thiết kế bởi các nhà sản xuất thực phẩm – với các tác nhân mỹ phẩm để điều chỉnh hương vị, màu sắc, mùi thơm, hình thức kết cấu – và rất nhiều trong số đó không tồn tại ở trạng thái tự nhiên. Anthony Fardet nhấn mạnh: "Nhìn chung, những sản phẩm này cung cấp ít chất xơ, vitamin và vi chất dinh dưỡng cho cơ thể chúng ta, thường quá ngọt và chứa các chất phụ gia mỹ phẩm". Tiêu thụ quá mức, chúng có hại cho sức khỏe toàn bộ, tức là con người và hành tinh". Phần lớn trong số 210 nghiên cứu dịch tễ học được thực hiện trên thực phẩm chế biến sẵn trên thực tế đã báo cáo mối liên hệ đáng kể giữa việc tiêu thụ quá nhiều các sản phẩm đó và nguy cơ mắc nhiều bệnh mãn tính và tử vong sớm.

Chuyên gia cho biết thêm, không nên quên rằng "chế biến siêu tốc có liên quan đến hệ thống thực phẩm không bền vững, làm giảm đa dạng sinh học, thúc đẩy độc canh và chăn nuôi thâm canh". Số lượng rác thải nhựa và chất thải liên quan đến hoạt động sản xuất này cũng rất lớn. Đây là lý do tại sao Anthony Fardet khuyên bạn nên hạn chế tiêu thụ những thực phẩm như vậy.

Để ăn chân thật, Anthony Fardet khuyến nghị

ba quy tắc khác cho sức khỏe. Ưu tiên thực phẩm ở dạng rắn hơn dạng lỏng "để tạo thuận lợi cho việc nhai và cảm giác chán ngấy". Thật vậy, tiêu thụ cả quả cam thay vì nước cam ép sẽ cung cấp lượng chất xơ và vitamin tốt hơn, đồng thời điều chỉnh phản ứng đường huyết tốt hơn. Ngoài ra, ông còn khuyên "nên ăn thực phẩm giàu tinh bột hơn là loại đã tinh chế và tránh quá nặng tay khi thêm muối, đường và chất béo khi nấu".

MANGER VÉGÉTAL (Ăn rau củ quả)

Vì lợi ích của Trái đất, việc giảm tiêu thụ thực phẩm có nguồn gốc động vật là điều không thể tránh khỏi. Anthony Fardet khẳng định: "Thức ăn thực vật trên đĩa của chúng ta làm giảm đáng kể lượng khí thải nhà kính, lượng nước sử dụng và dấu ấn cacbon trên môi trường toàn bộ. Chuyện đó thật đơn giản, chứ không có giải pháp nào khác để bảo tồn hành tinh của chúng ta".

> Để so sánh, việc sản xuất một kg thịt bò thải ra 99 kg CO_2 tương ứng, trong khi sản xuất một kg cây họ đậu thải ra chưa đến một kg CO_2 tương ứng.

Những lợi ích cũng được tìm thấy trên sức khỏe của chúng ta. "Ví dụ, người ta đã chứng minh rằng chế độ ăn uống MIND – kết hợp chế độ ăn Địa Trung Hải truyền thống với DASH (chế độ ăn kiêng chống tăng huyết áp) và chủ yếu bao gồm thực phẩm thực vật (ngũ cốc nguyên hạt, trái cây và rau quả, các loại đậu, quả hạch và hạt) – có liên quan đến việc giảm nguy cơ mắc các bệnh thoái hóa thần kinh và làm chậm quá trình suy giảm nhận thức", nhà khoa học thần kinh Émilie Steinbach bảo đảm. Ngược lại, tiêu thụ thịt đỏ có liên quan đến nguy cơ béo phì, bệnh tim mạch và ung thư.

Ở đây, không có vấn đề gì về việc giảm tổng lượng protein của chúng ta. Nhà thần kinh học cho biết: "Nó liên quan đến việc thay thế một lượng thịt nhất định bằng thực phẩm giàu protein có nguồn gốc thực vật". Trong số đó, người ta tìm thấy đậu khô, đậu lăng, hạt có dầu, các loại hạt và thậm chí cả các sản phẩm làm từ đậu nành… "Trái ngược với suy nghĩ thông thường, những thực phẩm này không phải lúc nào cũng có lượng protein thấp hơn thịt, Émilie Steinbach giải thích. Nhiều nghiên cứu cho thấy chế độ ăn của người ăn chay thường có chất lượng dinh dưỡng tốt hơn chế độ ăn của người ăn tạp, vì nó cung cấp nhiều loại thực phẩm hơn và do đó có nhiều chất dinh dưỡng đa dạng hơn.

MANGER VARIÉ (Ăn thay đổi)

Và đây là toàn bộ mục tiêu quy tắc cuối cùng của 3V. Thay đổi chế độ ăn uống của chúng ta trên thực tế là điều cần thiết để kích thích đa dạng sinh học, đa canh và nâng đỡ các hệ sinh thái khác nhau. Nhà nghiên cứu Anthony Fardet lưu ý: "Ngày nay, FAO (Tổ chức Lương thực và Nông nghiệp Liên Hợp Quốc) báo cáo rằng chỉ có 12 loại động vật và thực vật cung cấp hơn 50% lượng calo hàng ngày cho 8 tỷ người trên Trái đất. Tuy nhiên, có nhiều ngàn không gian thực vật và động vật trên hành tinh này". Từ đó nói lên tầm quan trọng của việc thay đổi thói quen ăn uống của chúng ta.

> Đa dạng hóa đĩa thức ăn của chúng ta cũng sẽ thúc đẩy sức khỏe tốt hơn. Émilie Steinbach giải thích: "Chúng ta càng ăn nhiều loại thực phẩm đa dạng thì chúng ta càng cung cấp một loạt các phân tử phức tạp khác nhau để nuôi dưỡng sự đa dạng của hệ vi sinh vật, góp phần cải thiện sức khỏe đường ruột và tổng thể của chúng ta".

Trên thực tế, các chuyên gia khuyên bạn nên tiêu thụ từ 35 đến 40 loại thực phẩm khác nhau mỗi tuần. Anthony Fardet giải thích: "Tương ứng với khoảng ba sản phẩm khác nhau cho mỗi loại thực phẩm". Như vậy, trong nhóm ngũ cốc, chúng ta có thể tiêu thụ cả lúa mì, gạo nguyên hạt và bắp. Trong số các loại đậu, bạn có thể chọn ăn đậu lăng, đậu đa dạng và đậu xanh. Trong số các loại trái cây, chúng ta có thể chuyển sang chuối, táo và lê… "Như vậy, người ta đảm bảo đáp ứng mọi nhu cầu dinh dưỡng nhờ hấp thụ các chất chống oxy hóa, chất xơ, khoáng chất và vitamin," bác sĩ dinh dưỡng tiếp tục. Cuối cùng mời bạn tiêu thụ trái cây và rau quả từ hệ sinh thái nông nghiệp, địa phương và theo mùa. ∎

Nguyên tác: "La «règle des 3 V», le meilleur régime alimentaire pour soi et la planète"; Le Figaro.fr, 01/5/2024. Nguồn: dohongngoc.com - thuộc chủ đề: Góc nhìn - nhận định, Thầy thuốc và bệnh nhân

Các Infografik về Y khoa thường thức của nhóm Bác sĩ CN St (Đức)

Hoa Lan Thiện Giới

Na Uy, Xứ Lạnh Tình Nồng

Khóa Tu Học Phật Pháp Âu Châu Kỳ 35 Tại Oslo

Hằng năm mỗi độ hè về, báo hiệu một mùa tu học của các Phật tử ở Âu Châu, cũng như toàn thế giới nếu có cơ hội và phước duyên để tham dự cũng đều quy tụ về. Năm nay điểm hội tụ cho hơn 1.000 học viên được tuyển chọn là xứ Na Uy, nơi được mệnh danh là *"Xứ lạnh tình nồng"*. Khóa Tu Học Phật Pháp Âu Châu kỳ thứ 35 tại Liên Hoa Đạo Tràng Na Uy ở Oslo bắt đầu từ ngày 15 tháng 7 và kết thúc vào ngày 24 tháng 7 năm 2024, với ngày cuối là đi du ngoạn thắng cảnh của thủ đô Oslo.

Tôi đến phi trường Gardermoen của thành phố Oslo vào một buổi chiều mưa gió, phái đoàn chúng tôi gồm 6 người đến từ Đức quốc, được các anh trong Ban vận chuyển của Chùa đón tiếp tận tình, đưa về Liên Hoa Đạo Tràng Na Uy chỉ cách phi trường khoảng 10 phút chạy xe. Nơi khóa tu sinh hoạt nằm trên khuôn viên to rộng đến 21.000 mét vuông, đang được xây dựng rất công phu và đầy ý nghĩa với nhiều pho tượng bằng đá màu xám tro chạm trổ rất cầu kỳ và sắc sảo. Có Quán Âm Điện với cách trang trí thần kỳ cứ ngỡ như lạc vào Phổ Đà Sơn. Ngoài sân có tượng Ngài Địa Tạng cầm Tích trượng đứng trên đài Sen cưỡi con Hẩu (một sinh vật chỉ sống nơi địa ngục), như vang dội khắp chốn cửu trùng, một Tháp Đa Bảo uy nghi bên cạnh tượng hai vị Phật Thích Ca và Đa Bảo ngồi chung một Pháp tòa, một ngôi Chùa trong tương lai sẽ tồn tại mãi cho các thế hệ trẻ về sau.

Trụ trì ngôi Tam Bảo này và cũng là Trưởng ban Tổ chức khóa tu học Phật

VIÊN GIÁC | 75

Pháp Âu Châu kỳ thứ 35 là TT Thích Viên Ngộ, một vị Tỳ kheo tài đức và năng động, cứ nhìn cách Thầy điều khiển mọi khâu trong khóa tu đâu vào đấy cứ như thong tay đi vào chợ.

Nhưng thật ra sau lưng vẫn có một cây đại cổ thụ chống lưng cho Thầy, đó là HT Phương Trượng chùa Khuông Việt, HT Thích Trí Minh, người được thiên hạ gọi bằng tiếng thân thương là *"Sư Ông Na Uy, xứ lạnh tình nồng"*.

Đây là lần thứ hai tôi đến Oslo sau một phần tư thế kỷ, lần thứ nhất vào Khóa tu Âu Châu kỳ 10 năm 1999, nhân dịp Khánh thành chùa Khuông Việt của Sư Ông. Lần đi đó đối với tôi là cả một sự đổi đời trong đường tu, tôi đã được các vị Hòa Thượng thân thương làm chủ lễ A-xà-lê truyền Giới Bồ Tát tại gia cho tôi như: Sư Ông *"Tròng Sen trên đất tuyết"* ở Pháp, Sư Ông Khuông Việt Na Uy và Sư Ông Pháp Bảo Úc Châu. Nên khóa tu lần này với bất cứ giá nào tôi cũng phải đến!

Buổi Lễ Khai mạc được bắt đầu vào 10 giờ sáng ngày 16 tháng 7 năm 2024, dưới sự tham dự của 150 Tăng Ni, 830 Phật tử, 65 Huynh trưởng và Đoàn Sinh Gia Đình Phật tử. Con số học viên ghi tên vào những ngày sau lên đến 1.050 người, một con số kỷ lục sau những năm tháng dài Covid.

Các học viên đến từ 15 quốc gia như: Na Uy, Thụy Điển, Đan Mạch, Phần Lan, Thụy Sỹ, Đức, Pháp, Bỉ, Hòa Lan, Anh, Ái Nhĩ Lan, Ba Lan, Tiệp Khắc, Mỹ và Việt Nam. Tất cả các người con Phật cho dù định cư ở bất cứ phương trời nào đến đây cũng được nghe Phật Pháp bằng tiếng Việt, bằng ngôn ngữ của tiếng mẹ đẻ mến yêu.

Các hàng giáo phẩm Hòa Thượng tham dự gồm có 7 Vị: HT Tánh Thiệt - Pháp quốc, HT. Trí Minh - Na Uy, HT T. Như Điển - Đức quốc, HT T. Tâm Huệ - Thụy Điển, HT T. Minh Giác - Hòa Lan, HT T. Thông Trí - HT T. Hạnh Thông - Hoa Kỳ. Bên Ni Chúng có 2 vị Ni Trưởng đến từ Đức quốc: TN Như Viên và TN Diệu Phước.

MC điều khiển chương trình buổi Lễ Khai mạc thật trang trọng với lối dẫn chuyện rất lôi cuốn và nhịp nhàng của là TT Hạnh Bảo - Phần Lan. Trong buổi Lễ có phần Khai Thị của chư Hòa Thượng

(HT) Tánh Thiệt, HT Trí Minh và HT Như Điển. MC cho khóa tu là Thầy Tâm Nhật - Đức quốc, thông báo các lịch trình tu học các lớp và các việc từ *"thượng vàng đến hạ cám"* như cảnh báo các học viên phải giữ kỹ thông hành và IPhone kẻo kẻ gian trà trộn vào lấy mất.

Các học viên tham dự khóa tu học kỳ thứ 35 này, nếu chưa thọ Bồ Tát giới tại gia, sẽ có cơ hội thù thắng để thọ vì đạo tràng có rất nhiều vị Đại lão Hòa Thượng sẽ làm chủ lễ. Cuối cùng cũng ghi tên được 53 vị, đa số là lớp trẻ mới vào sinh hoạt trong Chùa.

Như thường lệ năm nay khóa tu được chia làm 4 cấp: Cấp mang tên *"Đại học Oanh Vũ"*, do Sư Ông Minh Tâm, người khai sáng ra Khóa tu học Phật Pháp Âu Châu đặt tên, lần này đã được 35 kỳ tu học. Cấp 1, cho những học viên mới đi tu học, hay không tự tin vào khả năng Phật Pháp của mình, hay cảm tình với một đề tài giảng Pháp của một Giảng sư nào đó. Cấp 2 dành cho những vị đã đi tu học vài lần. Cấp 3, dành cho những học viên đã miệt mài đi dự khá nhiều các khóa tu học, đã có căn bản nhiều về Phật Pháp. Năm nay Chư Tăng Ni vào Quán Âm Điện tụng Kinh Pháp Hoa trong khi các học viên tham dự những giờ giảng của chư tôn đức Tăng Ni có trách nhiệm.

Lực lượng Giảng sư rất hùng hậu, các Ngài chia nhau ra 4 lớp, một ngày 3 thời, tùy theo chủ đề được cấp trên đưa xuống, cấp trên đây là Ban Giáo Dục và Hoằng Pháp do Thầy Tâm Huệ và Thầy Hạnh Tấn điều hành. Chẳng hạn Lớp 3 được học về Thích Bồ Đề Tâm Luận của Ngài Long Thọ bên Ấn Độ nói về Tánh Không, sẽ được giảng đủ 30 Bài Kệ do 3 giảng sư: Thầy Quảng Viên - Pháp quốc, Thầy Hạnh Bảo - Phần Lan và Thầy Như Tú - Thụy Sĩ.

. HT Như Điển - Đức quốc, giảng về Ưu Bà Tắc giới kinh, Bồ Tát giả danh, Bồ Tát thật tướng. Tịnh Độ Tông Nhật Bản với Ngài Thân Loan, tín nguyện thứ 18 và 10 niệm trước khi chết.

. HT Tâm Huệ - Thụy Điển, Kinh Thiện Sanh trong bộ Kinh A Hàm, Phật giảng cho ông Thiện Sanh về hạnh phúc trong gia đình, vợ chồng hòa thuận. Bài giảng thứ hai khó hơn, thuộc về Luận: Câu Xá Luận.

. HT Trí Minh - Na Uy, giảng về Tứ tất đàn gồm 4 điểm. Đức Phật nói mỗi nơi một khác, tùy theo nhân duyên mỗi người, nói mỗi kiểu. Tùy theo hoàn cảnh, tùy trường hợp mà nói. Thầy hay làm thơ và chế từ ngữ mới cho học viên tỉnh ngủ như *"Địa ngục là giác ngộ đến muộn"*.

. Thầy Thông Trí - Pháp quốc, giảng về Nghiệp, gồm có Định nghiệp và Bất định nghiệp. Bài số 2 giảng về Sám Hối, trên tinh thần tàm và quý, chịu trách nhiệm cho việc làm của mình, phát lồ.

. Thầy Viên Ngộ - Na Uy, giảng về Tịnh Độ Thập Nghi Luận của Trí Giả Đại Sư. Tổ nói, nhờ tha lực cũng được vãng sanh. Sơ phát tâm phải gần Phật để tu tập, khi giác ngộ rồi mới đi độ người.

. Thầy Hạnh Thông - Phần Lan, giảng về 10 đức tin của một vị Bồ Tát.

. Thầy Hạnh Hòa và Hạnh Định - Đức quốc, cũng có nhiều giờ giảng trong Cấp 2 và 3, nhưng rất tiếc Thầy Hạnh Định bị bệnh nên phải nhường giờ giảng cho các vị khác. Cũng như 2 vị Hòa Thượng Giác Thanh và Quảng Hiền vì lý do sức khỏe không đến giảng dạy được.

Các Giảng sư của Cấp 1 và Cấp 2 cũng rất hùng hậu:

. Thầy Hạnh Tấn, Thầy Viên Tường và Vạn Tín, Thầy Chúc Hiếu và Thông Tuệ. Giảng sư còn có mặt chư Ni gồm có: Ni Sư Tuệ Đăng, Tuệ Viên, Tuệ Trí, Ni Sư Huệ Thanh, Ni Sư Tuệ Viên, Sư Cô Chân Đàn, Tuệ Luật, Tuệ Âm và Tịnh Liên. Thầy Nguyên Minh (Hoa Kỳ) hướng dẫn Thái Cực cho các học viên thích vận động v.v…

Sau 6 ngày tu học miệt mài từ 16 đến 21 tháng 7, qua đến ngày 22 các học viên được Niệm Phật miên mật đến 4 thời từ 9 giờ sáng đến 17 giờ chiều. Buổi tối ngày 22 tháng 7 năm 2024 có đêm thắp nến tri ân của các học viên lớp 1&2 do Đại Đức Thích Chúc Hiếu làm MC tiếng Việt và Đại Đức Thích Trung Thành dịch ra tiếng Anh. Thượng Tọa Thích Hạnh Tấn nói lời cảm niệm đêm tri ân cùng với chư tôn Đức giảng sư của lớp 1&2.

Ngày 23 tháng 7, buổi sáng có chương trình vấn đáp rất sôi nổi, các vị Hòa Thượng và các Chư Tăng Ni ngồi chờ đợi Thầy Như Tú đọc các câu hỏi của đại chúng bỏ vào chuông từ tối hôm qua để trả lời. Nhiều câu hỏi rất dễ thương như: *"Nếu chưa Quy Y, chỉ niệm Phật thôi có được vãng sanh không?"*. Và HT Như Điển đã trả lời dứt khoát là không. Việc Quy y Tam Bảo cũng như đi qua biên giới của một nước. Nếu không có Passport thì ai có quyền cho nhập nội? Vô sanh pháp nhẫn là gì? Cần biết tên các loại Ma trong nhà Phật... Cuối cùng có một câu hỏi rất thời sự và nóng bỏng: *"Xin cho biết nhận định của giáo hội về trường hợp của Sư Minh Tuệ"*. HT Như Điển lại thay mặt giáo hội trả lời, hành giả Minh Tuệ là trường hợp cá thể độc lập, không liên quan gì đến giáo hội.

Buổi chiều là Lễ Bế Mạc lúc 15 giờ, Thầy Viên Duy làm MC điều khiển chương trình. HT Tánh Thiệt và HT Như Điển tặng bảng tuyên dương cho hai Thầy Viên Tánh và Viên Ngộ, hai vị đã gánh vác cả một Khóa tu hơn một ngàn học viên, toàn vẹn đến giây phút cuối cùng thật đáng ca ngợi. Các Đại diện của Ban Trai Soạn, Ban Vệ Sinh, Ban Hành Đường, Ban Hương Đăng, Ban Trật Tự, Ban Ẩm Thực, Ban Oanh Vũ lên nhận quà. Ai ai cũng làm trọn vẹn vai trò của mình trong 10 ngày tu tập, đáng được khen thưởng.

Kỳ thứ 36 của Khóa tu học Phật Pháp Âu Châu sẽ được tổ chức tại Berlin - Đức quốc, nhưng nếu không mướn được phòng ốc sẽ theo phương án B tại Bồ Đề Đạo Tràng Ấn Độ vào tháng 10 năm 2025.

HT Trí Minh chấm dứt buổi lễ bằng một bài thơ Đường Thất ngôn bát cú với câu đầu: *"Khuông Việt*

Liên Hoa một mái nhà".

Đêm văn nghệ cuối khóa được tổ chức lúc 19 giờ, kéo dài đến gần 24 giờ đêm vẫn chưa dứt, chứng tỏ các mầm non, mầm già văn nghệ nở rộ khắp mọi nơi. Các em Oanh Vũ tham gia đầy đủ trong màn ca vũ nhạc kịch "*Cứu chim Thiên Nga*", trích đoạn trong cuốn phim Cuộc đời Đức Phật, đoạn Thái tử Tất Đạt Đa và Đề Bà Đạt Đa tranh nhau một con chim Thiên Nga bị bắn rơi, người giết kẻ cứu, phải đem đến Vua Cha và các Bậc Đại trí tuệ trong nước phân xử. Cũng chính vở kịch này đã được HT Như Điển bình chọn là hay nhất với giải thưởng 300 Euro.

Ngày 24 tháng 7, các học viên cùng các Chư Tăng Ni từ các nơi tụ họp lại trước cổng Đạo Tràng Liên Hoa để chờ 5 xe buýt lớn đến chở đi Du Ngoạn cảnh sắc của thủ đô Oslo xứ "NoWay", tận cùng của trái đất không có đường về như thiên hạ đã đặt tên. Nhà Hát Lớn Operaen Oslo, Công viên Vigeland, Sàn trượt tuyết Holmenkollen và Chùa Khuông Việt.

Qua 4 điểm đặc sắc được tuyển chọn cho du khách viếng thăm thành phố Oslo, đã làm vừa lòng tất cả mọi người. Thôi giã từ Oslo, phái đoàn trở về Liên Hoa Đạo Tràng ăn cơm tối và thu dọn hành lý để ngày mai trở về nơi nguyên quán.

Song song với Khóa tu học Phật Pháp Âu Châu, Ban hướng dẫn Gia Đình Phật tử Việt Nam tại Âu Châu đã tổ chức một Liên trại huấn luyện Lộc Uyển 6 - A Dục 9 từ ngày 16 đến 20 tháng 7 năm 2024 tại Liên Hoa Đạo Tràng Oslo - Na Uy. Họ cắm lều đủ kiểu, đủ cỡ rất đẹp mắt và sinh hoạt ngay tại đó,

đêm cuối đốt lửa trại, ca hát vang trời đến khuya.

Những câu chuyện bên lề của khóa tu kỳ 35 này còn nhiều nhưng phải kể đến các "*Liên khúc mưa*" của xứ Na Uy, khiến Sư Ông Na Uy phải tức cảnh sinh tình làm hai câu thơ:

Na Uy xứ lạnh tình nồng.

Trời mưa xối xả, bởi Rồng viếng thăm.

Chỉ tội cho các học viên lớn tuổi phải chịu cảnh sáng nắng, chiều mưa, tối rét lạnh đến rợn cả người, nếu phải ngủ ngoài lều. Thế nhưng tinh thần tu học của mọi người rất cao, cao đến tận trời, bằng chứng là bà cụ Nhân Phượng 97 tuổi đến từ Pháp quốc, vẫn minh mẫn cầm vở ghi chép đầy đủ các bài giảng.

Hình ảnh ba vị Hòa Thượng Tánh Thiệt, HT Trí Minh và HT Như Điển, đứng bên nhau chụp hình trước tôn tượng của hai vị Phật Thích Ca và Đa Bảo đã nói lên rất nhiều ý nghĩa. Một hình ảnh mà cả một phần tư thế kỷ nay các đại chúng đã mong chờ!

Nam Mô Hoan Hỷ Tạng Bồ Tát Ma Ha Tát. ∎

Mùa hè 2024.

CHƯƠNG TRÌNH PHẬT SỰ VIÊN GIÁC 2025

JAHRESPROGRAMM DES PATRIARCHEN-KLOSTERS VIEN GIAC 2025
(chữ viết tắt: HTPT=Hòa Thượng Phương Trượng)

● **Tháng 1 năm 2025**

* 04.01.2025 (thứ bảy) Tết và vận động xây dựng Học Viện Phật Giáo Viên Giác tại Frankfurt và vùng Phụ Cận.

* 13. và 28.01.2025: Lễ sám hối/ Reuezeremonie.

* 05. và 19.01.2025: Lễ định kỳ, sinh hoạt GĐPT/ Friedens- und Verstorbene Andacht, Buddhistische jugendliche Aktivitäten.

* 07.01.2025 (08.12 ÂL): Lễ vía Đức Phật thành đạo/ Buddhas Erleuchtungstag.

* 11. và 12.01.2025: Lễ Thọ Bát Quan Trai tại chùa Bảo Đức - Oberhausen (HTPT).

* 18. và 19.01.2025 (Thứ bảy & Chủ nhật): Lễ Phật tại Viên Ý (Ý).

* 25. và 26.01.2025 (Thứ bảy & Chủ nhật): Lễ Phật tại chùa Viên Minh (Thụy Sĩ).

* 28.01.2025: Lúc 20:00: Sám Hối, 21:00: Văn nghệ mừng Tết Ất Tỵ, 24:00 Đón Giao Thừa/ Feierlicher Empfang zum Jahreswechsel und Verteilung der roten Glückstüten.

* 29. và 30.01.2025 (Thứ tư-Mồng một Tết, thứ năm-Mồng hai Tết Ất Tỵ) 5:45: Tọa thiền và trì tụng Thần Chú Thủ Lăng Nghiêm. Cả ngày phát lì xì, hái lộc, xin xăm, lễ Phật/

Xem tiếp, trang 94.

Thiện Như ghi nhanh

Vu Lan Thắng Hội tại
TỔ ĐÌNH VIÊN GIÁC HANNOVER

Lễ Vu Lan tại Tổ Đình Viên Giác – Hannover, Đức quốc đã diễn ra thập phần viên mãn. Mặc dù thời tiết không mấy thuận lợi với những cơn mưa nặng hạt kéo dài trong hai ngày. Nhưng ngược lại, vẫn thu hút đông đảo quý Đạo hữu - Phật tử, các tín đồ Tôn giáo bạn, và thập phương bốn đạo cùng nhau về tham dự Đại Lễ Vu Lan – Báo Hiếu và Lễ Hội Quán Thế Âm năm nay. Với số người tham dự lễ khoảng chừng 5.000 người. Các quầy hàng phát hành ẩm thực cho chùa đã báo cáo là không đủ để phục vụ lượt khách đến thăm viếng và dự lễ hội. Nhờ sự ủng hộ của cộng đồng, Tổ Đình có thêm ngân khoản để lo các Phật sự, bảo trì, sửa chữa trùng tu và sắp tới xây dựng Trường Đại Học Phật Giáo tại khu đất còn lại của chùa.

Về phía chư Tăng Ni cũng tề tựu đông đủ, giải chế an cư, tự tứ trên 60 vị. Chư Ni đảnh lễ mừng khánh tuế Hòa Thượng Phương Trượng sau ba tháng An cư Kiết hạ tại Tổ Đình Viên Giác, đã tạo nên một truyền thống cao quý còn lưu lại trong tình Linh sơn cốt nhục, bàng bạc trong không gian trang nghiêm cho buổi lễ.

Chương trình lễ hội bao gồm cả nghi thức Tam thời hệ niệm siêu độ chư hương linh, cùng lễ tưởng niệm dành cho Lão Cư Sĩ Phù Vân, Chủ bút báo Viên Giác nhân lễ Tiểu tưởng của Bác. Đây cũng là dịp để mọi người tưởng nhớ và tri ân những đóng góp của bác cho cộng đồng Phật giáo và Thân hào Thi sĩ trên văn đàn hải ngoại.

Lễ Vu Lan được tôn vinh đặc biệt trong văn hóa Phật giáo, không chỉ để tưởng nhớ đến công ơn sinh thành dưỡng dục của cha mẹ mà còn để thể hiện lòng tri ân và báo hiếu. Vì vậy chẳng bao giờ thiếu vắng những tiếng cười rộn rã của các em Đoàn sinh Gia Đình Phật Tử. Chương trình văn nghệ năm nay có những tiết mục biểu diễn rất chuyên nghiệp của các GĐPT đến từ các tự viện thuộc Chi Bộ Đức Quốc. Từ các ca khúc đến các vũ điệu múa nón lá, trống cơm của các em cũng đều mang chủ đề về tình mẫu tử thiêng liêng, lòng biết ơn vô hạn và những kỷ niệm đẹp về mẹ và quê hương.

Tất cả các tiết mục ấy đã được các anh chị Huynh trưởng chọn lựa kỹ lưỡng. Những ca khúc truyền thống, những bài thơ hay được phổ nhạc, hoặc những tác phẩm nổi tiếng, tất cả đều hướng đến việc tôn vinh hình ảnh người mẹ, thể hiện những tình cảm sâu đậm và sự kính trọng mà con cái dành cho cha mẹ.

Qua đó, lễ Vu Lan không chỉ là tụng kinh, bái sám cầu nguyện mà còn là cơ hội để các thế hệ trẻ hiểu hơn về giá trị của tình yêu thương gia đình và trách nhiệm của người con đối với cha mẹ. Đây cũng là thời điểm để mọi người cùng nhau chia sẻ, gắn kết và lan toả những thông điệp yêu thương trong cộng đồng. Những chương trình văn nghệ như thế không chỉ tạo ra không khí vui tươi, mà còn giúp nhắc nhở mọi người về ý nghĩa sâu sắc của ngày lễ.

Điểm nhấn của buổi lễ là nghi thức dâng hoa đăng cúng dường lên Đức Quán Thế Âm Bồ Tát, dưới sự chứng minh của Hòa Thượng Phương

Trượng Tổ Đình Viên Giác. Buổi lễ "Truyền đăng Tục diệm", đã để lại ấn tượng và mang một ý nghĩa tâm linh sâu sắc. Từ ngọn lửa ấm áp bao dung, từ tình thương và trí tuệ của Hòa Thượng đã truyền đi qua bao thế hệ, nay quyện cùng ánh đèn vàng huyền dịu lung linh dưới tượng đại Quán Thế Âm, tạo nên một không gia linh thiêng và đạo vị vô cùng. Những ngọn hoa đăng ấy được thắp sáng lên như những ngọn lửa hy vọng, mang theo lời cầu nguyện cho tất cả mọi người, cầu mong sự bình an và hạnh phúc trong cuộc sống. Tất cả những khoảnh khắc ấy đã làm cho một lễ hội đầy ý nghĩa, thể hiện tinh thần tri ân và báo hiếu của những người con đối với cha mẹ, ông bà và các bậc tổ tiên.

Trong chương trình của buổi lễ sẽ không thiếu nghi thức "Khất thực Hóa duyên". Vì lễ Vu Lan không chỉ là một hoạt động mang tính nghi lễ mà còn chứa đựng ý nghĩa sâu sắc trong việc thể hiện lòng tri ân và báo ân. Trong không gian trang nghiêm thanh tịnh tại trai đường, sự hiện diện sắc màu vàng y giải thoát của hơn 60 vị xuất gia, cùng chư Phật tử đồng âm dị khẩu nhất tâm trì tụng thần chú Đại Bi Tâm Đà La Ni 7 biến. Âm thanh trầm hùng đó đã tạo nên một bầu không khí vô cùng an lạc và thiêng liêng nơi Tổ Đình Viên Giác. Sự lắng đọng trong tâm hồn của mỗi người con Phật được khơi dậy qua việc kết nối với những giá trị tinh thần cao đẹp. Khất thực hóa duyên không chỉ là việc xin nhận thực phẩm, mà còn là cách để thể hiện lòng khiêm nhường của ý nghĩa "Khất sĩ, Bố ma, Phá ác", sự sẻ chia và tình thương trong mỗi hành động. Qua đó, người tham gia cảm nhận được sự gắn kết với cha mẹ, tổ tiên và cả cộng đồng.

Trì tụng Đại bi thần chú không chỉ mang lại sự an lạc mà còn giúp mỗi người tĩnh tâm, nâng cao ý thức sống đúng với tinh thần Phật giáo, suy ngẫm về những điều tốt đẹp trong cuộc sống, về lòng biết ơn đối với công ơn sinh thành và dưỡng dục. Đây là dịp để mỗi người Phật tử chúng ta tự nhắc nhở bản thân về trách nhiệm và bổn phận của mình đối với Đạo pháp, Gia đình và Xã hội, từ đó chọn cho mình một lối sống có ý nghĩa hơn trong từng hành động, lời nói góp phần xây dựng một cộng đồng luôn ôn hòa, bình yên để dễ hiểu và thương. Từ đó sẽ đưa đến một Phật giáo đúng đắn có trí tuệ và từ bi.

Lễ Vu Lan, hay còn gọi là lễ Báo Hiếu, là một trong những ngày lễ quan trọng của Phật giáo, thường được tổ chức vào ngày rằm tháng bảy âm lịch. Lễ này có ý nghĩa sâu sắc trong việc tưởng nhớ, tri ân và báo hiếu cha mẹ, ông bà tổ tiên, cũng như thể hiện lòng hiếu thảo của con cháu đối với những người còn sống và cũng như những người đã khuất.

Kinh Báo Phụ Mẫu Ân đã dạy:
"…Chắc cũng có ông bà cha mẹ,
Hoặc thân ta, hoặc kẻ ta sanh,
Luân hồi sanh tử, tử sanh,
Lục thân đời trước, thi hài còn đây,
Ta lễ bái kính người tiền bối,
Và ngậm ngùi vì nhớ kiếp xưa". ■

TIN SINH HOẠT CỘNG ĐỒNG

Đại Nguyên phụ trách

TRI ÂN NƯỚC ĐỨC DANKE DEUTSCHLAND

Thứ Bảy ngày 31.8.2024 tại Recklinghausen.

Để thể hiện tinh thần ăn trái nhớ kẻ trồng cây, tưởng nhớ cố tiến sĩ Rupert Neudeck người sáng lập con Tàu Cap Anamur hơn 40 năm trước đã cứu vớt thuyền nhân Việt Nam trên biển đông và tri ân Chính phủ nhân dân Đức đã mở rộng vòng tay nhân ái đón nhận người Việt đến định cư tại Đức đã hội nhập thành công tốt đẹp, *Hội Bảo Tồn Văn Hóa Việt tại Đức* đứng ra tổ chức chương trình văn nghệ "Tri ân nước Đức - Danke Deutschland". Buổi lễ đã mời các vị chánh khách như: Herr Ernsting (Pfarrer Gastkirche Stadt Recklinghausen), Frau Christen Neudeck, Herr Tesche Bürgermeister, Herr Caglan (Integration), Frau Batirlik (SPD-Fraktion), Herr Knoblauch (CDU-Fraktion) cùng các nhà báo tại Recklinghausen tham dự. Phía hội đoàn Việt có sự hiện diện của Ban chấp hành của Liên Hội Người Việt Tỵ Nạn CS tại CHLB Đức, Hội Người Việt tỵ nạn ở Hamburg, Hội Người Việt tỵ nạn ở Mönchengladbach, Liên Đoàn Hoa Lư Hướng Đạo Hamburg, Đại diện Vovinam Bỉ và đông đảo quý quan khách xa gần.

Sân khấu được trang hoàng đẹp mắt, mở đầu chương trình là lễ rước Quốc Kỳ từ hai bên hội trường đi lên hai hàng là quý cô mặc áo dài thước tha duyên dáng, cầm cao cờ vàng và cờ Đức cùng những thanh niên nam nữ mặc quân phục của Quân Lực VNCH rất trang nghiêm tiến lên sân khấu chào cờ Đức-Việt. Tiếp theo là diễn văn khai mạc của Ban Tổ Chức, cũng như phát biểu và cảm tưởng của quý vị quan khách.

Phần văn nghệ với sự đóng góp của các ca sĩ (cs.) Lâm Anh từ Luxemburg, cs. Hà Anh, cs. Phương Thanh, cs. Khánh Trần. Riêng ca khúc "Liebe ohne Leiden" của tác giả Wolfgang Hofer do cs. Katrin Kiesel và Đăng Khoa trình bày. Hoạt cảnh của nhóm Dáng Xuân và các anh chị đến từ Trier trong ca khúc "Hòa Bình ơi Việt Nam ơi" của Trầm Tử Thiêng, và Sài Gòn Đẹp lắm của Y Vân do Hà Anh trình bày rất sống động. Kỷ niệm 60 năm ngày ca khúc Người Yêu Của Lính tại miền Nam VN, ca sĩ Phương Thanh đã gợi nhớ cho chúng ta nhớ lại những chuyện tình thời chiến. Chương trình văn nghệ phong phú, nhưng hấp dẫn nhất là đội vũ múa Trống Cơm của các em thiếu nhi của Hội BTVHVĐ với trang phục áo tứ thân, áo dài khăn đóng, áo bà ba, đại diện cho ba miền Bắc-Nam-Trung. Múa rất đẹp đáng khen, về ẩm thực rất nhiều món ăn với hương vị quê hương phong phú. Buổi sinh hoạt rất thành công tốt đẹp.

(Tin tóm lược trên FB của Hội Bảo Tồn Văn Hóa Việt tại Đức và Bác sĩ Dương Anh Dũng gọi cho biết).

TRIỂN LÃM 70 NĂM CẢI CÁCH RUỘNG ĐẤT và CUỘC DI CƯ 1954: Giáo dục về "sự kiện lịch sử bị lãng quên"

Một số tài liệu lịch sử về Cải cách ruộng đất và Di cư 1954 được trưng bày ở triển lãm tại Bảo tàng Bowers, California hôm 17 và 18 tháng 8, 2024

Cải cách ruộng đất ở Miền Bắc VN giai đoạn 1953 - 1956 và Cuộc di cư vĩ đại của người miền Bắc vào Nam Việt Nam (1954-1955) là những sự kiện quan trọng thay đổi lịch sử Việt Nam hiện đại, nhưng phần lớn đã bị xóa bỏ khỏi lịch sử chính thức được giảng dạy ở Việt Nam.

Nhiều chuyên gia cho biết, đôi khi các sự kiện này được nhắc tới một cách rời rạc trong sách sử ở Việt Nam sau năm 1975 bị nhà cầm quyền CSVN bóp méo viết sai sự thật để tuyên truyền. Qua trao đổi với RFA, Giáo sư Vũ Tường, Trưởng khoa Chính trị học Đại học Oregon, và Tiến sĩ Alex Thái Võ, Giáo sư tại Trung tâm Việt Nam, Đại học Công nghệ Texas, cho biết ngay cả với giới trẻ người Mỹ gốc Việt, những sự kiện này cũng được nhận thức rất mờ nhạt.

Ngày 17 và 18 tháng 8, 2024, Viện Bảo Tàng Di Sản Người Việt, Trung tâm Việt Nam tại Đại học Công nghệ Texas và Trung tâm Nghiên cứu Việt Mỹ tại Đại học Oregon đồng tổ chức một cuộc triển lãm về hai sự kiện lịch sử nêu trên tại Bảo tàng Bowers, thành phố Santa Ana, California, Hoa Kỳ. Mục đích của cuộc triển lãm là góp phần vào việc nâng cao kiến thức và giáo dục về những sự kiện lịch sử bị lãng quên… Phát biểu khai mạc cuộc triển lãm, ông Châu Thụy, Giám đốc Sáng lập Viện Bảo Tàng Di Sản Người Việt tại California, nhắc lại những sự kiện đau thương do "cơn sóng thần đỏ của chủ nghĩa cộng sản" tràn qua Việt Nam thế kỷ 20 như Cải cách Ruộng đất 1953 - 1956, Di cư vào Nam 1954 - 1955, Thuyền nhân tỵ nạn sau 1975 và sự hình thành Cộng Đồng người Mỹ gốc Việt ở Hoa Kỳ. "Lịch sử cần phải được tìm hiểu, hầu đưa ra ánh sáng những gì còn bị ẩn giấu, để từ đó chúng ta rút tỉa ra được những kinh nghiệm lịch sử, gìn giữ một cách trung thực nội dung di sản tri thức dành cho thế hệ con cháu của chúng ta, ngay tại đây, bây giờ và mai sau".

Triển lãm có sự hiện diện của nhiều nhân chứng lịch sử và các giáo sư sử học ở Bắc Mỹ. Về phía nhân chứng có diễn viên điện ảnh Kiều Chinh, Tiến sĩ Trần Huy Bích. Về phía học giả có các Giáo sư như Lan Cao (Đại học Chapman), Alec Holcombe (Đại học Ohio), Alex-Thai Vo (Đại học Texas Tech), Phi-Van Nguyen (Đại học Saint-Boniface), Jason Picard (Đại học Vin University), Tuấn Hoàng (Đại học Pepperdine) và Tường Vũ (Đại học Oregon).

Giáo sư Alex Thái, người từng bảo vệ luận án tiến sĩ sử học tại Đại học Cornell Hoa Kỳ về Cải cách ruộng đất 1953-1956 đã thuyết trình về cải cách ruộng đất và tầm quan trọng của nó qua tư liệu lịch sử. Đây là những tư liệu lịch sử lần đầu tiên được công bố trước công chúng. Những tư liệu mà GS Alex Thái trình bày tại cuộc triển lãm được các nhà nghiên cứu cho là rất có giá trị để hiểu về cải cách ruộng đất và di cư 1954, hai sự kiện quan trọng của lịch sử Việt Nam hiện đại. Sự kiện Cải cách ruộng đất 1953-1956 diễn ra trước cuộc Di cư vĩ đại của người miền Bắc vào miền Nam năm 1954-1955 khoảng một năm. Cuốn sách "Bên thắng cuộc" của nhà báo Huy Đức xuất bản năm 2012 từng nhấn mạnh rằng, Cải cách ruộng đất là một trong những nguyên nhân quan trọng thúc đẩy cuộc Di cư của người Bắc vào Nam sau đó. Trao đổi với RFA, cả Giáo sư Vũ Tường và Giáo sư Alex-Thái cũng đều khẳng định mối quan hệ nhân quả của hai sự kiện này.

Nữ diễn viên Kiều Chinh, tại triển lãm, đã đọc một trích đoạn trong hồi ký "Kiều Chinh: Nghệ sỹ Lưu vong" về ngày cuối cùng bà ở Hà Nội và cuộc chia tay gia đình đẫm nước mắt với gia đình trước khi vào Nam năm 1954. Tiến sĩ Trần Huy Bích kể lại kinh nghiệm cá nhân là người di cư. Giáo sư Hoàng Anh Tuấn (Đại học Pepperdine) thuyết trình về ảnh hưởng của cộng đồng di cư đối với xã hội miền Nam, đặc biệt là vai trò của người Công giáo di cư. Giáo sư Jason Picard (Đại học Vin University) thuyết trình về những nghiên cứu về hoạt động tái định cư người miền Bắc ở miền Nam VN. Giáo sư Nguyễn Phi-Vân (Đại học Saint-Boniface) phân tích Hiệp định Geneva và nguyên nhân cuộc di cư. *(Tin tóm lược từ RFA).*

TIN CỦA HỘI VAF ĐỨC QUỐC

Hội VAF Đức Quốc xin cám ơn những mạnh thường quân đã ủng hộ chương trình tu sửa và chăm sóc Nghĩa Trang Quân Đội Biên Hòa. Chúng tôi đã hợp đồng công ty cắt cỏ đợt 1 từ tháng 8; đợt 2 sẽ thực hiện vào tháng 11.2024.

LIÊN HỘI NGƯỜI VIỆT TỴ NẠN tại Cộng Hòa Liên Bang Đức thông báo v/v Biểu tình nhân Ngày Quốc Tế Nhân Quyền lần thứ 76, vào

Thứ Bảy 07.12.2024

Bản Tuyên Ngôn Quốc Tế Nhân Quyền ra đời cách nay 76 năm đặt nền móng cho việc bảo vệ nhân phẩm và quyền lợi của mỗi con người trên trái đất này là một sự kiện vĩ đại cho loài người. Mãi cho đến thế chiến thứ hai, *Nhân Quyền* chỉ lệ thuộc vào quyền lực của mỗi quốc gia mà không được quốc tế đặt chuẩn mực. Hiện tại có 193 quốc gia trên thế giới đã phê chuẩn bản Tuyên Ngôn Quốc Tế Nhân Quyền. Dầu vậy, những điều khoản trong bản Tuyên Ngôn vẫn bị vi phạm trắng trợn bởi một số quốc gia đã ký kết tôn trọng văn bản này.

Để luôn nhắc nhở thế giới cảnh giác về những tội ác của nhà cầm quyền Việt Nam, Ban Chấp Hành Liên Hội Người Việt Tỵ Nạn tại Cộng Hòa Liên Bang Đức sẽ cộng tác với tổ chức Ki-Tô Giáo Chống Tra Tấn ACAT (Action by Christians for the Abolition of Torture) tổ chức: *Buổi biểu tình kỷ niệm 76 năm ra đời bản Tuyên Ngôn Quốc Tế Nhân Quyền tại Frankfurt am Main vào ngày Thứ Bảy 07.12.2024, từ 13:00 giờ đến 17:00 giờ* với chương trình như sau:

- *Từ 13:00 giờ đến 14:00 giờ: biểu tình trước Tổng Lãnh Sự Quán CSVN, Kennedyallee 49, 60596 Frankfurt a.M.*

- *Từ 14:30 giờ đến 15:30 giờ: tuần hành từ Tổng Lãnh Sự Quán CSVN đến tòa thị chính Römer, Römerberg 27, 60311 Frankfurt a.M.*

- *Từ 16:00 giờ đến 17:00 giờ: biểu tình tại Römerplatz, 60311 Frankfurt a.M.*

Liên Hội Người Việt Tỵ Nạn tại CHLB Đức e.V. trân trọng thỉnh cầu quý Đoàn Thể, quý Tổ Chức người Việt tỵ nạn Cộng Sản yêu chuộng tự do dân chủ và quý thân hữu đến tham dự đông đảo.

TM Ban Chấp Hành Liên Hội Người Việt Tỵ Nạn tại CHLB Đức e.V. - BS Hoàng Thị Mỹ Lâm

Điện thoại liên lạc:
- Ông Nguyễn Văn Rị, Tel. 0155 6624 8081
- Ông Hoàng Kim Thiên, Tel. 0163 6743 097

TIN THẾ GIỚI

Quảng Trực phụ trách

Quốc Hội Thái lan bầu bà Paetongtarn Shinawatra làm Thủ tướng

Quốc hội Thái Lan vừa bầu bà Paetongtarn Shinawatra (38 tuổi), con gái út của cựu lãnh đạo gây chia rẽ Thaksin Shinawatra, làm tân Thủ tướng của nước này vào hôm 16/8/2024. AP cho hay bà Paetongtarn đã trở thành nhà lãnh đạo thứ ba của Thái Lan từ gia tộc Shinawatra, sau cha bà, người đã bị đảo chính lật đổ trước khi trở về nước vào năm ngoái, và dì của bà là bà Yingluck Shinawatra, người đang sống lưu vong. Bà Paetongtarn cũng là nữ Thủ tướng thứ hai của Thái Lan sau bà Yingluck Shinawatra và là nhà lãnh đạo trẻ nhất của nước này ở tuổi 37. Bà đã được xác nhận với 319 phiếu thuận, 145 phiếu chống và 27 phiếu trắng. Các thành viên Quốc hội đã dành khoảng một giờ để bỏ phiếu công khai từng người một. Bà là lãnh đạo của đảng Pheu Thai cầm quyền nhưng không phải là nhà lập pháp được bầu. Bà Paetongtarn là người được đề cử duy nhất và giành được phần đa số tại Quốc hội khi cuộc bỏ phiếu vẫn đang diễn ra. Thủ tướng tiền nhiệm đã bị Tòa án Hiến pháp cách chức hai ngày trước vì hành vi vi phạm đạo đức. Ông Thaksin là một trong những nhân vật chính trị nổi tiếng nhưng gây chia rẽ nhất của Thái Lan và đã bị lật đổ bởi một cuộc đảo chính quân sự vào năm 2006. Ông được xem là nhà lãnh đạo trên thực tế của Pheu Thai, đảng mới nhất trong một loạt các đảng có liên hệ với ông. Danh tiếng và sức ảnh hưởng còn sót lại của ông là một yếu tố đằng sau sự ủng hộ chính trị dành cho bà Paetongtarn.

Tân thủ tướng Thái Lan, Bà Paetongtarn Shinawatra (Hình: Wikipedia)

Ukraine tiến quân vào Nga suôn sẻ, tạo ra vùng đệm chiến lược

Các lực lượng Ukraine vừa tiến sâu hơn vào khu vực Kursk của Nga vào hôm 14/8/24, khi Kyiv cho biết những thắng lợi của họ sẽ tạo ra vùng đệm chiến lược để bảo vệ các khu vực biên giới khỏi các cuộc tấn công của Nga. Vào tuần trước, Kiev đã tràn vào lãnh thổ Nga, làm Mạc Tư Khoa bất ngờ. Reuters cho hay các lực lượng Nga đã bắt đầu cuộc xâm lăng toàn diện vào Ukraine vào năm 2022 đã đạt được những tiến triển ổn định trong suốt cả năm. Tổng thống Volodymyr Zelenskiy xác nhận ông đã gặp gỡ giới chức cao cấp để thảo luận về tình hình nhân đạo và thành lập văn phòng chỉ huy quân sự "nếu cần" tại khu vực bị chiếm đóng có diện tích vượt quá 1.000 km2 (390 dặm vuông). Sau đó, trong bài phát biểu hàng đêm, ông Zelenskiy đã đề cập đến số lượng tù binh chiến tranh Nga bị bắt ở Kursk ngày càng gia tăng và có thể được trao đổi để đưa các chiến binh Ukraine về nước. Ông Ihor Klymenko, Bộ trưởng Bộ Nội Vụ, nói việc tạo ra "vùng đệm" được "thiết kế để bảo vệ cộng đồng biên giới của chúng ta khỏi các cuộc tấn công hàng ngày của kẻ thù". Nga đã liên tục tấn công Ukraine bằng các cuộc không kích xuất phát từ các vùng biên giới liền kề, bao gồm cả Kursk. Ukraine phàn nàn rằng khả năng phòng thủ của họ trước các cuộc tấn công này đã bị cản trở vì họ cần phải tôn trọng việc các nước phương Tây không muốn vũ khí của họ được sử dụng chống lại vùng nội địa của Nga thay vì chống lại quân xâm lăng ở Ukraine bị chiếm đóng.

Do Thái và Hezbollah đại chiến bằng hỏa tiễn

Hezbollah vừa phóng hàng trăm hỏa tiễn và máy bay không người lái vào Do Thái vào sáng sớm hôm 25/8, trong khi quân đội Do Thái cho biết họ đã tấn công Lebanon bằng khoảng 100 máy bay phản lực để ngăn chặn một cuộc tấn công lớn hơn. Reuters cho hay đây là một trong những cuộc đụng độ lớn nhất trong hơn 10 tháng chiến tranh biên giới. Nhiều hỏa tiễn đã xuất hiện trên bầu trời vào lúc rạng sáng, để lại những vệt khói đen phía sau, khi còi báo động không kích vang lên ở Do Thái và một vụ nổ ở xa thắp sáng đường chân trời, trong khi khói bốc lên trên những ngôi nhà ở Khiam, miền nam Lebanon. Lực lượng Phòng vệ Do Thái (IDF) xác nhận vào tối hôm 25/8, tiếng còi báo động đã vang lên ở Rishon LeZion, miền trung Do Thái, và nói thêm rằng một đầu đạn đã được xác định bay qua từ phía nam dải Gaza và rơi xuống một khu vực trống trải. Cánh vũ trang của Hamas nói họ đã bắn một hỏa tiễn "M90" vào Tel Aviv. Bất kỳ tác động lớn nào trong cuộc chiến, bắt đầu song song với cuộc chiến ở Gaza, đều có nguy cơ biến thành một cuộc xung đột khu vực, thu hút sự tham gia của Iran, quốc gia ủng hộ Hezbollah, và Hoa Kỳ, đồng minh chính của Do Thái. Với ba trường hợp tử vong được xác nhận ở Lebanon và một trường hợp ở Do Thái, cả hai bên đều có vẻ vui mừng khi tránh được tình trạng căng thẳng gia tăng hơn nữa vào lúc này, nhưng khuyến cáo rằng nhiều cuộc không kích khác có thể sẽ diễn ra.

Thủ tướng Anh Quốc nhắm đến thỏa thuận quốc phòng tại Đức để giúp thiết lập lại mối quan hệ với Châu Âu

Ông Keir Starmer, Thủ tướng Anh Quốc, sẽ thảo luận về một thỏa thuận kinh tế và quốc phòng mang tính bước ngoặt với các nhà lãnh đạo Đức vào hôm 28/8, với hy vọng sẽ tận dụng chuyến thăm này để theo đuổi "cơ hội ngàn năm có một" để thiết lập lại quan hệ với phần còn lại của châu Âu. Reuters cho hay khi bắt đầu chuyến thăm kéo dài hai ngày tới Đức và Pháp, ông Starmer nói ông tỏ muốn Anh Quốc vượt qua mối quan hệ bất ổn của chính phủ Bảo thủ trước đây với các đồng minh châu Âu và xem việc cải thiện mối quan hệ là trọng tâm trong nỗ lực thúc đẩy tăng trưởng kinh tế của Anh Quốc. Trong chuyến thăm Berlin vào đầu chuyến đi, ông Starmer sẽ hội đàm với ông Olaf Scholz, Thủ tướng Đức, về một hiệp ước mới mà họ hy vọng sẽ mang lại mức độ hợp tác quân sự song phương chưa từng có cũng như tăng cường hợp tác trong các lĩnh vực như thương mại và năng lượng. Anh Quốc và Đức, các đồng minh NATO và là những nước chi tiêu quốc phòng lớn nhất Tây Âu, đang tìm cách tăng cường hợp tác quốc phòng trước khả năng Hoa Kỳ cắt giảm hỗ trợ quân sự cho Ukraine nếu ông Donald Trump trở lại Tòa Bạch Ốc vào đầu năm sau. Ứng cử viên Tổng thống đảng Cộng hòa đã khuyến cáo rằng nếu đắc cử, ông sẽ suy nghĩ lại về "mục đích và sứ mệnh của NATO". Ông cũng không cam kết gửi thêm viện trợ cho Ukraine và nêu rõ ông sẽ không bảo vệ những đồng minh không gia tăng ngân sách quốc phòng.

Do Thái và Hamas đình chiến trong ba ngày để chích vaccine bại liệt ở Gaza

Một viên chức cao cấp của WHO vào hôm 29/8/2024 cho biết quân đội Do Thái và nhóm chiến binh Hamas vừa đồng ý về ba đợt tạm dừng giao tranh riêng biệt, chia vùng kéo dài ba ngày ở Gaza để tiến hành đợt chích vaccine đầu tiên phòng bệnh bại liệt cho 640.000 trẻ em. Ông Rik Peeperkorn, viên chức cao cấp của Tổ chức Y tế Thế giới phụ trách các vùng lãnh thổ Palestine, nói chiến dịch chích ngừa dự trù sẽ bắt đầu vào hôm 1/9/2024, với các đợt đình chiến diễn ra từ 6 giờ sáng đến 3 giờ chiều (03 giờ sáng – 12 giờ trưa theo giờ GMT). Theo Reuters, ông tuyên bố chiến dịch này sẽ bắt đầu ở miền trung Gaza với ba lần ngưng giao tranh liên tiếp mỗi ngày, sau đó chuyển đến miền nam Gaza, nơi sẽ có thêm ba ngày ngừng giao tranh nữa, tiếp theo là miền bắc Gaza. Ông Peeperkorn nói thêm rằng họ đã thỏa thuận kéo dài thời gian ngừng giao tranh ở mỗi khu vực sang ngày thứ tư nếu cần thiết. Ông Peeperkorn xác nhận đợt chích ngừa thứ hai sẽ được thực hiện sau đợt đầu tiên bốn tuần. WHO vào ngày 23/8 xác nhận rằng một em bé đã bị liệt vì virus bại liệt loại 2. Đây là ca bại liệt đầu tiên ở Gaza trong vòng 25 năm.

Các bác sĩ Ấn Độ đình công trên toàn quốc

Các bệnh viện và phòng khám trên khắp Ấn Độ vừa từ chối tiếp nhận bệnh nhân, ngoại trừ các trường hợp khẩn cấp vào ngày 17/8/2024, khi các chuyên gia y tế bắt đầu đóng cửa 24 giờ để phản đối vụ cưỡng hiếp và sát hại dã man một bác sĩ ở thành phố Kolkata, miền đông Ấn Độ. Hơn một triệu bác sĩ dự trù sẽ tham gia cuộc đình công này, làm tê liệt các dịch vụ y tế trên khắp quốc gia đông dân nhất thế giới. Các bệnh viện xác nhận nhóm giảng viên từ các trường y đã được huy động để giải quyết các trường hợp khẩn cấp. Theo tuyên bố của Hiệp hội Y khoa Ấn Độ (IMA), đợt đình công bắt đầu vào lúc 6 giờ đã cắt đứt các cuộc giải phẫu không cấp thiết và dịch vụ tư vấn ngoại trú tại quốc gia đông dân nhất thế giới. Một bác sĩ thực tập 31 tuổi đã bị cưỡng hiếp và sát hại vào tuần trước bên trong trường Đại học y ở Kolkata, nơi cô làm việc, gây ra các cuộc biểu tình trên toàn quốc trong giới bác sĩ và gợi nhớ đến vụ cưỡng hiếp tập thể và giết người khét tiếng của một sinh viên 23 tuổi trên một chiếc xe buýt đang chạy ở New Delhi vào năm 2012. Theo hãng thông tấn ANI, bên ngoài trường Đại học Y khoa RG Kar, nơi xảy ra vụ án, cảnh sát đã hiện diện đông đảo vào ngày 17 tháng 8 trong khi khuôn viên bệnh viện không hề có bóng người.

Đức Giáo Hoàng Francis khuyến cáo về chủ nghĩa cực đoan tôn giáo trong chuyến thăm Nam Dương

Đức Giáo hoàng Francis vào hôm 4/9 vừa kêu gọi các nhà lãnh đạo chính trị ở Nam Dương, quốc gia Hồi giáo đông dân nhất thế giới, cảnh giác với chủ nghĩa cực đoan tôn giáo. Ngài cho rằng chủ nghĩa này đã bóp méo niềm tin của người dân thông qua "sự lừa dối và bạo lực". Reuters cho hay trong ngày đầu tiên bận rộn của chuyến công du ngoại quốc dài nhất từ trước đến nay, bao gồm chín ngày ở Đông Nam Á, nơi mà người theo đạo Thiên Chúa chỉ thuộc phần thiểu số, Đức Giáo hoàng cũng đã gặp gỡ những tín đồ Công giáo địa phương và yêu cầu họ không áp đặt đức tin của bản thân lên người khác. Trong bài phát biểu trước các nhà lãnh đạo chính trị Nam Dương, Đức Giáo hoàng tuyên bố Giáo hội Công giáo sẽ tăng cường nỗ lực hướng tới đối thoại liên tôn với hy vọng giúp ngăn chặn chủ nghĩa cực đoan. Khoảng 87% trong số 280 triệu dân Nam Dương là tín đồ Hồi giáo. Hiến pháp của nước này đang bảo đảm quyền tự do tôn giáo. Mặc dù Nam Dương đã chứng kiến một số vụ bạo lực Hồi giáo trong những năm gần đây, bao gồm các vụ đánh bom liều chết vào năm 2021 và 2022 có liên quan đến một nhóm lấy cảm hứng từ Nhà nước Hồi giáo, nhưng chủ nghĩa cực đoan tôn giáo đã suy giảm kể từ một loạt các vụ tấn công công khai cách đây hai thập niên, bao gồm vụ đánh bom Bali vào năm 2002 khiến 202 người thiệt mạng, trong đó có 88 người Úc.

Máy bay không người lái của Ukraine tấn công kho dầu Nga ở Rostov

Giới chức vào hôm 28/8 cho biết một cuộc tấn công bằng máy bay không người lái của Ukraine vừa gây ra hỏa hoạn tại một kho dầu ở khu vực Rostov, miền nam nước Nga, trong khi các máy bay không người lái cũng cố gắng tấn công khu vực Kirov, cách biên giới với Ukraine khoảng 1.500 km (930 dặm) về phía đông bắc. Theo Reuters, Bộ Quốc phòng Nga tuyên bố các đơn vị phòng không của Nga đã phá hủy bốn máy bay không người lái trên khu vực này chỉ sau một đêm, nhưng không đề cập đến cuộc tấn công vào kho dầu. Trước đó, kênh Baza Telegram, có quan hệ mật thiết với các cơ quan an ninh của Nga, xác nhận ba xe tăng đã bốc cháy tại kho dầu Kamensky sau khi hai máy bay không người lái rơi xuống khu vực này. Các video được đăng trên mạng xã hội Nga đã cho thấy cảnh những chiếc xe tăng lớn bốc cháy vào ban đêm. Reuters đã có thể xác định một trong những video này được quay ở quận Kamensky của Rostov. Một kho chứa nhiên liệu ở quận Kamensky cũng đã bị tấn công vào đầu tháng 8. Cuộc tấn công vào hôm 28/8, đã xảy ra khi xe tăng vẫn đang bốc cháy tại một kho dầu khác ở quận Proletarsk của Rostov, khoảng 10 ngày sau cuộc tấn công của Ukraine. Ngoài ra, ông Alexander Sokolov, Thống đốc khu vực, thông báo máy bay không người lái đã tấn công một kho chứa sản phẩm dầu mỏ vào hôm 28/8 tại thị trấn Kotelnich thuộc vùng Kirov của Nga.

WHO tuyên bố bệnh đậu mùa khỉ là trường

hợp khẩn cấp về sức khỏe cộng đồng toàn cầu lần thứ hai trong hai năm

Tổ chức Y tế Thế giới (WHO) hôm 14/8/24 đã tuyên bố mpox (bệnh đậu mùa khỉ) là tình trạng khẩn cấp về sức khỏe cộng đồng toàn cầu lần thứ hai trong hai năm, sau khi dịch bệnh do virus bùng phát tại Cộng hòa Dân chủ Congo đã lan sang các nước láng giềng. Một Ủy ban khẩn cấp đã họp vào đầu ngày thứ Tư để cố vấn cho Tổng giám đốc WHO Tedros Adhanom Ghebreyesus về việc liệu dịch bệnh này có cấu thành "tình trạng khẩn cấp về sức khỏe cộng đồng gây quan ngại quốc tế" hay PHEIC hay không. PHEIC là mức khuyến cáo cao nhất của WHO và nhằm mục đích đẩy nhanh nghiên cứu, tài trợ và các biện pháp y tế công cộng quốc tế cũng như hợp tác để ngăn chặn một căn bệnh. Mpox có thể lây lan qua tiếp xúc gần. Thường nhẹ, nhưng trong một số trường hợp hiếm hoi, nó có thể gây tử vong. Nó gây ra các triệu chứng giống như cúm và các tổn thương chứa đầy mủ trên cơ thể. Đợt bùng phát ở Congo bắt đầu bằng sự lây lan của một chủng đặc hữu, được gọi là nhánh I. Nhưng một biến thể mới, nhánh Ib, dường như lây lan dễ dàng hơn thông qua tiếp xúc gần thông thường, bao gồm cả quan hệ tình dục. Bệnh đã lan từ Congo sang các nước láng giềng, bao gồm Burundi, Kenya, Rwanda và Uganda, buộc WHO phải lên tiếng khuyến cáo.

TIN VIỆT NAM

Quảng Trực phụ trách

Hoa Kỳ vẫn coi csVN là nền kinh tế phi thị trường

Bộ Thương mại Hoa Kỳ đã công bố hôm 2/8/24 rằng họ sẽ tiếp tục xem csVN là một quốc gia có nền kinh tế phi thị trường, một quyết định gây thất vọng cho Hà Nội, nơi mà Hoa Kỳ đã cố gắng ve vãn trong nỗ lực đẩy lùi Trung Cộng. CsVN từ lâu đã tìm cách nâng cấp, điều này sẽ giảm thuế chống bán phá giá mang tính trừng phạt đối với các nền kinh tế phi thị trường có ảnh hưởng lớn của nhà nước. Chỉ có 12 nền kinh tế khác được Washington dán nhãn là phi thị trường, bao gồm Trung Cộng, Nga, Triều Tiên và Azerbaijan. Các nhà sản xuất thép Hoa Kỳ, những người đánh bắt tôm và nông dân nuôi ong ở Bờ biển Vịnh và các thành viên của Quốc hội Hoa Kỳ đại diện cho họ, đã phản đối việc xem VN là nền kinh tế thị trường, nhưng được các nhà bán lẻ và một số nhóm doanh nghiệp khác lại ủng hộ. Những người phản đối việc nâng cấp đã phản bác rằng các cam kết chính sách của Hà Nội không đi đôi với các hành động cụ thể và hoạt động như một nền kinh tế có kế hoạch do đảng Cs cầm quyền cai quản. Họ nói rằng VN ngày càng được các công ty Trung Cộng sử dụng làm trung tâm sản xuất để lách lệnh hạn chế nhập cảng từ Trung Cộng của Hoa Kỳ.

EU đề nghị hỗ trợ an ninh cho VN ở Biển Đông

Ông Josep Borrell, người đứng đầu chính sách đối ngoại của Liên Minh châu Âu (EU), hôm 30/7/24, cho biết EU muốn bảo đảm hòa bình ở Biển Đông và đề nghị hỗ trợ nhà cầm quyền cs VN tăng cường năng lực an ninh hàng hải và an ninh mạng nước này. Theo Reuters, VN đang bất đồng với Trung Cộng về ranh giới ở Biển Đông, một tuyến đường thủy vận chuyển quan trọng mà Bắc Kinh tuyên bố chủ quyền gần như toàn bộ, gây căng thẳng với các quốc gia khác trong khu vực. Trong một cuộc họp với ngoại trưởng cs VN Bùi Thanh Sơn tại Hà Nội, ông Borrell, người sắp kết thúc nhiệm kỳ năm năm của mình với tư cách là Đại Diện Cao Cấp Về Các Vấn Đề Đối Ngoại EU, cho biết EU hưởng lợi trực tiếp trong việc duy trì hòa bình và ổn định ở Biển Đông, nơi hơn một phần ba lượng hàng nhập cảng của và hơn 20% lượng hàng xuất cảng của EU được vận chuyển. VN dựa vào thiết bị quân sự từ Nga trong nhiều thập niên qua, nhưng kể từ năm 2022 công khai tuyên bố muốn đa dạng hóa thiết bị an ninh của mình và đang đàm phán với nhiều quốc gia, bao gồm cả Châu Âu, về khả năng cung cấp quốc phòng. Ông Borrell nhấn mạnh việc tuân thủ luật pháp quốc tế mà VN viện dẫn ở Biển Đông nên được áp dụng ở mọi nơi, bao gồm cả Ukraine. Nhiều quốc gia EU coi lập trường không cứng rắn của Hà Nội về hoạt động quân sự của Nga tại Ukraine là quá gần gũi với Moscow.

Thủ tướng Ấn chỉ trích TC và tuyên bố không ủng hộ chủ nghĩa bành trướng trong cuộc thăm viếng của Thủ tướng csVN

Đối với hành động xâm lăng của Trung Cộng ở Biển Đông, Thủ tướng Ấn Độ Narendra Modi và Thủ tướng cs Việt Nam Phạm Minh Chính, hôm 1/8/24, đã nhấn mạnh tầm quan trọng của "phi quân sự hóa và tự kiềm chế trong mọi hoạt động" nhằm tránh leo thang tranh chấp trong khu vực. Indian Express dẫn lời Thủ tướng Modi cho hay, Ấn Độ ủng hộ phát triển chứ không phải chủ nghĩa bành trướng, một sự ám chỉ khéo léo nhắm đến sự hiếu chiến của Bắc Kinh ở Ấn Độ Dương – Thái Bình Dương. Hơn 55 phần trăm thương mại thế giới đi qua Biển Đông và New Delhi lo ngại về những gián đoạn tiềm ẩn. Thủ tướng Modi cho biết VN là đối tác quan trọng của Ấn Độ và cả 2 nước đã thông qua kế hoạch hành động mới để củng cố Quan hệ Đối tác Chiến lược Toàn diện. Thủ tướng Ấn Độ cho biết, những bước tiến mới đã được thực hiện để hợp tác trong lĩnh vực Quốc phòng và An ninh với thỏa thuận về hạn mức tín dụng 300 triệu Mỹ kim sẽ tăng cường an ninh hàng hải của VN cùng với hợp tác về các vấn đề khủng bố và an ninh mạng. Tuyên bố chung cho biết các nhà lãnh đạo tái khẳng định tầm quan trọng của việc duy trì hòa bình, ổn định, an ninh tự do hàng hải và hàng không ở Biển Đông, đồng thời theo đuổi giải quyết hòa bình các tranh chấp theo luật pháp quốc tế, đặc biệt là Công ước Liên hợp quốc về Luật Biển năm 1982 (UNCLOS), mà không cần dùng đến đe dọa hoặc sử dụng vũ lực.

7 tháng đầu năm 2024, VN xảy ra 222 trận động đất

Ngày 2/8/2024, Viện Vật lý địa cầu cho biết, từ đầu năm 2024 đến nay, tại VN đã xảy ra 222 trận động đất nhỏ. Trong đó, khoảng 98% trận động đất xảy ra ở huyện Kon Plông, tỉnh Kon Tum. Kon Tum hiện đang được xem là "trung tâm" của động đất tại VN, chỉ tính riêng trong tháng 7/2024, địa phương này đã xảy ra 82 trận động đất, trong đó trận mạnh nhất lên đến 5 độ richter vào lúc 11 giờ 35 phút ngày 28/7/24, làm nhiều địa phương lân cận bị rung lắc nhà cửa, nhiều ngôi nhà bị nứt tường; ngay đến Sài Gòn, Thái Lan, và Lào cũng đều cảm nhận được sự rung lắc của trận động đất này. Các địa phương còn lại xảy ra động đất trong thời gian qua chủ yếu ở các tỉnh miền Bắc như, Hòa Bình, Tuyên Quang, Điện Biên, Yên Bái, Ninh Bình, và Hà Nội. Một số trận động đất khác thì xảy ra ở các tỉnh miền Trung gồm, Quảng Nam, Phú Yên, Thanh Hóa. Có lẽ chưa bao giờ người dân VN lại chứng kiến những cảnh bất thường về tự nhiên như trong năm nay, tuy nhiên, theo các chuyên gia thì đây mới chỉ là bắt đầu, vì mùa mưa bão khốc liệt sẽ diễn ra vào khoảng thời gian từ tháng 8 đến tháng 10.

Tập đoàn Điện lực VN thua lỗ 47.500 tỷ đồng trong 2 năm dù tăng giá điện liên tục

Báo Tiền Phong ngày 20/8/2024 loan tin, ông Nguyễn Tiến Thỏa, cựu Trưởng cơ quan Cai quản giá, Bộ Tài Chính cho biết, trong 2 năm 2022 và 2023, Tập đoàn Điện lực VN đã lỗ khoảng 47.500 tỷ đồng. Theo ông Thỏa, hiện tại giá điện đang có nhiều bất cập, chưa tính đúng, tính đủ và chưa hoàn toàn phù hợp với cơ chế thị trường, nên sản xuất kinh doanh điện gặp nhiều khó khăn. Kinh doanh thua lỗ khiến cho việc cải thiện dòng tiền của ngành điện để đầu tư, phát triển nguồn lưới gặp khó khăn. Trên thực tế, Tập đoàn Điện lực bán điện cho dân theo "chiến thuật" lũy tiến, mức 2.200 đồng là thấp nhất, và cứ 50 kWh sẽ bị tính giá khác, càng dùng nhiều càng trả cao lên mức khoảng 4.000 đồng/kWh. Và mặc dù công ty mẹ Tập đoàn Điện lực luôn kêu làm ăn thua lỗ để liên tục tăng giá bán điện cho người dân, nhưng các công ty con của Tập đoàn này thì lại rất giàu có, có hàng ngàn tỷ đồng gửi vào ngân hàng. Ngoài ra, dù bán điện cho người dân theo "chiến thuật" lũy tiến về giá, nhưng Điện lực lại chỉ mua điện năng lượng mặt trời áp mái nhà của người dân với giá không đồng.

Công an tự đề nghị nhận 85% tiền xử phạt vi phạm giao thông

Bộ Công An cs đang có dự thảo đề nghị cho lực lượng công an được nhận 70% đến 85% khoản thu từ xử phạt vi phạm giao thông, và 30% khoản thu từ đấu giá bảng số xe. Số tiền này sẽ được sử dụng với mục đích tăng cường, tối tân hóa cơ sở vật chất, phương tiện, thiết bị phục vụ bảo đảm an ninh, trật tự, an toàn giao thông. Số tiền 15% đến 30% còn lại từ việc xử phạt vi phạm giao thông thì sẽ chuyển cho các cơ quan khác không thuộc lực lượng công an sử dụng. Ngoài các ưu ái trên cho ngành công an, thì Bộ Công An cũng đề nghị hàng loạt các mức chi bồi dưỡng cho lực lượng công an khi bảo đảm trật tự, an toàn giao thông, làm nhiệm vụ phòng, chống kẹt xe tại một số thành phố lớn. Được biết, lâu nay ngân sách của nhà cầm quyền luôn chi rất lớn cho ngành công an, gấp 10 lần chi cho ngành giáo dục và y tế. Thí dụ như ngân sách chi cho Bộ Công An năm 2021 là 96.000 tỷ đồng, gấp hơn 10 lần chi cho Bộ Y Tế. Còn năm 2023, ngân sách chi cho Bộ Công An là hơn 113.000 tỷ đồng, trong khi đó chi cho Bộ Giáo Dục là khoảng 7.700 tỷ đồng. Đã được chiếm một lượng lớn ngân sách, nhưng nay Bộ Công An lại đòi thêm những ưu ái như trên thì cũng là điều dễ hiểu khi cựu Tư lệnh ngành này lên nắm quyền lực cao nhất trong bộ máy cầm quyền.

Người Việt chi 1,3 - 1.9 tỷ mỹ kim mỗi tháng

để mua hàng TC trên sàn thương mại điện tử

Mỗi ngày người Việt đã mua 4 đến 5 triệu đơn hàng Trung Cộng thông qua sàn thương mại điện tử, tương ứng giá trị 1,3 đến 1,9 tỷ Mỹ kim trong một tháng. Xu hướng mua hàng Trung Cộng trên sàn thương mại điện tử của VN ngày càng tăng, các loại hàng hóa dồn dập vào VN bằng con đường trên. Trước nhu cầu mua sắm lớn của người dân VN, Trung Cộng đã đầu tư nhiều tổng kho hàng dọc ở biên giới, đặt ngay ở cửa qua, các khu thương mại tự do, và thậm chí phát triển hệ thống kho ở VN, phát triển dịch vụ vận chuyển xuyên biên giới. Các công ty của Trung Cộng còn dùng trí tuệ AI để nghiên cứu, phân tích nhu cầu mua các loại mặt hàng của người Việt để tiếp cận. Ngoài ra, nhiều sàn thương mại điện tử khác như TikTok, Lazada, Shopee có vốn của Trung Cộng cũng đang được người dân Việt Mua hàng trên những mạng này. Các công ty của Trung Cộng đã đầu tư hệ sinh thái logistics (phân phối hàng hóa) bài bản, tối tân tại VN để phục vụ nhu cầu mua hàng ngày càng nhiều của người Việt. Theo quy định của nhà cầm quyền, các loại hàng hóa nhập cảng vào VN có giá trị dưới 1 triệu đồng mua qua sàn thương mại điện tử đều được miễn thuế giá trị gia tăng, điều này càng khiến người Việt mua hàng nhiều hơn. Khi các chuyến hàng chuyển về VN nằm trong top đầu các nước Đông Nam Á. ∎

hộp thư Viên Giác

Trong thời gian qua VIÊN GIÁC đã nhận được những thư từ, tin tức, tài liệu, bài vở, kinh sách, báo chí của các Tổ Chức, Hội Đoàn, Tôn Giáo và các Văn Thi Hữu khắp các nơi gửi đến.

* THƯ TÍN & BÀI VỞ

- **Đức:** HT Thích Như Điển, Đại Nguyên, Hoa Lan, Nguyễn Minh Hoàng, Nguyễn Song Anh, Tịnh Ý, Nguyên Hạnh HTD, Thi Thi Hồng Ngọc, Lương Nguyên Hiền, Nguyễn Hữu Huấn.
- **Pháp:** Hoang Phong, Chúc Thanh.
- **Bỉ:** Nguyên Trí Hồ Thanh Trước.
- **Hòa Lan:** Hà Bạch Trúc, Thanh Nguyên, Quảng Phúc.
- **Thụy Sĩ:** TT Thích Như Tú, Trần Thị Nhật Hưng, Song Thư, Vũ Ngọc Ruẩn.
- **Áo:** Nguyễn Sĩ Long.
- **Ý:** Trương Văn Dân, Huỳnh Ngọc Nga.
- **Hoa Kỳ:** Diệu Minh Tuệ Nga, Lâm Minh Anh, Thu Hoài, Thylanthao, Steven N., Nguyên Giác, Huỳnh Kim Quang, Nguyễn Minh Tiến, Diễm Châu Cát Đơn Sa.
- **Canada:** Thái Công Tụng.
- **Úc Châu:** Quảng Trực Trần Viết Dung.
- **Việt Nam:** Nhất Thanh TNH, Đinh Văn Sơn, Tịnh Bình, Nguyễn An Bình, Lê Hứa Huyền Trân, Nguyễn Thị Thanh Thủy, Đỗ Văn Tuấn.

* THƯ & SÁCH BÁO

- **Đức:** Tibet & Buddhismus Nr. 130; Chân Dung Văn Học, Một Góc Nhìn (Đỗ Trường).
- **Pháp:** Bản Tin Khánh Anh số 141.
- **Taiwan:** Hai Ch'ao Yin Bi-monthly Volume 105/8-2024.

CẢM TẠ

Nam Mô Tiếp Dẫn Đạo Sư A Di Đà Phật.

Thật là một ân phước mà HT Phương Trượng đã dành cho chúng con để tổ chức *Lễ Tưởng Niệm nhân Tiểu Tường* của nhà con/nhà tôi: **Cư sĩ Nguyên Trí Nguyễn Hòa (Phù Vân, Tùy Anh)** lồng trong chương trình Đại Lễ Vu Lan và Lễ Hội Quán Âm vào chiều ngày 17.08.2024 tại Tổ Đình Viên Giác, ngay sau Đàn Tràng Tam Thời Hộ niệm Siêu Độ chư Hương Linh. Gia đình chúng con xin đê đầu đảnh lễ tri ân Hòa Thượng và TT Thích Như Tú, TT Thích Hạnh Tấn đã dành thì giờ vô cùng quý báu của Đại lễ quang lâm tham dự. Chúng con cũng xin tri ân TT Trụ trì Thích Hạnh Định và chư Tôn Đức Tăng Ni chùa Viên Giác đã sắp xếp cho phép Ban Biên Tập Báo Viên Giác tổ chức buổi lễ long trọng tại chánh điện như vậy.

Xin tri ân quý Hội đoàn, quý thân hữu, dù đường sá xa xôi đã dành thời giờ quý báu về tham dự. Chúng tôi cũng xin thành thật niệm ân tất cả các Văn, Thi hữu, Cư Sĩ, Thân hữu, Anh Chị Em cùng các Cháu khắp mọi nơi đã hết lòng dành cho nhà tôi những bài văn, bài thơ, lời chia buồn trong số **Báo Viên Giác 262, số Đặc Biệt „Tưởng Niệm Cố Chủ Bút Phù Vân"**, ghi lại những tình cảm thân thương trìu mến mãi cho đến ngày hôm nay.

Nguyện cầu Tam bảo gia hộ chư Tôn Đức pháp thể khinh an, đạo nghiệp viên thành.

Kính chúc quý Pháp hữu, quý Thân hữu và gia đình nhiều an lạc trong đời sống.

Kính bái với niềm tri ân.

Diệu Thiện Nguyễn Thị Hiền (Phương Quỳnh)

phương danh cúng dường

(Tính đến ngày 31.08.2024)

Trong thời gian gần đây, Chùa Viên Giác có nhận được tiền của quý Đạo Hữu gửi bằng cách chuyển qua Ngân Hàng hay bằng Bưu Phiếu, nhưng không ghi rõ mục đích. Thí dụ như Cúng Dường, Tu Bổ Chùa, Ấn Tống Kinh, Pháp Bảo v.v...

Ngoài ra có Đạo Hữu nhờ người khác đứng tên chuyển tiền nhưng không rõ chuyển tiền giùm cho ai để Cúng Dường hoặc thanh toán vấn đề gì. Do đó khi nhận được tiền, Chùa không thể nào ghi vào sổ sách được.

Để tránh những trở ngại nêu trên, kính xin quý Đạo Hữu khi chuyển tiền hoặc gửi tiền về Chùa nhớ ghi rõ Họ & Tên, địa chỉ đầy đủ và mục đích để Chùa tiện ghi vào sổ sách.

Ngoài ra khi quý vị xem Phương Danh Cúng Dường xin đọc phần trên cùng là tính đến ngày?... tháng?.... để biết rằng tiền đã chuyển đi ngày nào và tại sao chưa có tên trong danh sách.

Chùa có số Konto mới và Tu Viện Viên Đức cũng đã có số Konto (xin xem phía sau). Kính xin quý vị thông cảm cho.

Thành thật cám ơn quý Đạo Hữu.

Danh sách PDCD của quý Đạo Hữu & Phật Tử, chúng tôi xin phép chỉ đánh máy một lần chữ **ĐH** (Đạo Hữu) ở bên trên.

TAM BẢO

ĐH. Alice Kou & Michele Kou 10€. An Kathrin 60€. André Florian & Carla 15€. Ann Kathrin 5€. Asirman Ferit 30€. Bayern Demirsoy Kurde 5€. Berg 9€. Bhante Sukhacitto 4.400€. Blumenthal 50€. Bùi Thanh Hòa 10€. Bùi Thị Bích 10€. Bùi Thị Hải Yến 50€. Bùi Thị Hồng 50€. Bùi Thị Thiệt 50€. Bùi Thị Thu Giang 50€. Bùi Thúy Hà 40€. Châu Ngọc Điệp 10€. Cheng Sui Cu 50€. Chúc Hữu Trần Đình Hy 40€. Cô Tuệ Đàm Giác & Pt Diệu Mỹ 50€. D. M. 20€. Đại Gia đình họ Lê 20€. Đàm Thị Hoàng Lan 15€. Đặng Đinh Anh Quan 10€. Đặng Hoàn Hảo 20€. Đặng Quang Toàn 20€. Đặng Thị Thu Huyền 20€. Đặng Thị Tuyết 10€. Đặng Thị Vân Hà 20€. Danh Thị Thảo 100€. Đào Thị Hiền 20€. Đào Thị Huệ 30€. Đào Thu Hương 40€. Đào Văn Dương & Đào Ngọc Lan 150€. Diệp Chi Lan 150€. Diệp Văn Dũng 50€. Diệu Hòa Trần Thị Hiền 20€. Diệu Hoàng Nguyễn Thị Tú Phương 30€. Diệu Hỷ 10€. Diệu Loan Đinh Thị Phượng 50€. Diệu Lý Nguyễn Thị Kim 10€. Diệu Trường Nguyễn Thị Xuân 20€. Đinh Mạnh Hùng 20€. Đinh Thị Thanh Nhung 10€. Đinh Thị Thu Huyền 30€. Đinh Viết Hải 100€. Dink Buherrn 10€. Đỗ Công Minh 30€. Đỗ Diệp Mừng 50€. Đỗ Ngọc 20€. Đỗ Như Tuyền 30€. Đỗ Thị Dung 10€. Đỗ Thị Huyền 20€. Đỗ Thị Kim Liên 20€. Đỗ Thị Nhy 10€. Đỗ Thị Thu Hoài 50€. Đoàn Ngọc Yến 50€. Doãn Thị Cúc & Trần Thị Huệ và Quân 50€. Đoàn Thị Huệ 50€. Doãn Thị Thanh Bình 40€. Đoàn Thu Hương 20€. Đồng An Theo Schneider 30€. Đồng An Trần Thị A 100€. Đồng Bạch Nguyễn Thị Liên 20€. Đồng Bình Bùi Thị Thái 20€. Đồng Chiêu Hồng Loi - Thuy Choi 50€. Đồng Diệu Nguyễn Quý Hạnh 30€. Đồng Diệu Tạ Thu Hiển 50€. Đồng Duyên Đặng Thị Mỹ Hạnh 20€. Đồng Khánh Lê Thị Thanh Lịch 60€. Đồng Liên Ngô Hao Huê 30€. Đồng Ngọc 20€. Đồng Nhã Nguyễn Thị Thanh Hải 100€. Đồng Nhẫn Dương Xuân Trường 33€. Đồng Sanh Lê Văn Dũng 50€. Đồng Trì 20€. Đồng Tuyến Bui Katharina Mỹ Anh & Đồng Thư Bui Celine Hồng Anh và Boan Wang 30€. Dr. Thoại-Đào Trang 108€ HHHL Đồng Huệ Xuân Văn Trang. Dương Ngọc Tỷ 10€. Dương Thị Cúc 10€. Dương Thị Quỳnh 20€. Dương Thị Quỳnh Hoa 20€. Fam. Chua Văn Khanh & Huỳnh Văn Khanh 50€. Fam. Dương Lê Chân, Tạ Kevin, Tạ Steven 10€. Fam. Lương Đặng 70€. Fam. Nguyễn Phạm Hà và Nguyễn Thị Loan 20€. Fam. Nguyễn Thị Cẩm Hương 10€. Fam. Tống Đức Hải 20€. Fam. Trần Chí Thành 50€. Francisco Struzynski & Sina Struzynski 20€. Gđ. Bùi Mạnh Cường 30€. Gđ. Đồng Tịnh Nguyễn Ngọc Thanh 20€. Gđ. Dũng Hiếu Trần 10€. Gđ. Dương Xuân Trường 100€. Gđ. HL Hứa Thị Quý 100€. Gđ. HL Mai Ngọc Anh Katrin 30€. Gđ. họ Hà & họ Tô 50€. Gđ. họ Lê, Đồng Giới Lê Thủy Tiên & Đồng Lợi 80€. Gđ. Mạch Gia Lạc 50€. Gđ. Ngũ Thơ Cường & Tô Lệ Yến và Ngũ Thế Quang, Ngũ Thế Hán 100€. Gđ. Nguyễn Hữu Quyết & Diệu Hải Nguyễn Thị Thúy và Nguyễn Henry Anh Tú, Nguyễn Hồng Nhung 30€. Gđ. Nguyễn Tâm 20€. Gđ. Nguyễn Thị Bích Việt 10€. Gđ. Nguyễn Trung Thảo 50€. Gđ. Phạm Thị Thanh Hằng & Gđ. Hoàng Việt Long 20€. Gđ. Phạm Thị Vân Anh & Phạm Nguyễn Bảo Hoàng và Phạm An 20€. Gđ. Phạm Văn Sơn (Hải) & Đồng Hoa Nguyễn Thị Thu Hương 50€. Gđ. Pt Minh Đạt & Đồng Hạnh 10€. Gđ. Sư Cô Hạnh Ấn 100€. Gđ. Thiện Học 100€. Gđ. Thiện Hội Đặng Ngọc Hải 50€. Gđ. Thiện Từ Diệp Chi Lan 40€. Gđ. Trần Minh Hơn 20€. Gđ. Vạn Phụng Đinh Thị Loan & Vạn Thiện Nguyễn Lâm Sơn Tùng và Vạn Thành Lâm Đức Đạt Max 100€. Gđ.Pt Diệu Sơn Nguyễn Thị Thu Thùy & Lâm Thái-Lâm Tạo 50€. Gđ. Pt Minh Đức Huỳnh Văn Thương & Diệu Trí Huỳnh Thị Ngọc Hà 50€. Gia Nghi Hồng 100€. Hà Hữu Hán 30€. Hà Thị Thu Hằng & Andreas Lohse 20€. Ha Thim Latifa 10€. Hằng Thùy Krayt 20€. Henry Hiệp Nguyễn 20€. HH họ Huỳnh & Trần và La 30€. HHHL Diệu Hảo (Việt Nam) 10€. HL Minh Tấn Nguyễn Đức Triệu 20€. HL Nguyễn Việt Trung Pd Tuệ Quang 200€. Hồ Hồng Chương 40€. Hồ Minh Khê 120€. Hoàng Nguyệt Nhung 10€. Hoàng Quốc Luân 50€. Hoàng Thị Nga 100€. Hoàng Thị Oanh 10€. Hồng & Bình 20€. Hồng Thu Kaiser 40€. Hồng Thu Nguyễn-Kaiser & Kaiser Leon 10€. Hương Nguyễn 15€. Huỳnh Minh Thúy & Phạm Minh Tân 30€. Huỳnh Tòng Sơn 100€. Jasin Sap & Manfred Kuhat 10€. Jennifer Drees 150€. Khải 10€. Khong Hien Phương 20€. Kim Anh Wesselmeier 20€. Kim Blumenthal 50€. Kim Loan Blumenthal 40€. Kölatra 20€. La Quốc H. & Hung Lan 20€. Lâm Gia Linh & Lâm Sư Bảo 30€. Lam Shui Ting 100€. Lâm Thuận Hi & Lâm Hữu Mỹ Khanh 20€. Lay-Zhan Ngọc Vui 30€. Lê Châu Ngọc Tiên 100€. Lê Diệp Ánh Mai 10€. Lê Đức Tuấn & Võ Thị Kim Phượng và Lê Đức Huy, Lê Đức Quang 20€. Lê Huyền Trân & Nguyễn Anh Duy 20€. Lê Ngọc Châu Trân 50€. Lê Ngọc Kim Tú 20€. Lê Thị Đài Phương 70€. Lê Thị Hải 20€. Lê Thị Hoa Hậu 100€. Lê Thị Kim Hoa 50€. Lê Thị Kim Oanh 30€. Lê Thị Ngọc Anh 10€. Lê Thị Ngọc Minh 400€. Lê Thị Ngọc Tuyến 50€. Lê Thị Thanh Hiếu 20€. Lê Văn Lưu 20€. Le, Lam Hoong 20€. Liu Yuen Sing 20€. Lý Hồng Tiên 100€. Lý Khánh Minh (Thích Hạnh Bổn) 1.633,02€. Lý Tô 20€. Mai Diệu Hồng 40€. Mai Thanh Hà 20€. Mai Thị Tuyến 20€. Martin Pan 10€. Melanie Kiefer 300€. Minh Greift 10€. Minh Tấn Hà Nghị Tiến 20€. Mỹ Hoa Nguyễn 10€. My Yến 10€. Ngô Mỹ Châu 20€. Ngọc Tuyền Trần Thị Ngọc Thúy & Paweł Malnowski 50€. Ngụy Chơn Tâm 50€. Nguyễn Anh Tùng & Nguyễn Đoan 20€. Nguyễn Chí Cương 25€. Nguyễn Chí Dũng 20€. Nguyễn Duy Đạt & Nguyễn Thị Nguyệt 10€. Nguyễn Hồng Thu (Kaiser) & Leon Kaiser 70€. Nguyễn Hương Linda 10€. Nguyễn Hữu Hùng 50€. Nguyễn Hữu Mừng Chi 30€. Nguyễn Huyền Trang & Lê Việt Dũng 20€. Nguyễn Kim Ánh 20€. Nguyễn Kim Phương 10€. Nguyễn Kim Phương, Nguyễn Phương Trinh & Nguyễn Keyla Tú Anh 30€. Nguyễn Minh Trí 50€. Nguyễn Ngọc Luly Thuận 20€. Nguyễn Ngọc Tony Thanh 50€. Nguyễn Ngọc Vũ 20€. Nguyễn Nhật Phương 5€. Nguyễn Ruffner 30€. Nguyễn Thái Bạch Đào 20€. Nguyễn Thanh Hằng 50€. Nguyễn Thành Trung & Đào Diệu Linh 100€. Nguyễn Thị Anh & Nguyễn Tuyết Mai 10€. Nguyễn Thị Bình 10€. Nguyễn Thị Châu Thủy 10€. Nguyễn Thị Đoàn 20€. Nguyễn Thị Dung 10€. Nguyễn Thị Duyên 50€. Nguyễn Thị Hiền 5€. Nguyễn Thị Hồng Nga 10€. Nguyễn Thị Kim Thanh 20€. Nguyễn Thị Mai Hương 10€. Nguyễn Thị Nguyệt 100€. Nguyễn Thị Thanh Hà 10€. Nguyễn Thị Thanh Hạnh 50€. Nguyễn Thị Thập 20€. Nguyễn Thị Thu Hiền 50€. Nguyễn Thị Thu Hương 10€. Nguyễn Thị Thu Thảo 40€. Nguyễn Thị Tố Anh 20€. Nguyễn Thị Tố Uyên 10€. Nguyễn Thị Tuyết Nhung 20€. Nguyễn Thị Xuân 50€. Nguyễn Thị Xuân Minh 20€. Nguyễn Thúy Ngà 30€. Nguyễn Toàn Thắng & Nguyễn Thị Hạnh 20€. Nguyễn Trọng Nghĩa 50€. Nguyễn Tuyết Lan 5€. Nguyễn Việt Thúy Diễm 10€. Nguyễn Xuân Quang 10€. Nguyễn-Đỗ Tố Nga 25€. Nguyễn Thị Kim Lan 20€. Ni Cô Thích Nữ Giác Thọ 50€. Phạm Minh Trang 10€. Phạm Như Ngọc 50€. Phạm Quỳnh Nga 30€. Phạm Thị Dung 30€. Phạm Thị Hòa 20€. Phạm Thị Liên 10€. Phạm Thị Nhung & Vũ Tuấn Anh và Vũ Thị Khánh Ngọc 70€. Phạm Thị Thanh Huyền 20€. Phạm Thị Thơ 10€. Phạm Thị Thu 20€. Phạm Thị Thu Hà 50€. Phạm Thị Thu Hiền 20€. Phạm Thúy Chi 100€. Phạm, Nguyễn 20€. Phan Anh Dũng Steffen & Đoàn Tường Vi Steffen và Chris Schulzki 20€. Phan Montageservice GmbH 1.979,92€. Phan Thị Bích Thủy 10€. Phan Thị Hồng Viên 5€. Phan Thị Nga 10€. Phan Thị Sinh 20€. Phan Thị Thu Hà 10€. Phan Thị Vân Anh & Phạm-Nguyễn Bảo Hoàng và Phạm An 40€. Phan Thị Yến 10€. Phát hành Kinh sách tại Homberg 260€. Phùng Chí An 50€. Phùng Thị Kim Dung 100€. Pt. Cát Tường 15€. Pt. Diệu Đức Hoàng Bích Nga 30€. Pt. Diệu Hương Phạm Thị Minh Huệ 50€. Pt. Diệu Ngọc 20€. Pt. Đồng Hoa 20€. Pt. Đồng Lạc Nguyễn Hùng Anh 10€. Pt. Đồng Tú, Đồng Giới & Đồng Bạch 50€. Pt. Đồng Hồng Thu & Leon Kaise 10€. Pt. Nguyễn Văn Chiến & Vũ Thị Diệp 50€. Pt. Từ Hân & Daniel 10€. Pt. Thiện Đức - HLDP, Đồng Hạnh - Mỹ Phương 30€. Quách Ái Trung 20€. Quách Văn Khánh, Quách Thị Phương, Quách Quý Khai, Quách Kevin & Quách Noah 50€. Quán Thị Nhuận 20€. Quảng Thiện Nguyễn Trọng Bình 40€. Quý Đạo Hữu & Phật Tử Ẩn danh 741€. Quỳnh Trang Lê Nguyên 20€. Rizgar Becler 10€. Sanh Kê 15€. Sinsek Vivian, Amara Linh & Ferdi 10€. Sơn Nguyen 1.632,81€. Sư Cô Chân Không 150€. Sư Cô Tisatani (người Polen)(chùa Sirisampanno) 100€. Tạ Thanh Hằng 10€. Tạ Thu Hiền 50€. Thái Thị Ngọc 20€. Thanh Phương Heise (Quầy hủ tiếu & bánh) 4.000€. Thi Liêng Thăng & Vương Tiêu Bình 20€. Thị Lộc 50€. Thị Minh Fugger 10€. Thiện Bạch Nguyễn Mai Xuân 20€. Thiện Dung 50€. Thiện Học 60€. Thiện Ngô Lucas Nguyễn & Diệu Pháp Nguyễn Ngọc Trinh và Thiện Hà Nguyễn Trường 20€. Thông Hoa 20€. Thuy Spitzner 50€. Thuyết Tạo Lương 20€. TN Xả Không 150€. Tổ Bánh Cam 50€. Trần AOZ Châu 20€. Trần Duyệt Khanh 50€. Trần Hoàn Thanh 50€. Trần Hữu Đức 5€. Trần Ngọc Minh 50€. Trần Nguyệt Băng 20€. Trần Sỹ Quốc & Lê Văn Thới 20€. Trần Thị Ánh Hồng 50€. Trần Thị Hường 10€. Trần Thị Kim Phúc 60€. Trần Thị Liên Hương 50€. Trần Thị Mai 50€. Trần Thị Mỹ Châu 20€. Trần Thị

Tam 20€. Trần Thị Thanh Hương 20€. Trần Thị Thu Hằng 20€. Trần Thị Thu Trang 50€. Trần Thúy Hằng 20€. Trần Tú Anh 100€. Trần Tú Hương 100€. Trần Tường Phương 20€. Trần Văn Điệp 100€. Trần Văn Ngọc 20€. Trần Văn Thích & Nguyễn Thị Vân Anh 20€ HH thai nhi Yếu tử Trần Nguyên. Trần Văn Trung 50€. Trương Châu Sơn 80€. Trường Đoan Lê Thị Thúy Lan 50€. Trương Ngọc Thanh 120€. Trương Thị Linh 50€. Trương Thị Thuận 10€. Trương Tô Hà 70€. Trương Văn Thế 10€. Văn Thị Lệ Hằng 200€. Viên Hảo 100€. Võ Kiều Oanh 50€. Võ Quang Châu 50€. Vũ Minh Thoa 10€. Vũ Như Hằng 50€. Vũ Thị Bảy 10€. Vũ Thị Bích Liên 30€. Vũ Thị Cai 10€. Vũ Thị Hà 30€. Vũ Thị Huệ 50€. Vũ Thị Hương Giang 20€. Vũ Thị Minh Thúy 5€. Vũ Thị Phin 20€. Vũ Thu Hà 20€. Vũ Thủy Tiên 40€. Vũ Văn Đàn 40€. Vương Thị Thu Thủy 100€. Wenli Zeng & Bohan Lin 67€. William & Gangging 100€. William Thaio & Peingping Zleng 100€. Fam. Đoàn & Mai (Lehrte) 10€. Bùi Văn Học (Uelzen) 20€. Nguyễn Mạnh Hùng (Aachen) 10€. Phạm Lâm Tố Như 10€. Hồ Mỹ Linh (Achim) 20€. Nguyễn Minh Hưng 20€. Nguyễn Thu Hiền (Alfeld/Leine) 10€. Gđ. Bùi Sĩ Nghĩa & Vũ Hương Giang (Aschersleben) 50€. Chi Hội PTVNTN Aurich (Aurich) 200€. Đỗ Thị Nhâm 40€. Gđ. Nguyễn Thị Tuyết Lan 30€. Lâm Thiện Y 50€. Ngọc Thanh 100€. Nguyễn Thị Tuyết Lan 20€. Nguyễn Xuân Tiến 30€. Nhật Huy Hoàng 20€. Christian Hübner (Bad Bodenteich) 50€. Phạm An Thanh (Bad Iburg) 50€. Gđ. Thiện Hỷ (Bad Kreuznach) 50€. Hoàng Thị Thu Hương (Bad Lauterberg) 30€. Hoàng Hữu Long & Đỗ Thị Thúy Hà (Bad Oeyernhausen) 100€. Trịnh Minh Tân (Bad Pyrmont) 20€. Lê Thị Niên (Bad Zwischenahn) 30€. Cao Thế Chí (Baesweiler) 50€ HHHL Lương Minh Tài. Võ Huy Thuận (Barntrup) 50€. Ngô Thị Thức (Barsinghausen) 30€. Vũ Minh Trụ 20€. Gđ. Lan Phùng (Bayreuth) 100€. Gđ. Lê Hoàng Sơn & Lê Mỹ Yến (Bergkamen) 100€. Gđ. Nguyễn Thị Mỹ Linh & Lê Minh Hoàng 100€. Nguyễn Thị Khánh Huyền & Johnny Nguyễn (Berlin) 20€. Pt. Nguyễn Thị Hồng 10€. Trần Thị Thúy Như 50€. Võ Quốc Khánh & Lê Thị Nhi Quỳnh 20€. Phạm Thị Tuyết Mai (Bernburg) 50€. Nguyễn Thị Phụng (Bieddenberg) 30€. Châu Âu (Bielefeld) 10€. Diệu Hòa Mai Thị Dậu 20€. Pt Huệ Lượng 20€. Dương Ngọc Thiện (Bilshausen) 50€. Nguyễn Thị Huyền Trang (Bohmte) 20€. Huỳnh Thị Phon (Braunschweig) 10€. Nghiêm Thị Cúc 40€. Nguyễn Thị Minh Trang 50€. Nguyễn Thị Phương Anh 20€. Thị Hiến 20€. Trần Thị Hương 50€. Trịnh Thị Sao 20€. Vũ Thị Hiếu 20€. Bùi Thị Thanh Tuyền (Bremen) 20€. Đinh Thị Vân 20€. Đoàn Thị Xuân 20€. Đồng Chi 30€. Đồng Quan & Đồng Giác 30€. Dũng Duyên 50€. Gđ. Bình Bella 50€. Gđ. Nguyễn Đức Huy & Nguyễn Thị Quỳnh và con Juli, Johny, Justin 50€. Gia Hân 10€. Hoàng Hải Yến 20€. Kha Hiếu Han 20€. Lê Thị Yến 10€. Mai Giang 10€. Nguyễn Quang Nghĩa 200€. Nguyễn Thị Oanh 20€. Phạm Lâm Thiên Cẩm 10€. Phạm Thị Mai & Đoàn Văn Hùng và Đoàn Trung Dũng 45€. Thơm Nghi 20€. Trần Thị Đào 30€. Trần Thị Thúy Linh 50€. Dương Thị Hoàng Anh (Buchholz) 60€. Hoàng Ngọc Hải (Bünde) 50€. Lê Cẩm Tú (Butzbach) 50€. Tạ Hoài Đô (Buxtehude) 20€. Bùi Thị Kiều Lam (Celle) 10€. Bùi & Đức Xuân Trung 20€. Fam. Dương & Hứa 30€. Lâm Sáng 20€. Nguyễn Hữu Hùng & Mai Thị Huyền 50€. Nguyễn Thị Hồng Diệp 20€. Nguyễn Thị Lý 30€. Nguyễn Thị Minh Hạnh 50€. Nguyễn Thị Phương Hà 20€. Vũ Thị Bích Liên 20€. Phan Thị Mộng Tuyền (Cloppenburg) 50€. Nguyễn Thị Hiền (Cloppenburg) 20€. Diệu Hoa Nguyễn Thị Hương (Crailsheim) 30€. Ngô (Cuxhaven) 20€. Fam. Huỳnh (Delmenhorst) 20€. Trương Minh Dũng & Đoàn Thị Thúy Nga (Detmold) 30€. Đoàn Thanh Tâm (Diepholz) 20€. Lê Chí Dũng 20€. Huỳnh Kim Trang (Dölben) 100€. Xiang Chen (Dortmund) 100€. Đinh Cao Sơn (Drebkau) 100€. Stefan Groß & Thị Nga Đặng (Dreieich) 70€. Phạm Văn Việt (Duderstadt) 30€. Trần Thị Bích Hiền 20€. Tăng Bích Phân (Duisburg) 100€. Đỗ Thị Ngọc Huyền (Düsseldorf) 20€. Fam. Nguyễn 20€. Gđ. Trịnh Quốc Phong 100€ HHHL Trịnh Quốc Phong Pd Minh Định. Nguyễn Thị Lệ Hằng 20€. Đào Thị Hồng Nguyên (Edewecht) 50€. Fam. (Egelsbach) 10€. Fam. Vũ Ngọc (Einbeck) 20€. Gđ. Pt Diệu Hồng (Eisenach) 30€. Martin Trần (Elmshorn) 20€. Gđ. Nguyễn Kiên Trung (Emden) 30€. Hồ Hưng 30€. Hồ Hưng Restaurant Sawatdy 50€. Hoàng Hồ Huyền Trang 30€. Hoàng Văn Nguyệt 40€. Ngô Thị Hải 50€. Nguyễn Văn Hòa 50€. Phạm Chí Huy (Erftstadt Liblar) 40€. Fam. Nguyễn Anh Tuấn & Vũ Thu Hương (Erlangen) 10€. Nguyễn Thúy Chiến 20€. Đỗ Việt Hùng (Essen) 10€. Đỗ Việt Hùng 50€. Phạm Anh Tuấn & Bùi Thị Mai Thoan (Flensburg) 100€. Ẩn danh (France) 10€. Ẩn danh 10€. Quảng Thảo 500€. Võ Văn Thắng 50€. Ngô Gia Vinh (Frankenthal) 10€. Thiện Đức Huỳnh-Lê Diệu Phước (Frankfurt) 35€. Uông Minh Phúc 10€. Nguyễn Thị Ngọc Điệp (Freiberg) 20€. Nguyễn Phương Thảo (Garbsen) 20€. Nguyễn Thị Phương Loan 50€. Phạm Thị Tuất 10€. Ouyang Qiufeng (Gelsenkirchen) 500€. Gđ.Pt Phạm Thị Bích Châu Pd Từ Bảo Thiện & Herrman Châu (Gersdorf) 20€. Pt. Nguyễn Thị Phố (Gießen) 5€. Phan Tú Ngọc (Gifhorn) 20€. Hoàng Thị Xuân Ngọc (Gleichen) 20€. Gđ. Hoàn Di (Goslar) 50€. Hang Thuy Kraft (Göttingen) 20€. Lê Viết Hai 20€. Thiện Chánh Nguyễn Xuân Trang 50€. Thiện Sanh & Thiện Giáo 50€. Trần Thị Kiều Nga 20€. Vương Tuyết Vân & Choong Leong Seng 20€. Gđ. Hung Ngan Nga (Hà Nội /Việt Nam) 100€. Quang Phan (Hagen) 20€. Nguyễn Thị Ngưn (Hải Dương/Việt Nam) 5€. Phạm Thị Hiên (Hải Phòng /Việt Nam) 30€. Gđ. Nguyễn Đức Hải & Dư Thị Thanh Hương và con Nguyễn Đức Hiền (Hải Phòng/Việt Nam) 20€. Nguyễn Minh Tuấn (Halberstadt) 20€. Phạm Mạnh Hoàn 50€. Hoàng Hồng Hà (Halle) 20€. Phạm Thị Yến 70€. Phan Thị Yến & Phan Hoài Đức 20€. Nguyễn Thị Nhàn (Hamburg) 30€. Phạm Hương 20€. Tăng Tô Hà 10€. Trần Thúy Diễm 20€. Trần Thúy Lan 15€. Viên Chơn Ngô Dương Vy 15€. Võ Victoria 100€. Bùi Kim Huệ (Hameln) 30€. Đồng Phúc Đinh Thị Hạnh 100€. Gđ. Nguyễn Thanh Bình Huyền 20€. Nguyễn Thị Ánh Hồng 20€. Vũ Hồng Khanh 20€. Bảo Phương Strauß (Hannover) 10€. Bohn Nguyễn My 20€. Bùi Quang Tạo 20€. Bùi Thị Mỹ Hạnh 20€. Bùi Thị Thảo 30€. Đặng Kim Thu 20€. Đinh Thị Phương 10€. Đinh Thị Thanh Thủy 100€. Đinh Tú 10€. Đỗ Thị Kim Oanh 20€. Đồng Quang Phạm Hoàng Minh & Đồng Huệ Lê Thị Hải Yến và Đồng Hà Phạm Hoàng Hải, Đồng Mỹ Phạm Hoàng Bảo My 50€. Đồng Xuân Hoàng Thị Lợi 10€. Dương Kim Oanh China Imbiss Jasmin 20€. Dương Thị Thủy & Tạ Đình Quý 20€. Fam. Chan Thị Cúc 50€. Gđ. Bùi Hoài Nam & Nguyễn Thị Phương 30€. Gđ. Phan Lê Trung Quốc & Bá Thị Kim Loan và Phan Michelle Bảo Hân 30€. Gđ. Pt Thiện Dũng 100€. Gđ. Quảng Ngộ Hồ Chuyên & Diệu Hiền Nguyễn Thị Kiêm 50€. Hà Phước Minh Thảo 50€. Hồng & Hương 30€. Lê Thị Lan 40€. Lê Thu Hương - Hoa Anh Tú 50€. Man Thị Hương 50€. My Mem 50€. Ngô Thanh Quyển 80€ HHHL Bà Trần Thị Thanh. Ngọc Cẩn Trần Thị Lan 200€. Nguyễn 10€. Nguyễn Hoàng Khang 50€. Nguyễn Hoàng Thu Hương 50€. Nguyễn Hương 30€. Nguyễn Thị Hương 20€. Nguyễn Thị Thao & Vũ Đức Tùng 20€. Nguyễn Thị Tuyết Nhung 20€. Nguyễn Thị Vân Anh 20€. Nguyễn Thu Hằng 20€. Nguyễn Thu Trang & Phạm Đình Tú 20€. Nguyễn Thùy Phương 20€. Nguyễn Văn Thắng 50€. Phạm Thị Bích Ngọc 20€. Pt Lưu Kim Châu 50€. Thu Trang 10€. Trần Bích Thuận 20€. Trần Duệ Triết 10€. Trần Thị Tuyết 10€. Trần Văn Thích & Nguyễn Thị Vân Anh 20€. Vũ Thị Phương 10€. Cao Hữu Danh (Haren) 100€ HHHL Cao Tay Truyền & Nguyễn Thị Ba. Lôi Thị Thu Cúc 100€ HHHL Bảo Ngọc Lôi Thị Sáu. Nguyễn Phúc Hưng & Hoàng Thị Thanh Hằng và Nguyễn Thùy Linh, Nguyễn Hùng Cường (Harpstedt) 30€. Meei Ching Trieu (Haßloch) 10€. Stefan Triệu 10€. Triệu Đệ 20€. Gđ. Nguyễn Thanh Thủy & Nguyễn Quang Chánh (Heistedt-Ulzburg) 50€. Huỳnh Tú Dung (Helmstedt) 50€. Lưu Thu Hương & Văn Trí Tài và Văn Huệ Trân 50€. Nguyễn Thụy Thanh Hằng 20€. Thuan Le Dinh 60€. Võ Lan Hương 20€. Cao Minh Bửu (Herford) 10€. Nguyễn Leon 5€. Nguyễn Thị Phương Uyên 50€. Trần Phương Anh 5€. Fam. Thủy (Hildesheim) 10€. Nguyễn Phước Hạ Uyên 20€. Nguyễn Thụy Ngọc Oanh 20€. Nguyễn Văn Hùng 10€. Phạm Văn Phụng 50€. Trần Thị Lý 40€. Vũ Thị Khánh Ngọc 50€. Vũ Tuấn Anh 50€. Ngô Thị Dương (Hofgeismar) 20€. Đỗ Thị Thanh Tâm Pd Diệu An (Holland) 50€. Võ Thị Hồng Tươi 20€. Fam. Wong Kwong Chung Steplon (Hong Kong) 50€. Fam. Wong Sin Chun Monica 50€. Đặng Văn Hùng (Höxter) 20€. Nguyễn Ngọc Châu (Ibbenbüren) 50€. Gđ. Phạm Thị Vân Anh, Phạm-Nguyễn Bảo Hoàng và Phạm An (IN) 20€. Diệu Nghiêm Trần Thị Hạnh (Isernhagen) 10€. Vũ Nguyễn Thị Ngọc Dung (Kamen) 50€. Trần Thị Thanh Thủy (Diệu Ngọc & Quang Tâm) (Karlsbad) 100€. Fam. Huỳnh Quốc Cường (Karlsruhe) 50€. Nam, Quỳnh, Như Minh (Kassel) 200€. Thanh An 20€. Lâm Hồng Hạnh (Kaufungen) 20€. Phạm Lạc (Koblenz) 40€. Điển Kim Đính (Köln) 40€. Đinh Thị Anh Đào 100€. Lê Quang Hùng 10€. Nguyễn Thị Thu Thủy 10€. Thi Ngan Than (Korbach) 20€. Diệu Lý Lý Hồng Tiên (Krefeld) 80€. Quách Thị Mùi 50€. Thái Bích Thủy 20€. Dương Minh Ánh (Laatzen) 100€. Phan Thị Kim Lan 200€. Tăng Quốc Cơ 50€. Trương Mỹ Phương 20€. Thanh Long Tieu (Lachendorf) 20€. Gđ. Huỳnh Ngọc Anh Tuấn (Landshut) 100€. Nguyễn Duy Thuận (Langenhagen) 20€. Trần Thị Ngọc Thúy 20€. Nguyễn Thị Hà (Lào Cai/Việt Nam) 5€. Lâm Ý Xuân & Phạm Hồng Phong (Leer) 20€. Trần Thị Mai Liên 40€. Gđ. Phạm Văn Sơn (Hải) (Lehrte) 20€. Gđ. Phạm Văn Sơn (Hải) & Đồng Hoa Nguyễn Thu Hương 20€. Nguyễn Đình Thăng 20€. Nguyễn Duy Thái & Lê Võ Thị Thùy Trang 50€. Nguyễn Thị Hằng 30€. Nguyễn Thị Tam 20€. Phạm Tiến Hanh 30€. Thảo Tưởng 20€. Nguyễn Thị Mậu (Lehrte-Ahlten) 20€. Herrfurt Thị Kim Nhung & Phạm Văn Hùng (Leipzig) 50€. Nguyễn Thị Sinh (Lemgo) 20€. Chi & Kaspar-Nguyễn (Lindenberg) 30€. Lê Quang Minh (London/England) 50€. Trần Siêu Niên (Lotte) 50€. Hùng & Linh Quách (Lübeck) 30€. Phạm Thị Thanh Thủy 20€. Đinh Văn Hùng (Magdeburg) 10€. Huỳnh Thị Tuyết 30€. Ngô Xuân Quỳnh 20€. Vũ Thị Luân (Magiehafer) 20€. Gđ. Đồng Tịnh & Yến, Kiên (Mannheim) 120€. Thiện Độ Ngô Quang Đức 500€. Nguyễn Thị Thanh Hường (Melle) 20€. Trần Chơi (Mendig) 100€. Diệu Liên Lý Hoa (Meppen) 40€. Fam. Quách (Minden) 20€. Lê Quang Dũng 10€. Nguyễn Thị Cúc 40€. Phạm Thị Sen 50€. Trần Thị Thu 50€. Hue Wollenberg (Moers) 20€. Hứa Phú Kiều (Mönchengladbach) 50€. Nguyễn Kim Nhất Tinh 50€. Nguyễn Thị Tường Linh 20€. Đinh Văn Giang (Mühlhausen) 50€. Đỗ Thị Anh Huệ (München) 20€. Dương Trung Dũng, Lê Minh Thin, Dương Thế Bảo, Dương Minh Tuấn & Dương Khánh Linh 50€. Bạch Tuyết (Münster) 50€. Hồ Thị Thu Hà 100€. Trần Hữu Nghiệp 30€. Trần Thị Lan 50€. Thông Giác Trần Tú Anh (Neuss) 50€. Gđ. Lục Tô Hà (Nienburg) 20€. Hoàng Lê 20€. Lee Lục Nhan Khanh 20€. Bùi Văn Nhật (Norden) 20€. Đào Minh Thắng 30€. Quang Trung Nguyen 20€. Dương Anh Tuấn (Norderney) 20€. Dương Anh Tuấn & Đỗ Văn Viện 20€. Nguyễn Hữu

Nghĩa 20€. Nhật Huy & Hân Như (Nordhorn) 30€. Lê Bạch Yến & Phan Ngọc Anh (Northeim) 20€. Diệu Trí Huỳnh Thị Ngọc Hà (Norway) 50€. Vạn Từ Ong Thị Dung 35€. Bùi Thanh Tùng (Nürnberg) 50€. Bùi Thị Thu Lan 50€ HHHL Mẹ Đồng Phước Nguyễn Thị Phụng. Gđ. Nguyễn Thị Kim Sanh & Trịnh Thị Thanh 60€. Nguyễn Tăng Lộc 50€. Nguyễn Văn Vũ 150€. Trần Thị Phúc & Trần Văn Danh (Nürnberg) 30€. Nguyễn Thị Thu Trang (Oanabrück) 50€. Fam. Lư-Vương (Oberhausen) 10€. Thái Thị Khánh Hồng (Obernkirchen) 50€. Bùi Thị Kim Chi (Oldenburg) 40€. Đào Thị Ngoan 18€. Nguyễn Kim Anh 10€. Nguyễn Mai Chi 20€. Trần Tuấn Tú & Nguyễn Thu Trang 50€. Nhân Phương Dương Thu Tâm (Oslo/Norway) 50€. Nguyễn Thị Huyền Trang (Osnabrück) 20€. Thị Dũng 520€. Diệu Chơn Lê Thị Ngọc Mai (Österreich) 50€. Huỳnh Tố Nữ (Paderborn) 50€. Lương Hà Nữ, Lương Miêu và Lương Bá Nhơn 20€. Nguyễn Kim Loan 40€. Nguyễn Văn Lợi 50€. Đào Thị Kim Quyến (Papenburg) 20€. Gđ. Bùi Đức Dũng 30€. Hoàng Thị Hiền (Peine) 20€. Lâm Thành Vũ (Pforzheim) 20€. Li, Thúy Phượng 70€. Phạm Thị Nhung (Quendenburg) 50€. Fam. Trần Hữu Tố (Recklinghausen) 20€. Nguyễn Thanh Ty 100€. Nguyễn Thị Lan & Nguyễn Tiến Vinh và 2 con Nguyễn Hồng Anh và Nguyễn Việt Anh 20€. Kunde Marie Noelle Yến & Marie Louis (Rehburg Loccum) 20€. Fam. Nguyễn Vũ Bằng & Trương Thị Hồng Phúc (Rheine) 50€. Phan Vân Anh (Rosdorf) 300€ HHHL Bố Phạm Hồng Sơn. Gđ. Trần Khi (Rotenburg/W) 30€. Nguyễn Văn Điều (Saalfeld/Saale) 30€. Việt Ngọc (Saarbrücken) 200€. Nguyễn Đức Dũng (Salzgitter) 10€. Nguyễn Thị Hoa 10€. Vũ Thị Hòa 10€. Fam. Trần & Nguyễn (Salzhemmendorf) 20€. Lại Kiên Cường (Salzwedel) 20€. Bích Ngọc Rüttiger (Sandberg-Langenleiten) 100€. Gđ. Họ Hà & Tạ (Sande) 20€. Phạm Thị Hạnh (Schmölln) 25€. Hiệu Diệu Hương (Seelze) 20€. Xin Xin Jasmin Sun 20€. Fam. Hoàng Thị Chung & Bùi Quang Tuấn (Sinsheim) 50€. Vũ Phương Thảo 20€. Phạm Ngọc Hạnh (Spremberg) 100€. Thiện Phước Nguyễn Phú Đức (Springe) 20€. Gđ. Phi Tạ (Stadthagen) 50€. Nguyễn Minh Nguyệt (Steinhude) 30€. Nguyễn Công Thành (Stuhr) 20€. Thiện Tuệ (Stuttgart) 50€. Bùi Thị Thu Hiền & Hoàng Văn Quý (Suhl) 50€. Hoàng Văn Chiến 200€. Huỳnh Kim Lang (Syk) 10€. Thiện Bạch Đào Thị Chúc (Trier) 200€. Ngô Minh Sáng (Unna) 100€. Marie Egrie Lê Thị Ngọc Thúy (USA) 20€. Trần Trong Khoái 56,91€. Fr. Vương Thụy Ứng (USA/CA) 15€. Đào Thị Hồng Chuyên (Vallendar) 50€. Au Angelika (Ly) (Vechta) 50€. Au Nhung 20€. Dương Huyền Thi 10€. Gđ. Nguyễn David 40€. Nguyễn - Franz 30€. Nguyễn Franz 20€. Nguyễn Thị Hoa 20€. Nguyễn Vinh 10€. Phạm Thị Cúc 20€. Trịnh Văn Tuấn 30€. Kim Phượng Gedowski (Vezel) 20€. Thiện Ngọc Nguyễn Thị Nguyên Anh (Việt Nam) 20€. Đồng Yến Trần Thúy Hằng (Hường) & Trần Thị Loan 70€. Gđ.Pt Nguyễn Hòa Lê Đình Trung & Tín Quả Lê Thị Hoa (261 Tô Hiến Thành P13/Q.10 TpHCM) 100€. Trương Văn Luông 20€. Huỳnh Thanh Hùng (Völklingen) 50€. Nguyễn Thị Phương (Waldkirch-Kollnau) 20€. Đồng Pháp Dương Quốc Thắng (Weener) 50€. Dương Quốc Tăng (Wermer) 50€. Nguyễn Thanh Tiến (Westerder) 100€. Bành Tâm Sơn (Wiesbaden) 10€. Gđ. Bùi Mạnh Hùng & Trần Thị Trâm (Wildeshausen) 10€. Gđ. Pt Bùi Minh Hải 20€. Gđ. Nguyễn Văn Trận & Đỗ Thị Lương và Nguyễn Thiên Ân (Wilhelmshaven) 50€. Heo công đức số 283, 150€. Nguyễn Trương Kim Ngọc 5€. Pt. Đồng Định 20€. Lê Huỳnh Thụy Chinh (Winsenluher) 20€. Nguyễn Lê Dân & Nguyễn Thu Thủy (Wittlich) 20€. Đào Thị Thắm (Wolfsburg) 20€. Đỗ Thu Thủy & Nguyễn Thị Phương Lan 20€. Enrico Michael, Thị Hạnh Phan Michael & Bùi Phan Lâm 20€. Gđ. Nguyễn Thị Thanh 20€. Gđ. Thị Hường 10€. Vũ Thị Sáo 20€. Phạm Thanh Hương (Zeven) 20€. Quý Đạo Hữu & Phật Tử ẩn danh 486€. * Diệu Danh & Phúc Hòa (Frankfurt) 100€. Dr. Hà Thị Ánh Lan („) 300€. Gđ. Trần Hằng („) 300 HHHL Đh. Đồng Huệ Chi. Đh. Thiện Lâm (Langen) 50€. Đh. Diệu Phụng („) 50€. Sư Cô Tịnh Nghiệp (Egelbach) 100€. Dr. Diệu Tường („) 100€. Diệu Ân Liên Tịnh (Frankfurt) 20€. Liên Hoa Đạo Tràng (Na-Uy) 1.000€. Quý Phật Tử 15 nước cúng dường nhân khóa THPP/ÁC kỳ 35 tại Na-Uy 500€. Minh Chính (Na-Uy) 200€. Thiện Nguyễn Thị Hảo (England) 580€. Huệ Độ („) 117€. Quý Phật Tử khác („) 411€. Diệu Tịnh (Fürth) 50€. Nhân Phượng (France) 50€. Nguyễn Hòa Lê Đình Trung & Tin Quả Lê Thị Hoa (Việt Nam) 100€. Diệu Cẩn Nguyễn Thị Tiến (Hannover) 50€ HHHL Nguyễn Đức Triệu Pd Minh Tấn tuần chung thất. Pt. Thúy (Mannheim) 20€. D D T Tâm Nhơn (Việt Nam) 185€. Ẩn danh (France) 100€. Nguyên Hùng & Nguyên Hạnh (Holland) 100€. Cô Thông Chân (Hamburg) 10€. Minh Chính & Huệ Tâm (Na-Uy) 100€. Thông Hải & Nhuận Giác (France) 100€. Chùa Linh Thứu (Berlin) 1.000€. Thông Nghiêm („) 100€. Đh. Diệu Tịnh („) 50€. Gđ.Pt Diệu Tịnh (Hằng) („) 150€. Diệu Liên („) 50€. Diệu Tâm („) 50€. Thiện Giới Trần Thị Ba (Tübingen) 50€. Thích Nữ Chân Không (France) 150€. Gđ. Đh Thiện Như Chiêm Thị Hiển (Reutlingen) 200 HHHL Thiện Lộ Dư Kiều Diễm. Diệu Hương (Münster) 100€. Yvonne & Mark Schuhalkers (Twistringen) 150€. Quảng Trang & Thanh Khải (Mannheim) 100€. Mỹ Tuyết Trương Nguyệt Huệ (München) 300€. Nguyễn Thị Khuê, Nguyễn Thị Thơm & Trần Thị Ước (Tiệp Khắc) 50€. Thượng Tọa Thích Như Tú (Schweiz) 200€ HHHL Thân mẫu Nguyễn Thị Sang Pd Thị Trọng. Thị Lộc (Berlin) 50€. Limpext GmbH & Co KG (Mörfelden) 500€. Diệu Tiến 50€. Lý Hương Diệu Thiện (Bad Iburg) 100€. Mai Ngọc Ann Katrin 50€. Sư Cô TN Giác Mãn (Schweden) 200€. Thiện Đức (Frankfurt) 100€ HHCL Sư Cô TN Hạnh Châu nhân ngày húy ky. Thiện Bạch Đào Thị Chúc (Trier) 50€. Đồng Tiên Trần Thị Hằng (Möfelden Walldorf) 3.000€ HHHL Thân phụ Đồng Huệ Chí Nguyễn Văn Định tuần chung thất. Giác Lâm Dương Thanh Tùng & Giác Xuân Văn Thị Tân (France) 500€. Tâm TRÍ & Tâm Vũ (Mannheim) 50€. Đồng Phi 20€. Chùa Bảo Thành (Koblenz) 700€. Nhuận Pháp Nguyên Trần Thị Phượng Liên (Việt Nam) 500€. Phái đoàn Hòa Thượng Thích Thái Hòa (VN) 200€. Chùa Liên Tâm (Finland) 800€. Thượng Tọa Thích Hạnh Bảo („) 1.000€. Chùa Quán Thế Âm (Danmark) 500€. Gđ.Pt Đồng Hội & Hạnh Thanh („) 300€. Thiện Trí & Thiện Giáo („) 67€. Thiện Nghi & Thiện Tâm („) 67€. Nguyễn Thị Chạy (France) 250€. Chùa Quảng Đức (France) 1.000€. Quảng Minh (Holland) 50€. Diệu Trí (England) 117€. Diệu Phước (France) 50€. Chúc Mai & Thanh Nhân („) 150€. Thanh Nguyệt & Quảng Minh (Holland) 50€. Lê Văn Phú (France) 30€. Phạm Đức Lã („) 30€. Nhất An Viên (Hannover) 100€ HH chư HL cửu huyền thất tổ.

* Báo Viên Giác

Đào Văn Dương & Đào Ngọc Lan 30€. Lê Thị Hồng 30€. Lê Văn 20€. Nguyễn Kinh Tân 25€. Thị Lộc Võ Văn Mai 30€. Thi Nguyễn 30€. Trần Văn Các 30€. Võ - Đào 30€. Nguyễn Mạnh Hùng (Aachen) 30€. Chheng Đức (Bad Kreuznach) 50€. Nguyễn Thị Trương Nghi (Belgique) 30€. Trương Tuyết Anh 30€. Huỳnh Thị Phon (Braunschweig) 20€. Diệu Hoa Nguyễn Thị Hương (Crailsheim) 30€. Tăng Bích Phân (Duisburg) 30€. Kham Sam (Düsseldorf) 30€. Phạm Văn Đức (Feucht) 30€. Ẩn danh (France) 5€. Đặng Kim Hoa Pd Diệu Tiên 100€. Đỗ Tuấn Khanh 120€. Lê Đức 100€. Ngô Gia Vinh (Frankenthal) 10€. Nguyễn Ban (Freiburg) 50€. Huỳnh Thị Bạch Nguyệt (Grünwald) 20€. Đặng Đình Lương (Hamburg) 20€. Nguyễn Thị Nhàn 20€. Trương Văn Xuân (Hannover) 30€. Triệu Cẩm Nguyên (Haßloch) 20€. Nguyễn Kiều Long (Heilbronn) 20€. Ngô Thị Dương (Hofgeismar) 30€. Đỗ Thị Thanh Tâm Pd Diệu An (Holland) 50€. Nguyễn Thị Vân (Italy) 30€. Đặng Thị Hoa (Köln) 20€. Điền Kim Đính 20€. Phan Thị Kim Lan (Laatzen) 50€. Nguyễn Xuân Tiên (Langenfeld) 50€. Lâm Ý Xuân & Phạm Hồng Phong (Leer) 20€. Ngô Thị Nam (Lippstadt) 25€. Phạm Thị Thanh Thủy (Lübeck) 10€. Trần Chơi (Mendig) 100€. Trần Thị Thu (Minden) 20€. Trần Thi Thanh Hằng Pd Đồng Tiên (Mörfelden-Walldorf) 100€. Nguyễn Thị Gia Tuyết (München) 25€. Trần Hữu Nghiệp (Münster) 30€. Nguyễn Mạnh Thường (Norderstedt) 20€. Hồ Đình Tuấn (Nürnberg) 30€. Nguyễn Tăng Lộc 30€. Fam. Lư-Vương (Oberhausen) 30€. Dr. Bùi Hạnh Nghi (Offenbach a. Mainz) 100€. Bùi Thị Kim Chi (Oldenburg) 20€. Nguyễn Mai Chi 10€. Lý Trung Hà (Osnabrück) 40€. Nguyễn Văn Bát 30€. Nguyễn Văn Chắc (Recklinghausen) 30€. Nguyễn Kim Thư (Reutlingen) 20€. Trần Phong Lưu & Lê Thị Huỳnh Hoa (Saarburg) 50€. Huỳnh Thị Anh Thư (Saarlouis) 20€. Gđ. Họ Hà & Tạ (Sande) 10€. Nguyễn Như Mai (Schwäbisch Hall) 40€. Lý Thị Dân (Schweb-heim) 20€. Lưu-Trương Kim Anh (Schweiz) 30€. Võ-Lương Thế Nga 100€. Hoàng Anh Tuấn (Troisdorf) 40€. Fr. Raible Ngọc Xuân (Tübingen) 20€. Phạm Văn Lang (Unna) 30€. Trần Trong Khoái (USA) 30€. Huỳnh Thanh Hùng (Völklingen) 30€. Huỳnh Thị Bích Ngọc (Würzburg) 30€.

*ẤN TỐNG

Đào Thị Huệ 30€. Đặng Thị Thủy Pd Diệu Âm Liên Tinh (Olpe) 50€.

-Nghi Thức Tụng Niệm: Nguyễn Văn Út & Nguyễn Thị Yến Nhi 90€.

-Đại Tạng Kinh: Ẩn danh (4 bộ) 1.084€.

*TƯỢNG PHẬT

-Tượng Quan Âm: Ẩn danh 50€. Lâm Kim Khánh (Mönchengladbach) 120€. Diệu Hòa Mai Thị Dậu (Bielefeld) 20€. Fam. Lư-Vương (Oberhausen) 10€. Vũ Thiện Lập (sanh 29.8.1998) 60€. Lý Trung Hà (Osnabrück) 130€. Ngawang Samdrup 30€. Gđ. Kunde Marie Noelle Yến, Đồng Liên Marie Louise, Đồng Thảo Joséfine & Đồng Hiếu Pascal (Rehburg Loccum) 20€.

-Thiên Thủ Thiên Nhãn: Thiện Hà Đặng Thị Hằng Teichner (Langenhagen) 30€.

-Phật Dược Sư & Quan Âm: Lý Trung Hà 30€. Võ Thị Lang 200€. Lê Thị Ngọc Hân 100€.

* An cư Kiết Hạ: Phạm Ngọc Thạnh 50€.

* Khóa Tu Gieo Duyên

Diệu Cẩn Nguyễn Thị Tiến 50€. Diệu Hạnh Đạo Tâm 30€. Diệu Nghĩa 10€. Diệu Phi Nguyễn Phương Danh 200€. Diệu Phúc 20€. Đồng An 20€. Đồng Chiếu 10€. Đồng Hạnh, Gđ. Diệu Ngân Đinh Thị Nga (VN), Gđ. Khai Phú Nguyễn Thái Hưng (VN) & Alioce Phạm (Finland) 400€. Đồng Kim Dương Thị Út 50€. Đồng Kim Nguy Minh Thúy 20€. Đồng Nguyệt 20€. Đồng Tánh Lee Lục Nhân Khanh 20€. Đồng Thứ 20€. Gđ. Diệu Ngọc 40€. Gđ. Đồng Thanh 20€. HL. Đồng Huệ Lâm Thị Hoa 10€. Hoa Pd Đồng Liên 20€. Huệ Phương 20€. Lê Thị Thanh Hiền 50€. Lý Hồng Đào 50€. Ngọc Thông 20€. Nguyên Trí & Nguyên Tuệ 50€. Nhuận Thanh & Đồng Thể 100€. Phúc Minh 10€. Quảng Hải Trần Văn Duẩn 50€. Tâm Mỹ 170€. Thiện Liên & Ngọc Liên 20€. Gđ. Nguyễn Ngọc Châu (Ibbenbüren) 50€ HH Đồng Lạc Nguyễn Hùng Anh. Hồ Thị Thu Hà (Münster) 100€.

* Sửa Chùa: Phạm Ngọc Thạnh 50€. Fam. Bành (Osnabrück) 20€.

* Đèn Dược Sư: Lui Mike (Pforzheim) 50€.

* VU LAN

Nguyễn Thị Ánh Tuyết 10€. Adamy Hoàng 50€. Ẩn danh 50€. Anh Hùng 20€. Bùi Đức Huy 50€. Bùi Hải Bằng 20€. Bùi Thanh Hòa 10€. Bùi Thị Yên 20€. Cao Minh Trung 30€. Cao Phan Dũng 50€. Cao Thị Hằng 5€. Cao Thị Năm 20€. Chí Lâm 50€. Chu Thị Hoa 20€. Đặng Giang Toàn 10€. Đặng Thị Chi 20€. Đặng Thị Kiều Oanh 20€. Đặng Văn Hùng 30€. Đào Ngọc Phương 20€. Đào Thị Hiền 50€. Đào Thu Hoa 20€. Diệu Hoàn Phạm Thị Tố Hòa 30€. Đinh Huy Nguyễn Minh 20€. Đinh Thị Mỹ Linh 10€. Đinh Thị Phương Thảo 10€. Đinh Thu Hương 20€. Đinh Văn Hiền 10€. Đỗ Duy Quan & Phan Thị Tỷ và Đỗ Thanh Hùng 20€. Đỗ Hiệp Mừng 100€. Đỗ Thị Nghi Duyên 20€. Đoàn Thị Phước 10€. Đồng Huệ 10€. Đồng Lạc Nguyễn Hùng Anh 40€. Đồng Quý Võ Thị Kim Liên 40€. Đồng Tiên Đặng Thị Hải 50€. Dương Can Mưu 50€. Dương Thị Bích Ngọc 30€. Dương Thị Lệ 20€. Dương Văn Út 25€. Elisabeth Paters 20€. Fam. Cao 10€. Fam. Đồng Đạt Lê Ngọc Thành 50€. Fam. Hồng Minh Tuấn 10€. Fam. Lam 10€. Fam. Tiến Thanh 50€. Gđ. Anh Chị Dũng & Nhị, Thiện Trí & Thiện Giáo 500€. Gđ. Chử Thị Thành 20€. Gđ. Huỳnh Hùng Võ 20€. Gđ. Pt Tâm Thủy Võ Thị Cẩm Thủy 200€ HHHL Võ Thị Hồng Vân Pd Nguyên Thanh. HHHL Diệu Hảo Nguyễn Thị Kim Liên (Mất ở VN) 10€. HL Nguyễn Việt Trung (28.07.1990 - 03.05.2024) 50€. HL. Châu Ngọc Lan Pd Đồng Lan 50€. Hoàng Hữu Long & Đỗ Thị Thúy Hà 50€. Hoàng Thanh Hiền 20€. Hoàng Thị Kim Thoa 40€. Hoàng Thị Oanh 20€. Hoàng Trọng Vinh 20€. Huỳnh Kim 50€. Huỳnh Ngọc Hà 50€. Huỳnh Thị Mỹ Hạnh 50€. Khương Châm Anh 50€. Lê Châu Ngọc Tiên 100€. Lệ Chi Gruber 500€. Lê Thị Bích Châu 20€. Lê Thị Cảnh 20€. Lê Thị Hồng 20€. Lê Thị Hồng Hiếu 20€. Lê Thị Mộng Ngọc 20€. Lê Thị Thanh 50€. Lê Thị Thanh Hiền 10€. Li, Trần Thúy Phượng 30€. Lương Lệ Bình 30€. Lương Thị Kim Phụng 50€. Lương Văn Tuyên 20€. Lưu Tuyết Hoa 70€. Lý Diệu Anh 50€. Lý Huỳnh Ai Khanh 50€. Ngô Lan Phương 10€. Ngô Quang Diễm Phi 30€. Ngô Thị Chinh 20€. Ngô Thị Tình 20€. Nguyễn Anh Tuấn 20€. Nguyễn Bích Liên 20€. Nguyễn Duy Thêm 10€. Nguyễn Hải Sơn 30€. Nguyễn Hiếu Hùng 70€. Nguyễn Hồng Kim 30€. Nguyễn Hồng Phong 30€. Nguyễn Hùng Sơn 20€. Nguyễn Huy Thắng & Ngô Huệ Phương 50€. Nguyễn Lê Minh Philip 50€. Nguyễn Mạnh Hùng 30€. Nguyễn Minh Hưng 20€. Nguyễn Minh Thu 30€. Nguyễn Ngọc Khanh 10€. Nguyễn Ngọc Phương 20€. Nguyễn Ngọc Thông 50€. Nguyễn Nữ Tú Oanh 20€. Nguyễn Quý Dũng 20€. Nguyễn T. Trưng 20€. Nguyễn Thanh Huyền 30€. Nguyễn Thanh Liên 20€. Nguyễn Thanh Tịnh 20€. Nguyễn Thị Cẩm Anh 20€. Nguyễn Thị Đầm 20€. Nguyễn Thị Huê 10€. Nguyễn Thị Kim Ngân 50€. Nguyễn Thị Lan Anh 30€. Nguyễn Thị Lan Hương 30€. Nguyễn Thị Liên 60€. Nguyễn Thị Liễu 20€. Nguyễn Thị Nga 20€. Nguyễn Thị Lý & Lê Văn Anh 50€. Nguyễn Thị Mai Thùy 10€. Nguyễn Thị Nga 20€. Nguyễn Thị Thanh Thủy 30€. Nguyễn Thị Thu Dung 30€. Nguyễn Thị Thủy 20€. Nguyễn Thị Thúy Hồng 20€. Nguyễn Thị Thùy Linh 20€. Nguyễn Thị Trâm 20€. Nguyễn Thị Tuyết Mai 20€. Nguyễn Thu Trang 10€. Nguyễn Thúy Nga 20€. Nguyễn Thúy Tiên 50€. Nguyễn Tiến Lợi 20€. Nguyễn Tuyết Minh 20€. Nguyễn Tuyết Nhi & Nguyễn Ngọc Anh 40€. Nguyễn Văn Tây 20€. Nguyễn Vũ Phương Anh 30€. Nguyễn Xuân Hạnh 20€. Nguyễn-Đỗ Tố Nga 25€. Nhuận An 30€. Phạm Đức Hiếu 20€. Phạm Mạnh Hoàn 20€. Phạm Mạnh Hùng 50€. Phạm T L T & H L 50€. Phạm Thị Ngoan 20€. Phạm Thị Phượng 20€. Phạm Thị Tâm 30€. Phạm Trà My 30€. Phạm Văn Thắng 50€. Phạm Văn Trương 20€. Phan Hồng Sơn 20€. Phan Thị Phương 20€. Phan Thị Thu Hà 50€. Phan Thị Thúy 20€. Quách Lệ Nga 50€ HHHL Quách Thị Lượi & Quách Trang Long và Trần Thị Kiên. Quảng Minh Nguyễn Thái 50€. Quảng Võ Bùi 10€. Tạ Thị Loan 20€. Thắm 30€. Thi Nguyễn 20€. Thiện Hảo Hoàng Thị Tân 50€. Thiện Mỹ Lưu Hạnh Dung & Trương Mỹ Châu 100€. Thiện Phú Lê Bích Lan 20€ HHHL Phạm Văn Cường. Thiện Thái 10€. Thiện Thọ 50€ HHHL Thiện Lộc. Thúy Huệ 40€. Trần Hải Hòa & Hứa Dục Tú 30€. Trần Hữu Lượng 50€. Trần Huy Linh 40€. Trần Kim Lang 70€. Trần Kim Ngà 40€. Trần Mai Bảo Ngọc 10€. Trần Ngọc Thủy 50€. Trần Thị Bích Liên 20€. Trần Thị Bích Thủy 20€. Trần Thị Hằng 20€. Trần Thị Hoa 50€. Trần Thị Quang 10€. Trần Thị Thúy Hà 20€. Trần Thu Trang 20€. Trần Thúy Lan 30€. Trần Văn Nam 20€. Trang Kim Anh 50€. Trịnh Hồng Tuyến 50€. Trịnh Lung 50€. Trương Thanh Hùng 50€. Trương Thị Bình 30€. Võ Thành Công 70€. Võ Văn Lý 10€. Vũ Ngọc Sơn & Vũ Thị Hiền 100€. Vũ Thị Thảo 20€. Vũ Văn Nguyên 20€. Vương Tú Quyên 50€. Vương Văn Mạnh 20€. Fam. Nguyễn (Ahrensburg) 20€. Hà Thị Quyên (Arnsberg) 20€. Aurich Zaharztpraxis Hoàng Tuấn Kiệt (Aurich) 500€. Đỗ Thị Nhâm 20€. Gđ. Nguyễn Thị Thúy Lan 30€. Gđ. Lê Bình (Bad Honnef) 50€. Fam. Lý Hương (Bad Iburg) 20€. Restaurant Hồng (Baden Baden) 100€. Nguyễn Văn Tường (Bergheim) 20€. Gđ. Thiện Hải Nguyễn-Phan Hoàng Hà (Berlin) 200€ + 8 ngọn đèn. Lâm Thanh Minh 50€. Phương Lan Becker (Bielefeld) 20€. Chu Hải Thanh (Bochum) 50€. Trần Thị Hoa 20€. Nguyễn Thị Huyền Trang (Bohmte) 20€. Bích Lâm (Braunschweig) 20€. Hải, Hồng, P.Anh & Huy Nguyễn Thị Tú Uyên 50€. Nguyễn Hữu Lam Loan (Bremen) 70€. Trần Thị Rau 40€. Đồng Chi Phạm Thị Tú Uyên 50€. Quyết Duyên 10€. Cáp Trọng Dũng (Bremervörde) 20€. Nguyễn Thị Thanh Mai (Burgdorf) 50€. Đào Thị Huyền (Celle) 20€. Lê Thị Lan Hương 20€. Hoàng Trọng Phu (Cloppenburg) 70€. Lê Thị Tiến (Coesfeld) 20€. Trần Thanh Huệ 40€. Trần Vĩnh Cam 50€. Trịnh Hòa An (Donaueschingen) 30€. Trần Thị Hiền Lương (Dortmund) 20€. Đỗ Thị Tuyết Lan (Dresden) 20€. Helene Antony Do (Düsseldorf) 100€. Nguyễn Văn Hiệp & Nguyễn Thị Viên (Eilsleben) 30€. Lisa Nguyễn (Einbeck) 10€. Phạm Chí Huy (Erftstadt Liblar) 20€. Trịnh Văn Thịnh & Nguyễn Thị Tám (Essen) 40€. Ẩn danh (France) 10€. Đỗ Thị Tuyết Mai (Freiberg) 20€. Nguyễn Thị Cẩm (Freiberg/Sachsen) 30€. Trương Thị Hạnh (Freiburg) 30€. Kha Hiển Thành (Fulda) 50€. Nguyễn Thị Hạnh (Sandra) (Garbsen) 50€. Đặng Đình Nam (Gardelegen) 20€. Nguyễn Thu Hằng (Garrel) 20€. Hứa Thị Phúc (Gerolstein) 20€. Chu Thị Đoan Trang (Gotha) 50€. Quang Phan (Hagen) 30€. Nguyễn Thanh Bình (Hameln) 20€. Nguyễn Xuân Thảo 20€. Vũ Hồng Thanh 20€. Fam. Chan (Hannover) 20€. Fam. Trần & Nguyễn 10€ Cầu siêu cho các chân linh Gđ. Họ Trần, Nguyễn & Đoàn. Gđ. Pt Trần Hoàng Việt 50€. Lê Thị Kim Sa 20€ HHHL Lê Thị Liễu. Như Thân & Quảng Thái 50€. Thiện Khang Võ Thị Hoa & Nguyễn Anh Tuấn 50€. Thiện Kiến Hồ Phi Kevin 20€. Triệu Cẩm Nguyên (Haßloch) 40€. Diệu Lộc Huỳnh Thị Bê (Helmstedt) 30€. Thuan Le Dinh 50€. Thiện Học Trần Kim Phượng (Hilgertshausen-Tandern) 30€. Trần Thị Thanh Thủy (Diệu Ngọc & Quảng Tâm) (Karlsbad) 50€. Nguyễn Ngô Hà (Kassel) 20€. Tô Duy Bình 50€. Lâm Hồng Hạnh (Kaufungen) 20€. Phạm Lạc (Koblenz) 30€. Điền Kim Đính (Köln) 40€. Chi Ma Quách Tân (Krefeld) 20€. Phạm Xuân Thiệp 50€. Phan Thị Kim Lan (Laatzen) 150€. Thị Tâm Ngô Văn Phát 50€. Phan Thị Hồng Vinh (Lachendorf) 20€. Elli Müller (Lamspringe) 20€. Fam. Trương (Langenfeld) 20€. Trần Thị Thu Trang (Leer) 20€. Ngô Thị Nam (Lippstadt) 30€. Phạm Đăng Anh Tuấn (Lofeldn) 150€. Thiện Thanh Thủy (Lübeck) 20€. Bành Vinh Hoa & Bành Tuyết Lê (Ludwigshafen) 30€. Nguyễn Thị Hà (Lüneburg) 20€. Phùng Oanh 20€. Cấn Ngọc Trương Thị Lệ (Meppen) 50€ HHHL Dương Sang. Ngọc Bình Ô Thị Hai 50€. Nguyễn Thu Thủy 30€. Trần Phụng 20€. Lê Hoàng Oanh (Minden) 20€. Phạm Quang Minh & Lê Thị Minh Nguyệt 50€. Nguyễn Phương Danh & Phạm Ngọc Sơn (Mönchengladbach) 20€. Nguyễn Thị Kim Dung (Mühlhausen) 30€. Gđ. Công Ngọc (Münster) 50€. Cao Thị Mơ (Neu-Anspach) 20€. Võ Ngọc Khải (Neuss) 20€. Huỳnh Văn Châu (Norden) 20€. Nguyễn Hiếu Nghĩa (Norderney) 20€. Thiện Chủng (Norderstedt) 10€. Thiện Hiếu Trịnh Ngọc Thảo (Nürnberg) 75€. Fam. Lư-Vương (Oberhausen) 10€. Bùi Thị Kim Chi (Oldenburg) 40€. Nguyễn Mai Chi 20€. Fam. Huỳnh (Osnabrück) 20€. Fam. My Sanelmann 40€. Nguyễn Văn Trâm 30€. Đào Thị Huệ (Papenburg) 50€. Nguyễn Thanh Vân (Peine) 50€. Lê Thế Hùng (Pforzheim) 20€. Quách Hoa (Rastatt) 30€. Đặng Ban Mai (Rastede) 50€. Gđ. Nguyễn Văn Toàn và các con (Recklinghausen) 20€. Nguyễn Thanh Ty 10€. Cao Lệ Sương (Ronnenberg) 20€. Dương Kim Oanh 20€. Sử Thị Thanh Vân (Rotenburg) 20€. Nguyễn Thị Hằng (Rotenburg/Wümme) 20€. Gđ. Họ Hà & Tạ (Sande) 20€. Lý Thị Dân (Schweb-heim) 30€. Tô Khải Đức (Schweinfurt) 20€. Gđ. Nguyễn Văn Đồng (Seelze) 10€. Vũ Quang Tú 50€. Phạm Thị Nhung (Stadthagen) 50€. Đỗ Thị Dung & Đỗ Thị Gái (Staßfurt) 15€. Nguyễn Thị Thái Lan 100€. Nguyễn Văn Cúc (Steinbach) 30€. Phan Kim Oanh (Sugenheim) 20€. Trần Kim Vui (Taufkirchen) 30€. Nguyễn Khắc Hiểu (Temmendorf Strand) 200€. Nguyễn - Franz (Vechta) 40€. Trương Văn Ký (VS. Villingen) 20€. Nguyễn Trinh - Nguyên (Wiesbaden/Nordenstadt) 50€. Trịnh Thị Hoa (Wilhelmshaven) 50€. Lê Huỳnh Thụy Chinh (Winsenluher) 20€. Nguyễn Thị Phượng (Wissen) 50€. Lê Thị Hiền (Wittmund) 20€. Nguyễn Tích Bích Hằng (Wörms) 50€.

* TRAI TĂNG

Bùi Thị Phượng 10€. Chơn Bích 30€. Đặng Gia Văn 10€. Diệu Nguyệt 10€. Diệu Thanh 50€. Đồng Diệu Tạ Thu Hiền 50€. Đồng Lạc Nguyễn Hùng Anh 10€. Đồng Nguyệt Minh Đặng 20€. Đồng Thế & Nhuận Thanh 100€. Đồng Xuyến Điền Kim Hoa 10€. Emma 10€. Gđ. Phạm Thị Thanh Hằng & Gđ. Hoàng Việt Long 50€. Gđ.Pt Tâm Thủy Võ Thị Cẩm Thủy 100€ HHHL Võ Thị Hồng Vân Pd Nguyên Thanh. HH Dương Minh Trí 20€. Hoàng Thị Phúc 200€. Kim Phượng 20€. Lê Kim Tuyến 30€. Nguyễn Đỗ Tố Nga 20€. Nguyễn Hữu Mừng Chi 30€. Nguyễn Mỹ Anh, Nguyễn Hải Ngân & Nguyễn Viết Gia Anh 100€. Nhã 50€. Paula 10€. Pt. Đồng Ngọc Cát Tường 15€. Pt.Thiện Đức - HLĐP, Đồng Hạnh - Mỹ Phương 20€. Tâm Thủy Nguyễn Nam Dương 100€. Tâm Vũ 30€. Thiện Đạo Đặng Quốc Chí & Thiện Nhân Lý Tô 100€. Thiện Hà 20€. Thiện Hảo Nguyễn Anh Trâm 10€. Thiện Phú Lê Bích Lan 20€. Trần Hải Hòa & Hứa Dục Tú 30€. Trần Ty Na 20€. Viên Hảo 50€. Vũ Thị Chuốt 10€. Gđ. Chúc Phục (Aurich) 50€. Đồng Trí & Chân Nghiêm 150€. Lâm Thiện Y 50€. Lâm Thị Kim Phượng 50€. Nguyễn Thị Chi 20€. Nguyễn Thị Lý 50€. Thiện Hảo 100€. Thiện Mỹ 30€. Thiện Tùng 50€. Giác Chánh (Berlin) 20€. Tâm Tịnh 100€. Thiện Giới Hoa Lan 50€. Diệu Hòa Mai Thị Dâu (Bielefeld) 20€. Huệ Lương Thu Hiền Wittkowsky 50€. Gđ. Đồng Thuận Trần Thanh Quý (Braunschweig) 20€. Tâm Mỹ Trần Thị Mỹ Châu 20€. Diệu Sơn Trần (Larws) Ngọc Thủy (Bremen) 30€. Đồng Chi Nguyễn Thị Mai 20€. Gđ. Đồng Thiện 20€. Nguyễn Quang Nghĩa 20€. Nhuyễn An Phạm Emylie Yến Mi 20€. Thiện Bạch 10€. Kinh Vân (Celle) 30€. Ngọc Thơ Trần Mỹ Chương (Danmark) 50€. Huỳnh Kim Trang (Dölben) 20€. Thái Quang Bình (Erlangen) 50€. Gđ. Tâm Vân Nguyễn Thị Minh Triết Tina (Finnland) 20€. Ẩn danh (France) 5€. Minh Thiện (Frechen) 10€. Gđ.Pt Phạm Thị Bích Châu Pd Từ Bảo Thiện & Herrman Châu (Gersdorf) 20€. Nguyễn

Văn Tân (Gießen) 50€. Diệu Hòa Trần Thị Diệu Hiền (Göttingen) 20€. Đồng Hướng Vương Tuyết Vân 20€. Thiện Giáo 10€. Trần Thị Huê 20€. An Thoát Dương Thu Minh Hằng (Hamburg) 50€. Diệu Mỹ 20€ HHHL Phù Vân. Thiện Khai Đặng Thị Tâm 20€. Võ Victoria 100€. Diệu Cần Nguyễn Thị Tiến (Hannover) 50€. Diệu Thanh Vũ Thị Thu Huyền 20€. Đồng An Nguyễn Thị Khỏe 20€. Đồng Bạch Nguyễn Thị Liên 50€. Đồng Bình Bùi Thị Thái 10€. Đồng Chiếu Nguyễn Thị Minh 10€. Đồng Hạnh Bùi Thị Thu Dung 50€. Đồng Hướng Nguyễn Lan Phương 30€. Đồng Khoa Lưu Lệ Linh 30€. Đồng Ngọc Trinh Phạm 20€. Đồng Pháp Diemut Taal 50€. Đồng Quán Lê Thị Xuyến 50€. Đồng Thứ Trần Kim Dung 10€. Đồng Tịnh Trịnh Thanh Vân Đồng Vân Nguyễn Thị Nga 50€. Đồng Vinh & Đồng Lạc 30€. Gđ. Đồng Kim Nguy Minh Thủy 20€ HHHL Thân mẫu Đồng Hoa Lâm Thị Huệ. Gđ. Đồng Quang 20€. Gđ. Ngọc Tuyến Trần Thị Ngọc Thúy Pavel 20€. Gđ. Thiện Lộc Đặng Lâm Quang & Ngọc Cẩn Trần Thị Lan 100€. Hưng 20€. Lê Thị Thanh Hiền 50€. Ngô Trí Bằng & Nguyễn Thị Kim Ngân 20€. Ngọc Diệp Nguyễn Thị Kim Chi 100€. Ngọc Thông 20€. Nguyễn Minh Công 20€. Nguyễn Ngọc Toàn 50€. Nguyễn Văn Quang & Nguyễn Thị Mến 50€. Philip & Stefan Steingraben 40€. Phúc Tín, Thu & Tứ 30€. Thanh Lam Vũ Thanh Huyền 54€. Trương Thành Tín 20€. Diệu Loan & Đồng Tánh (Hildesheim) 30€. Đồng Liên 50€. Thiện Đạt & Thiện Huệ 50€. Hà Hồng Hạnh (Idar Oberstein) 20€. Hà Minh Hùng 20€. Trịnh Hàng Châu 20€. Trần Thị Thanh Thúy (Diệu Ngọc & Quang Tâm) (Karlsbad) 300€. Đồng Tịnh (Laatzen) 10€. Diệu Tâm Nguyễn Thị Vân Anh (Langenhagen) 50€. Thiện Hà Đặng Thị Hằng Teichner 20€. Thuyết Cao Glüsing (Langliegen) 10€. Gđ. Phạm Văn Sơn (Hải) & Đồng Hoa Nguyễn Thị Thu Hương (Lehrte) 10€. Thiện Thành Nguyễn Thị Tâm 50€. Phạm Thị Thanh Thủy (Lübeck) 10€. Hảo Ngọc Phạm Huỳnh Hoa (Ludwigshafen) 20€. Đồng Thanh & Đồng Nghiêm (Mannheim) 50€. Nguyễn Quỳnh Nga 50€. Tổ bánh cam 20€. Diệu Liên Lý Hoa (Meppen) 20€. Hứa Phú Kiều (M'Gladbach) 50€. Chân Quang Ngô Thị Mi (München) 20€. Diệu Hạnh Nguyễn Thị Đức - Đạo Tâm 100€. Vạn Hương 50€. Hồ Thị Thu Hà (Münster) 20€. Đồng Tánh Lee Lục Nhân Khanh (Nienburg) 20€. Gđ. Nguyễn Thị Kim Sanh & Trịnh Thị Thanh (Nürnberg) 50€. Nguyễn Tăng Lộc 50€. Thiện Hạnh Võ Thị Mỹ 20€. Thiện Vũ & Thiện Sơn 50€. Trần Quới Ninh (Oberhausen) 100€. Gđ. Thiện Hỷ (Oberkirchen) 50€. Phùng Thị Kim Dung (Oldenburg) 50€. Đồng Kim Nga & Cường (Oldendorf) 50€. Đồng Nghiêm Nguyễn Thị Thu Trang (Osnabrück) 50€. Lương Văn Xinh & Lương Thị Ngọc Việt (Pforzheim) 20€. Đồng Diệp Trần Thị Chi (Potsdam) 50€. Đồng Khoa Nguyễn Thị Đa Khoa (Praha) 20€. Đồng Khuê (Praha/CH Séc) 25€. Nguyễn Thị Thơm 25€. Pt. Trần Thị Ước 50€. Diệu Hảo Lê Thị Ngọc Minh (Raunheim) 50€. Viên Hồng Nguyễn Thái Bạch Hồng (Recke) 20€. Kunde Marie Noelle Yến & Marie Louis (Rehburg Loccum) 20€. Gđ. Họ Hà & Tạ (Sande) 10€. Gđ. Tăng Trí Cường & Cô Châu (Schweden) 100€. HL Thanh Nhàn Lâm Thị Kim Cúc (mất 1/7 Giáp Thìn. Hưởng dương 52 tuổi. CD vào Tam Thời Hệ Niệm) 100€. Thiện Hữu Hồ Thái Bằng (Seelze) 50€. Trần Ta (Stadthagen) 50€. Đồng Vân Đinh Thu Hương (Stuhr) 20€. Đồng Yến Trần Thúy Hằng 50€. Hiếu Ngọc Đỗ Bích Giao (Stuttgart) 30€. Thị Thiện Phạm Công Hoàng (Todstedt) 20€. Tâm Liên & Diệu Linh (Ulm) 30€. Gđ. Diệu Ngân Đinh Thị Nga & Gđ. Khai Phú Nguyễn Thái Hưng (Việt Nam) 200€. Huỳnh Thị Sua 50€. Lâm Thị Sang 20€. Nguy Xu Keo 10€. Nguyễn Trọng Nghĩa 20€. Trần Hữu Nhơn 10€. Trịnh Tin Hiên 20€. Nguyễn Trí & Nguyễn Tuệ và Nguyễn Tịnh (Wilhelmshaven) 100€. Trịnh Thị Mai 50€. Đồng Liên (Wolfsburg) 20€. Quý Đạo Hữu & Phật Tử ẩn danh 90€.

* Học viện Phật giáo Viên Giác
ASS Culturelle Bouddhique 6.000€. Bảo Thanh Thủy Châu 5.000€. Cao Phan Dung & Nguyễn Thị Như 1.500€. Đào Thu Hương 50€. Diệu Anh Liên Tịnh Đặng Thị Thủy 192€. Diệu Hạnh Trần Thu Hiền 20€. Đồng Tâm 40€. Đồng Tâm 50€. Dương Trung Tinh 100€. Gđ. Diệu Hương, Diệu Nha & Nguyễn Lực 1.500€. Gđ. Pt Đồng Tịnh, Ngọc Hiếu, Đồng Chánh, Chí Thắng & Ngọc Huệ 120€. Gđ. Trần Hoàng Anh 20€. Gđ. Tuyển & Mẹ 1.000€. Giác Tâm An Hà Huỳnh Anh 200€. HL. Nguyễn Văn Định Pd Huệ Chí 1.000€. Hoai Lan 10€. Hoàng Thị Phúc 300€. Huỳnh Thị Nga 20€. Huỳnh Tùng Giang 200€. Ingrid Haas 1.000€. Joachim Heinz-Otto Dienemann 1.000€. Johannes Zuidema 200€. Kim Anh 10€. Lam Te Muoi & Hoàng Thuyền Ngọc 150€. Le Quyen Ziegann 50€. Limpext GmbH & CO.KG 5.000€. Michelle Nguyen Herman Foss. 2.000€. Nguyễn Hương Đặng Thị Loan & Quảng Trí Đặng-Nguyễn Đức Tài 100€. Nguyễn Mạnh Hùng 50€. Nguyễn Minh Công 25€. Nguyễn Hương Đặng Thị Hồng Ngân 25€. Nguyễn Thị Hồng Anh 250€. Nguyễn Thị Lý 50€. Nguyễn Thị Ngọc Linh 100€. Nguyễn Thị Phượng 20€. Nguyễn Thị Tiến, Nguyễn Thị Kim Cúc, Lê Duy Linh & Võ Văn Thắng 50€. Nguyễn Văn Hùng & Hoàng Thu Hiền 50€. Nguyễn Văn Phát 5.000€. Nguyễn Văn Phay 50€. Nguyễn Vũ Bằng & Nguyễn Thị Hồng Phúc 200€. Phạm Thị Tiến Hạnh 150€. Quoc Hai Ho 1.500€. Quỹ của Chi Hội Aschaffenburg 500€. Quý Phật Tử ẩn danh (Thùng công đức) 280€. Sư Cô Trung Dung (Nguyễn Thị Kim Liên) 200€. Thái Nguyệt Cung 200€. Thiện Dũng Nguyễn Kevin 100€. Thiện Hải Nguyễn-Phan Hoàng Hà 1.000€. Tịnh Hiếu Nguyễn Thị Chín, Nguyễn Thomas, Trần Khả Vinh & Trần Emily 100€. Trần Anh Tuấn 125€. Trần Hải Hòa 1.500€. Trần Văn Hoàn 20€. Vạn Trí, Vạn Tuệ, Thiện Tâm, Phúc Anh, Phúc Thi & Phúc Khải 300€. Vương Lệ Xuân 10€. Trần Thị Ngọc Diệp (Bad Homberg) 50€. Ẩn danh (Bad Homburg) 10€. Gđ. Trần Văn Sơn & Khương Thị Kim Yến 200€. Huỳnh Tuyết Anh 50€. Phùng Kim Thái 50€. Quách Thị Thu Hương 100€. Felica Trịnh (Bad Pyrmont) 10€. Trần Cát Tường Vi (Bad Vibel) 50€. Trần Thanh Vân 50€. Gđ. Thiện Hải Nguyễn-Phan Hoàng Hà (Berlin) 1.000€ + 8 ngọn nến. Hà Quỳnh Anh - Giác Tâm An 2.000€. Huỳnh Thị Ngọc Thanh (Bochum) 200€. Thiện Bạch Phạm-Eggers Thị Bích Ngọc & Daniel Eggers (Braunschweig) 100€. Hoàng Ngọc Hải (Bünde) 50€. Nguyễn Thị Thu Thủy & Nguyễn Việt Tấn (Celle) 100€. Diệu Linh Đỗ Thị Tợ (Danmark) 300€. Trần Thị Mỹ Chương 3.000€. HL Nguyễn Văn Nhàn (Darmstadt) 500€. Chị Kiên (Dietzenbach) 50€. Nhuận Tường Lâm Tuyết Hương (Düsseldorf) 300€. Pt. Huệ Độ (England) 240€. Ẩn danh (France) 5€. Lê Đức 200€. Dr. Hà Thị Ánh Tuyết (Frankfurt) 1.500€. Gđ. Hợp, Quân & Loan 50€. Hạnh Hải Khúc Thiên Nga 50€. Minh Vinh Lê Phú Quý 50€. Nguyễn Văn Ngọc 30€. Nhà hàng ăn 200€. Nhà Hàng Việt Phố 500€. Trần Hữu Phước 100€. Trần Thùy Yến Vy 5.000€. Nguyễn Thị Thanh Tùng (Frankfurt/ Riedberg) 200€. Nguyễn Văn Nhơn (Friedrichdorf) 50€. Pt Nhuận Liễu (Grömitz) 200€. Nha Xanh GmbH (Hamburg) 240€. Vũ Thị Huệ (Hameln) 100€. Frau Bikmaz (von Meyer Bäckerei Hannover) (Hannover) 300€. Gđ. Ngụy Minh Thúy 150€. Gđ. Pt Thiện Dũng 200€. Pt Thiện Hảo 1.500€. Vinh Đức Âu & Minh Hằng Âu 200€. Võ Thị Hoa 200€. Thiện Nhựt Phạm Thị Thùy Nga (Hildesheim) 100€. Thiện Trí Phạm Văn Dũng & Thiện Hương Đỗ Thị Cúc 100€. PT. Quảng Kính & Diệu Phụng (Holland) 1.000€. Huỳnh Thị Phương Linh (Karben) 100€. Chùa Bảo Thành (Koblenz) 2.000€. Phạm Lạc 100€. Diệu Nghĩa (Krefeld) 500€. Bác Minh Tôn & Thanh Hòa (Laatzen) 2.000€. Phan Thị Kim Lan 100€. Từ Ấn Ngọc Đặng Quế Trân (Langen/ Hessen) 96€. Phạm Thị Thanh Thủy (Lübeck) 10€. Thiện Chủng (Norderstedt) 10€. Phan Thị Hưởng (Norway) 850€. Thiện Hạnh Võ Thị Mỹ (Nürnberg) 100€. Trần Thị Vân (Offenbach) 50€. Nhân Phượng Dương Thu Tâm (Oslo/Norway) 100€. Fam. Nguyễn (Osnabrück) 50€. Nguyễn Thanh Ty (Recklinghausen) 200€. Trần Duyệt Thái (Rinteln) 50€. Trần Phong Lưu & Lê Thị Huỳnh Hoa (Saarburg) 50€. Bùi Thúy Hằng (Salzgitter) 10€. Gđ. Họ Hà & Tạ (Sande) 30€. Diệu Chơn Đỗ Kim Chi (USA) 200€. Sư Cô TN Hạnh Trì 7.839,97€. Ngô Thị Triết (Việt Nam) 100€. Bành Tâm Sơn (Wiesbaden) 20€. Nguyên Bạch Trần Thị Mỹ Châu 200€. Trần Thị Thu Thủy (Wilhelmshaven) 5.000€. Gđ. Pt Võ Ngô (Wolfsburg) 30€. Quý Đạo Hữu & Phật Tử ẩn danh 110€.

*TỪ THIỆN & XÃ HỘI
-**Cô Nhi, Cùi, Mù & Dưỡng lão:** Lê Thị Hoe 20€. Lê Thị Hoe 20€. Phan Ngọc Đức 20€. Đào Thị Hồng Nguyên (Edewecht) 100€. Huỳnh Tú Dung (Helmstedt) 20€. Phi Quang (Karlsruhe) 30€. Thiện Hà Đặng Thị Hằng Teichner (Langenhagen) 20€. Gđ. Nguyễn Thị Kim Sanh & Trịnh Thị Thanh (Nürnberg) 20€. Nguyễn Thị Vân 50€. Fam. Lư-Vương (Oberhausen) 20€. Trần Thị Phúc & Trần Văn Danh (Nürnberg) 30€.
-**Nồi cháo tình thương:** Nguyễn-Phạm Thị Thu Thủy (Belgique) 100€. Lê Đức (France) 100€. Trương Văn Ký (VS. Villingen) 50€.
-**Xe lăn**: Lê Đức (France) 200€. Thiện Hà Đặng Thị Hằng Teichner (Langenhagen) 10€. Trần Thị Phúc & Trần Văn Danh (Nürnberg) 30€.
-**Mổ mắt tìm lại ánh sáng:** Lê Đức (France) 200€. Phi Nam (Karlsruhe) 30€. Li Stephan (Pforzheim) 50€. Trương Văn Ký (VS. Villingen) 50€. Trần Thị Phúc & Trần Văn Danh (Nürnberg) 30€.
-**Phóng sanh**: Đào Thị Hồng Nguyên (Edewecht) 50€. Trương Văn Ký (VS. Villingen) 50€.

* Học bổng Tăng Ni Việt Nam: Bành Tâm Sơn (Wiesbaden) 20€.
* KÝ TỰ
HL Thiện Đạo Đặng Quốc Chí 80€. Gđ. Nguyễn Văn Định (Kassel) 300€. Bùi Thúy Hằng (Salzgitter) 10€.
* QUẢNG CÁO: Mile Com Thanh Nhan GmbH (Braunschweig) 800€.

ĐỊNH KỲ (tháng 7 & 8 /2024)
An Duyên Nguyễn Thị Nhựt 10€. Chöling 600€. Christian Leupold 60€. Đặng Quốc Minh 20€. Đào Thị Hiền 20€. Diệu Khai, Diệu Ngọc & Quảng Tâm 100€. Đỗ Thái Bằng 60€. Đỗ Thị Hồng Hạnh 10€. Đoàn Thanh Vũ Phước 20€ HHHL Đồng Phước Võ Thị Hai. Đồng Giới Nguyễn Thị Thu 20€. Dương Anh Tuấn & Đinh Thị Hồng Đoàn 10€. Gđ. Nguyễn Huệ & Diệu Mãn 100€. Gđ. Thị Thiện Phạm Công Hoàng 50€. Gđ. Viên Tú Nguyễn Thị Anh 10€. Hà Đoàn Thục Như 1.000€. Hà Ngọc Kim 50€ HHHL Diệu Hạnh Đinh Thị Hợi. Hồ Thị Nguyệt 50€. Hoàng Thị Nhung 20€. Hoàng Thị Phúc 20€. Hoàng Thị Tân 120€. Hồng Nghiệp Phan Quỳnh Trâm 10€. Hứa Thiện Cao 10€. Hue Wollenberg 20€. Kim Loan Lâm Thị Maier 20€. Lâm Đức Toàn 10€. Lâm Thị San 20€. Lê Minh Sang 60€. Lê Thị Ngọc Hân 100€. Lê Thị Tiến 50€. Lê Thùy Dương 20€. Lê Văn Đức 20€. Lý Kiến Cường 30€. Lý Lăng Mai (Saarbrücken) 20€. Manuela Horn 20€. Ngô Thị Thắng 20,46€. Nguyễn Hoàng Vũ & Nguyễn Thị Thanh Phương 20€. Nguyễn Hữu Mừng Chi 20€ Nguyễn Liên Hương 40€. Nguyễn Ngọc Đương 10€. Nguyễn Quang Hùng 30€. Nguyễn Quốc Định 30€. Nguyễn Thị Anh 10€. Nguyễn Thị Diệu Hạnh 20€. Nguyễn Thị Hiền 20€. Nguyễn

Thị Hồng Anh 250€. Nguyễn Thị Hồng Quyên 20€. Nguyễn Thị Kim Lê 20€. Nguyễn Thị Minh Sáu 40€. Nguyễn Thị Ngọc Thảo 50€. Nguyễn Thị Thắm 30€. Nguyễn Thị Thu Nguyệt 20€. Nguyễn Thiện Đức 60€. Nguyễn Thị Diệu Hạnh 20€. Nguyễn Thị Ngọc Lan 25€ HHHL Mẹ Đồng Phước Nguyễn Thị Phụng. Phạm Thị Mai & Minh Trương 40€. Phạm Văn Dũng & Đỗ Thị Cúc 12€. Phan Đình Du 100€. Phan Thị Lan 20€. Phùng Văn Thanh 20€. Quách-Lê Thị Kim Thu 50€. Rafael Adam Spyra 20€. Sabine & Phan Trương Trần Vũ 100€. Spyra Tu Binh 40€. Tạ Thị Ngọc Dung 60€. Thái Kim Sơn 80€. Thái Quang Minh 200€. Thị Bích Lan Nguyễn-Erhart 30€. Thiện Chơn Ngô Quang Vinh 40€. Thiện Độ Ngô Quang Đức 80€. Thiện Nam & Thiện Hồng 100€. Thiện Thủy Vũ Thị Xuyến 30€. Tôn Thúy 40€. Trần Mạnh Thắng 100€. Trần Tân Tiếng 22€. Trần Thị Kim Lệ 10€. Trần Thị Ngọc Anh (Trần Lăng Hía) 20€. Trần Thị Thanh 30€. Trần Thị Thu Thủy 10,22€. Trần Văn Dân 15€. Trương Ngọc 100€. Uông Minh Trung 20€. Võ Thị My 20,46€. Võ Thị Mỹ 20€. Võ Văn Hùng 30€. Vũ Đình Đức 30€. Vũ Quang Tú 100€. Vũ Thị Phương Thảo 10€. Vũ Thị Tường Nhân 20,46€. Young Thị Thanh 30€.

*
* *

Khi chuyển tịnh tài cúng Chùa, xin quý vị vui lòng ghi vào nơi (Verwendungszweck = mục đích cho việc gì) để văn phòng dễ làm việc. Quý vị ở xa ngoài nước Đức cũng có thể gửi tiền mặt hoặc Check trong thư, có thể gửi thường hoặc báo đảm về chùa. Xin thành thật cám ơn quý vị.

Tất cả mọi sự Cúng Dường định kỳ hoặc những lễ lạc khác cho Chùa, quý vị đều có thể lấy Giấy Khai Thuế lại (bằng tiếng Đức) để cuối năm quý vị có thể khai khấu trừ thuế với Chính Phủ. Quý vị nào cần, xin liên lạc về Chùa qua Email: pagodevg2020@gmail.de bằng thư hoặc điện thoại, cho đến cuối tháng 4 mỗi năm; chúng tôi sẽ gửi giấy đến quý vị.

Quý vị chuyển tịnh tài về Chùa Viên Giác, xin chuyển vào Konto mới như sau:
Congr.d.Verein Vietn.Buddh.Kirche Abteilung i.d
Sparkasse Hannover
Konto Nr. 910 403 066
BIC: SPKHDE2HXXX
IBAN: DE40 2505 0180 0910 4030 66

Chùa Viên Giác có số Konto riêng cho
Học Viện Phật Giáo Viên Giác như sau:
Vien Giac Institut
Konto-Nr.: 910 570 655
BIC: (Swift-Code): SPKHDEHXXX
IBAN: DE 90 2505 0180 0910 5706 55
Sparkasse Hannover

Ngoài ra Tu Viện Viên Đức ở Ravensburg có số Konto như sau:
Kloster Vien Duc
BIC: SOLADES1RVB
IBAN: DE53 6505 0110 0111 3020 68
Kreissparkasse Ravensburg

Ngày....... tháng .... năm 20 ....
PHIẾU ỦNG HỘ BÁO VIÊN GIÁC
Số hiệu độc giả (SH) ....
Họ và tên : ....
Địa chỉ : ....
....
Tel./Email : ....
Số tiền   : ....
Giấy chứng nhận khai thuế: Có ☐   Không ☐

Độc giả mới ☐   Độc giả cũ ☐

Nếu thay đổi địa chỉ nhận báo, xin ghi rõ địa chỉ cũ dưới đây :
....
....
Congr.d.Verein Vietn.Buddh.Kirche Abteilung i.d
Sparkasse Hannover
Konto Nr. 910 403 066
BIC: SPKHDE2HXXX
IBAN: DE40 2505 0180 0910 4030 66

Tiếp theo trang 78.

Verteilung der roten Glückstüten.
* 31.01.2025 (Thứ sáu, mồng ba Tết): Từ 6 đến 17:00 giờ trì tụng Bộ Kinh Pháp Hoa/Lotus Sutra Rezitation.

● **Tháng 2 năm 2025**
* 05. đến 12.02.2025: Tụng Kinh Dược Sư cầu an lúc 20:00 giờ (đốt 1.080 ngọn đèn trí tuệ)/ Rezitation des Medizin-Buddha-Sutra und Anzünden von 1.080 Weisheitskerzen (abends um 20:00 Uhr).
* 02. và 16.02.2025: Lễ định kỳ, sinh hoạt GĐPT/ Friedens- und Verstorbene Andacht, Buddhistische jugendliche Aktivitäten.
* 12.02.2025: Chánh Lễ Rằm tháng Giêng (thứ tư)
* 16.02.2025(Chủ Nhật): 10:00 tại Tổ Đình Viên Giác Hannover tổ chức lễ Rằm Tháng Giêng, Quy Y Tam Bảo/ Zeremonie zum Ersten Vollmond des neuen Jahres, Zufluchtnahme Zeremonie zu den Drei Juwelen.
* 14.02.2025 (Thứ sáu): Lễ Phật đầu năm tại chùa Liễu Quán, Copenhagen, Đan Mạch (HTPT).
* 15.02.2025 (Thứ bảy): Lễ Phật đầu năm tại chùa Quan Thế Âm, Odense, Đan Mạch (HTPT).
* 16.02.2025 (Chủ Nhật): Lễ Phật đầu năm tại chùa Quang Minh (Ejsberg, Đan Mạch) (HTPT).
* 21. đến 27.02.2025: Phật Thất tại chùa Linh Thứu.
* 23.02. 2025 (Chủ Nhật): Lễ Phật Đầu Năm tại Tu Viện Viên Đức (HTPT).
* 28.02.2025 đến 5.05.2025: HTPT và TT Hạnh Định Hoằng Pháp tại Hoa Kỳ.

● **Tháng 3 năm 2025**
* 12. và 28.03.2025: Lễ sám hối/ Reuezeremonie.
* 02. và 16.03.2025: Lễ định kỳ, sinh hoạt GĐPT/ Friedens- und Verstorbene Andacht, Buddhistische jugendliche Aktivitäten.
* 15. và 16.03.2025: Khóa tu Bát Quan Trai lần thứ I/ 8 Sila-Praxis.
* 07.03.2025 (thứ sáu, 08.02 ÂL): Lễ vía Đức Phật xuất gia/ Buddhas Ordinationstag.
* 14.03.2025 (thứ sáu, 15.02 ÂL): Lễ vía Đức Phật nhập Niết Bàn/ Buddhas Eintritt ins Nirvana.
* 18.03.2025 (thứ ba, 19.02 ÂL): Lễ vía Bồ Tát Quan Âm/ Avalokites Bodhisattva Zeremonie.

● **Tháng 4 năm 2025**
* 11. và 27.04.2025: Lễ sám hối/ Reuezeremonie.
* 06. và 20.04.2025: Lễ định kỳ, sinh hoạt GĐPT/ Friedens- und Verstorbene Andacht, Buddhistische jugendliche Aktivitäten.
* 18. đến 21.04.2025 (Ostern): Khóa tu học thanh thiếu niên và GĐPTVN Đức Quốc/ Seminar für Buddhistische Jugend.
* 19.và 20.04.2025: Khóa tu Bát Quan Trai lần thứ II/ 8 Sila-Praxis.

● **Tháng 5 năm 2025**
* 01.05.2025 (Lễ Quốc tế Lao động): Du ngoạn với Chi Hội Phật Tử Hannover và GĐPT Tâm Minh.
* 04.05.2025: Lễ Phật Đản tại chùa Bảo Thành (TT Hạnh Giới).
* 07. đến 11.5.2025 (Thứ tư đến Chủ nhật): Họp DBO tại Berlin (chùa người Đức).
* 11.05.2025 (Chủ nhật): Lễ Phật Đản chùa Bảo Đức, Oberhausen (HTPT).
* 17.05.2025 (Thứ bảy): Lễ Phật Đản tại chùa Viên Âm, Nürnberg (HTPT và TT Hạnh Định).
* 18.05.2025 (Chủ nhật): Lễ Phật Đản Tu Viện Viên Đức (HTPT và TT Hạnh Định).
* 11. và 26.05.2025: Lễ sám hối/ Reuezeremonie.

* 04. và 18.05.2025: Lễ định kỳ, sinh hoạt GĐPT/ Friedens- und Verstorbene Andacht, Buddhistische jugendliche Aktivitäten.
* 17. và 18.05.2025: Khóa tu Bát Quan Trai lần thứ III/ 8 Sila-Praxis.
* 25.05.2025 (Chủ Nhật): Lễ Phật Đản chùa Viên Minh, Thụy Sĩ (HTPT).
* 29.05.2025 (Thứ năm): Kỵ giỗ Sư Bà Bảo Quang, Hamburg (HTPT và Tăng Ni Chúng Tổ Đình Viên Giác)

● **Tháng 6 năm 2025**

* 30. 05 đến 01.06.2025 (Thứ sáu – Chủ nhật): Lễ Phật Đản tại Tổ Đình Viên Giác và kiết giới An Cư Kiết Hạ/ Vesak, Sangha Sommer Klausur. (* Phật đản chính thức 15.04 ÂL/ Buddhas Geburtstag).
* 07.06.2025 (Thứ bảy): Lễ Phật Đản chùa Liên Tâm, Phần Lan (HTPT).
* 08.06.2025 (Chủ nhật): Lễ Phật Đản chùa Quan Âm, Odense, Đan Mạch (HTPT).
Từ 10.06.2025 (thứ ba) đến 10.07.2025 (thứ năm) một tháng tu học chuyên khoa cho các Phật Tử tại gia được đào tạo tại Tổ Đình Viên Giác Hannover. Mỗi tuần sẽ có một vị Thượng Tọa hướng dẫn về Kinh, Luật và Luận (xin ghi danh nơi văn phòng của chùa).
* 09. và 24.06.2025: Lễ sám hối/ Reuezeremonie.
* 15.06.2025: Phật Đản chùa Giác Ý, Zwickau (HTPT)
* 15.06.2025: Lễ Phật Đản tại chùa Viên Quang (TT Hạnh Giới).
* 01. và 15.06.2025: Lễ định kỳ, sinh hoạt GĐPT/ Friedens- und Verstorbene Andacht, Buddhistische jugendliche Aktivitäten.
* 14. và 15.06.2025: Khóa tu Bát Quan Trai lần thứ IV/ 8 Sila-Praxis.
* 22.06.2025 (Chủ nhật): Phật Đản tại Tu Viện Viên Lạc, Varel. (HT Đệ Nhất và HT. Đệ Nhị GHPGVNTN AC và Chư Tăng Ni Tổ Đình Viên Giác)..
* 28.06.2025 (Thứ bảy): Họp Chi Bộ GHPGVNTN Đức Quốc tại Tổ Đình Viên Giác, Hannover.
* 28.06.2025 đến 8.07.2025: Khoá An Cư Kiết Hạ của chư Tăng Ni trong Chi Bộ Đức Quốc/ Klausur des Vietnamesischen Sanghas in Deutschland, Hannover.

● **Tháng 7 năm 2025**

* 05.07.2025 (thứ bảy): Feste du Bouddha Strassburg, Pháp (HTPT).
* 06.07.2025 (chủ nhật) Lễ Huân Tu chùa Phổ Hiền Strassburg, Pháp (HTPT).
* 08. và 24.07.2025: Lễ sám hối/ Reuezeremonie.
* 06. và 20.07.2025: Lễ định kỳ, sinh hoạt GĐPT/ Friedens- und Verstorbene Andacht, Buddhistische jugendliche Aktivitäten.
* 01. đến 10.07.2025: Khóa tu xuất gia gieo duyên và khóa tu gieo duyên 10 của cư sĩ/ 10 Tage leben wie Ordinierte.
* 15. đến 24.07.2025: Khóa Tu Học Phật Pháp Âu Châu kỳ thứ 36 (Ưu tiên 1: Tổ chức tại Berlin, nếu Ni Trưởng TN Diệu Phước thuê được phòng ốc; Ưu tiên 2: GHPGVNTN AC tổ chức tại Bồ Đề Đạo Tràng, Ấn Độ (trung tuần tháng 10 năm 2025). Nếu ưu tiên 2 thực thi thì An Cư Kiết Hạ năm 2025 sẽ dự định tổ chức tại Khánh Anh Đại Tự, Evry, từ 15. đến 24.07.2025).
* 13.07.2025 (Chủ nhật, 19.06 ÂL): Lễ vía Bồ Tát Quan Âm/ Avalokiteshvara Bodhisattva Zeremonie.

● **Tháng 8 năm 2025**

* 07. và 22.08.2025: Lễ sám hối/ Reuezeremonie.
* 03. và 17.08.2025: Lễ định kỳ, sinh hoạt GĐPT/ Friedens- und Verstorbene Andacht, Buddhistische jugendliche Aktivitäten.
* 17.08.2025 (Chủ nhật): Vu Lan chùa Bảo Quang (HTPT và TT Hạnh Định).
* 23. và 24.8.2025 (Thứ bảy & Chủ nhật): Vu Lan tại chùa Bảo Thành, Koblenz (HTPT).
* 30.08.2025: Lễ Vu Lan tại chùa Viên Âm, Nürnberg (HTPT và TT Hạnh Định).
* 31.08.2025: Lễ Vu Lan tại chùa Linh Thứu (HTPT và TT Hạnh Định).
* 31.08.2025 (Chủ nhật): Vu Lan tại chùa Bảo Đức (TT Hạnh Giới).

● **Tháng 9 năm 2025**

* 05. và 21.09.2025: Lễ sám hối/ Reuezeremonie.
* 07. và 21.09.2025: Lễ định kỳ, sinh hoạt GĐPT/ Friedens- und Verstorbene Andacht, Buddhistische jugendliche Aktivitäten.
* 05. đến 07.09.2025 (Thứ sáu đến Chủ nhật): Đại Lễ Vu Lan và Lễ Hội Quan Âm tại Tổ Đình Viên Giác, Mãn hạ Tự Tứ. Lễ quy y Tam Bảo. Ullambana und Avalokiteshvara Fest, Endeder Klausurzeit, Zufluchtnahme-Zeremonie zu den Drei Juwelen.
* 20. và 21.09.2025: Khóa tu Bát Quan Trai lần thứ V/ 8 Sila-Praxis.
* 13. và 14.09.2025: Lễ Vu Lan tại chùa Viên Quang (HTPT và TT Hạnh Định).
* 21.09.2025 (Chủ nhật): Lễ Hoàn Nguyện chùa Viên Minh, Thụy Sĩ (HTPT và Tăng Ni Tổ Đình Viên Giác)
* 28.09.2025 (Chủ nhật): Lễ Vu Lan tại Tu Viện Viên Đức (HTPT và TT Hạnh Định).

● **Tháng 10. năm 2025**

* 04. và 05.10.2025: Thọ Bát Quan Trai tại chùa Linh Thứu (HTPT).
* 05. và 20.10.2025: Lễ sám hối/ Reuezeremonie.
* 05. và 19.10.2025: lễ định kỳ, sinh hoạt GĐPT/ Friedens- und Verstorbene Andacht, Buddhistische jugendliche Aktivitäten.
* 18. và 19.10.2025: Khóa tu Bát Quan Trai lần thứ VI/ 8 Sila-Praxis.
* 10.10.2025 (Thứ sáu, 19.09 ÂL): Lễ Vía Quan Âm Bồ Tát/ Avalokiteshvara Bodhisattva Zeremonie.

● **Tháng 11 năm 2025**

* 03. và 19.11.2025: Lễ sám hối/ Reuezeremonie.
* 02. và 16.11.2025: Lễ định kỳ, sinh hoạt GĐPT/ Friedens- und Verstorbene Andacht, Buddhistische jugendliche Aktivitäten.
* 15.–16.11.2025: Khóa tu Bát Quan Trai lần thứ VI/ 8 Sila-Praxis.

● **Tháng 12 năm 2025**

* 03. và 19.12.2025: Lễ sám hối/ Reuezeremonie.
* 07. và 21.12.2025: Lễ định kỳ, sinh hoạt GĐPT/ Friedens- und Verstorbene Andacht, Buddhistische jugendliche Aktivitäten.
* 06.12.2025 (Thứ bảy, 17.11 ÂL): Lễ vía Đức Phật A Di Đà/ Amitabha Buddha Zeremonie/ Patriarchen- und Verstorbenen Andacht.
* 25.12.2025: Lễ Giỗ Tổ Chúc Thánh và Hiệp Kỵ chư Hương Linh.
* 25. đến 30.12.2025: Khóa huân tu Tịnh Độ/ Reines Land Seminar.